ਦੋ ਸ਼ਬਦ

ਸਿਖਿਆ ਦਾ ਸਭ ਤੋਂ ਮੁਖ ਉਦੇਸ਼ ਆਚਾਰ ਦੀ ਉਸਾਰੀ ਸਮਝਿਆ ਜਾਂਦਾ ਹੈ—ਉਹ ਆਚਾਰ ਜਿਹੜਾ ਸਚਾਈ, ਸੁੰਦਰਤਾ ਤੇ ਨੇਕੀ ਤੇ ਅਧਾਰਿਤ ਹੋਵੇ। ਗੁਰੂ ਨਾਨਕ ਸਾਹਿਬ ਨੇ ਫ਼ੁਰਮਾਇਆ ਹੈ:—

"ਸਚਹੁ ਉਰੈ ਸਭ ਕੋ
ਊਪਰਿ ਸੱਚ ਆਚਾਰੁ॥"

ਸਚਾਈ ਦਾ ਜੀਵਨ ਸਭ ਤੋਂ ਵਧੀਆ ਜੀਵਨ ਹੈ। ਇਕ ਠੀਕ ਸੁਸ਼ਿਖਸ਼ਿਤ ਪੁਰਸ਼ ਨੂੰ ਸਚਾਈ ਦਾ ਜੀਵਨ ਹੀ ਬਿਤਾਉਣਾ ਚਾਹੀਦਾ ਹੈ। ਉਹ ਬੇਈਮਾਨੀ, ਧੋਖੇ ਤੇ ਫ਼ਰੇਬ ਤੋਂ ਦੂਰ ਰਹੇ। ਆਪਣੇ ਕੰਮ ਵਿੱਚ ਤੇ ਆਪਣੇ ਆਲੇ ਦੁਆਲੇ ਖ਼ੂਬਸੂਰਤੀ ਪੈਦਾ ਕਰੇ। ਉਸ ਨੂੰ ਆਪਣੇ ਸਾਥੀਆਂ ਨਾਲ ਤੇ ਛੋਟੇ ਵਡਿਆਂ ਨਾਲ ਨੇਕੀ, ਰਹਿਮ ਦਿਲੀ ਤੇ ਹਮਦਰਦੀ ਵਾਲਾ ਸਲੂਕ ਕਰਨਾ ਚਾਹੀਦਾ ਹੈ।

ਨਵੀਨ ਪੰਜਾਬੀ ਪੁਸਤਕਾਂ ਵਿੱਚ ਇਸ ਗੱਲ ਦਾ ਖ਼ਾਸ ਖ਼ਿਆਲ ਰਖਿਆ ਗਿਆ ਹੈ ਕਿ ਜੋ ਕਹਾਣੀਆਂ ਆਦਿ ਚੁਣੀਆਂ ਜਾਣ, ਉਨ੍ਹਾਂ ਵਿੱਚ ਨੇਕ ਤੇ ਸੁੰਦਰ ਜੀਵਨ ਬਿਤਾਉਣ ਦੀ ਪ੍ਰੇਰਨਾ ਮਿਲੇ। ਕਹਾਣੀਆਂ ਤੋਂ ਇਲਾਵਾ ਦੂਜੇ ਲੇਖਾਂ ਵਿੱਚ ਇਹ ਕੋਸ਼ਿਸ਼ ਕੀਤੀ ਗਈ ਹੈ ਕਿ ਉਹ ਰੋਚਕ ਹੋਣ ਤੇ ਅਗੇ ਵਧਣ ਦਾ ਉਤਸ਼ਾਹ ਦੇਣ।

ਪੰਜਾਬੀ ਜ਼ਬਾਨ ਇਕ ਜੀਉਂਦੀ ਜਾਗਦੀ ਤੇ ਜ਼ੋਰਦਾਰ ਜ਼ਬਾਨ ਹੈ। ਆਰੀਅਨ, ਸਿਥੀਅਨ, ਪਾਰਥੀਅਨ, ਹੁਨਜ਼ ਤੇ ਯੂਨਾਨੀ ਪੰਜਾਬ ਵਿੱਚ ਆਏ। ਉਹ ਆਪਣੀ ਸਭਿਅਤਾ ਤੇ ਬੋਲੀ ਦਾ ਅਸਰ ਪੰਜਾਬੀ ਤੇ ਛੱਡ ਗਏ। ਫੇਰ ਮੁਸਲਮਾਨ, ਅਰਬ, ਪਠਾਨ, ਈਰਾਨੀ ਤੇ ਮੁਗ਼ਲ ਆਏ। ਬਹੁਤ ਸਾਰੇ ਫ਼ਾਰਸੀ, ਪਸ਼ਤੋ ਤੇ ਅਰਬੀ ਦੇ ਲਫ਼ਜ਼ ਪੰਜਾਬੀ ਵਿੱਚ ਜਜ਼ਬ ਹੋ ਕੇ ਘੁਲ ਮਿਲ ਗਏ। ਸੌ ਸਾਲਾਂ ਦੇ ਅੰਗਰੇਜ਼ੀ ਰਾਜ ਨੇ ਕਈ ਅੰਗਰੇਜ਼ੀ ਲਫ਼ਜ਼ ਵੀ ਪੰਜਾਬੀ ਵਿੱਚ ਰਲਾ ਦਿੱਤੇ। ਇਸ ਤਰ੍ਹਾਂ ਪੰਜਾਬੀ ਜ਼ਬਾਨ ਬੜੀ ਜ਼ੋਰ ਵਾਲੀ ਬਣ ਗਈ।

ਹਿੰਦੂਸਤਾਨ ਦੇ ਆਜ਼ਾਦ ਹੋਣ ਮਗਰੋਂ ਇਹ ਕੋਸ਼ਿਸ਼ ਹੋ ਰਹੀ ਹੈ ਕਿ ਪੰਜਾਬੀ ਵਿੱਚੋਂ ਦੂਜੀਆਂ ਜ਼ਬਾਨਾਂ ਦੇ ਲਫ਼ਜ਼ ਕੱਢ ਦਿੱਤੇ ਜਾਣ। ਪਰ ਇਹ ਪਾਲਿਸੀ ਠੀਕ ਨਹੀਂ। ਇਸ ਤਰ੍ਹਾਂ ਕਰਨ ਨਾਲ ਪੰਜਾਬੀ ਕਮਜ਼ੋਰ ਤੇ ਬੇਹਿਸ ਜ਼ਬਾਨ ਬਣ ਕੇ ਰਹਿ ਜਾਏਗੀ। ਅਸੀਂ ਕੋਸ਼ਿਸ਼ ਕੀਤੀ ਹੈ ਕਿ ਪੰਜਾਬੀ ਨੂੰ ਖੜੀ ਬੋਲੀ ਦੇ ਨੇੜੇ ਤੋਂ ਨੇੜੇ ਰਖਿਆ ਜਾਏ।

ਅਸੀਂ ਗਿਆਨੀ ਸੰਤੋਖ ਸਿੰਘ, ਮੁਖ ਪੰਜਾਬੀ ਅਧਿਆਪਕ, ਗੁਰੂ ਤੇਗ਼ ਬਹਾਦਰ ਖ਼ਾਲਸਾ ਹਾਇਰ ਸੈਕੰਡਰੀ ਸਕੂਲ ਦਿੱਲੀ ਦੇ ਧੰਨਵਾਦੀ ਹਾਂ, ਜਿਨ੍ਹਾਂ ਨੇ ਨਵੀਨ ਪੰਜਾਬੀ ਦੇ ਖਰੜਿਆਂ ਨੂੰ ਪੜ੍ਹਿਆ ਤੇ ਕੀਮਤੀ ਸੁਝਾਉ ਦਿੱਤੇ।

ਨਵੀਂ ਦਿੱਲੀ
15 ਜਨਵਰੀ 1976

ਪ੍ਰਭਜੋਤ ਕੌਰ

ਤਤਕਰਾ

ਜਾਦੂ ਦਾ ਬਰਤਨ

ਕਿਸੇ ਪਿੰਡ ਵਿੱਚ ਇਕ ਜ਼ਿਮੀਂਦਾਰ ਰਹਿੰਦਾ ਸੀ। ਉਹ ਸਾਰੇ ਪਿੰਡ ਦਾ ਮਾਲਕ ਸੀ ਤੇ ਬਹੁਤ ਸਾਰੇ ਲੋਕ ਉਸ ਕੋਲ ਕੰਮ ਕਰਦੇ ਸਨ।

ਜ਼ਿਮੀਂਦਾਰ ਇਕ ਬਹੁਤ ਵੱਡੇ ਮਕਾਨ ਵਿੱਚ ਰਹਿੰਦਾ ਸੀ। ਮਕਾਨ ਦੇ ਆਸ ਪਾਸ ਝੌਂਪੜੀਆਂ ਵਿੱਚ ਉਸ ਦੇ ਨੌਕਰ ਰਹਿੰਦੇ ਸਨ। ਜ਼ਿਮੀਂਦਾਰ ਦੇ ਖੇਤਾਂ ਵਿੱਚ ਬੜੀ ਉਪਜ ਹੁੰਦੀ ਸੀ ਤੇ ਉਸ ਨੇ ਬੜਾ ਧਨ ਇਕੱਠਾ ਕੀਤਾ ਹੋਇਆ ਸੀ। ਪਰ ਉਹ ਬੜਾ ਹੀ ਕੰਜੂਸ ਤੇ ਜ਼ਾਲਮ ਆਦਮੀ ਸੀ। ਉਹ ਆਪਣੇ ਨੌਕਰਾਂ ਨਾਲ ਬੜਾ ਭੈੜਾ ਸਲੂਕ ਕਰਦਾ ਸੀ।

ਉਸ ਦੇ ਖੇਤਾਂ ਵਿੱਚ ਕੰਮ ਕਰਨ ਵਾਲਾ ਇਕ ਬੁੱਢਾ ਕਿਸਾਨ ਵੀ ਸੀ। ਉਸ ਦੇ ਹੱਥ ਪੈਰ ਜਦੋਂ ਕਮਜ਼ੋਰ ਹੋ ਗਏ ਤਾਂ ਜ਼ਿਮੀਂਦਾਰ ਨੇ ਉਸ ਨੂੰ ਕੱਢ ਦਿੱਤਾ।

ਵਿਚਾਰੇ ਕਿਸਾਨ ਤੇ ਉਸ ਦੀ ਵਹੁਟੀ ਦੇ ਕੋਲ ਇਕ ਮੱਝ ਦੇ ਸਿਵਾ ਕੁਝ ਵੀ ਨਹੀਂ ਸੀ। ਉਸ ਮੱਝ ਦਾ ਦੁੱਧ ਵੇਚ ਦੇਂਦਾ ਤੇ ਇਸ ਤਰ੍ਹਾਂ ਆਪਣੇ ਦਿਨ ਬਤੀਤ ਕਰ ਰਿਹਾ ਸੀ। ਆਖ਼ਰ ਮੱਝ ਸੁੱਕ ਗਈ ਤੇ ਕਿਸਾਨ ਨੇ ਸੋਚਿਆ ਕਿ ਇਸ ਨੂੰ ਵੇਚ ਦਿਆਂ ਤਾਂ ਕੁਝ ਪੈਸੇ ਮਿਲ ਜਾਣਗੇ।

ਅਗਲੇ ਦਿਨ ਕਿਸਾਨ ਮੱਝ ਵੇਚਣ ਲਈ ਸ਼ਹਿਰ ਵੱਲ ਚਲ ਪਿਆ। ਰਸਤੇ ਵਿੱਚ ਉਸ ਨੂੰ ਇਕ

ਵਣਜਾਰਾ ਮਿਲਿਆ। ਉਸ ਦੇ ਹੱਥ ਵਿੱਚ ਇਕ ਪੁਰਾਣਾ ਜਿਹਾ ਲੋਹੇ ਦਾ ਬਰਤਨ ਸੀ। ਜਿਸ ਦੀਆਂ ਤਿੰਨ ਟੰਗਾਂ ਸਨ।

ਵਣਜਾਰੇ ਨੇ ਕਿਸਾਨ ਨੂੰ ਪੁਛਿਆ, "ਇਹ ਮੱਝ ਕਿੱਥੇ ਲੈ ਕੇ ਜਾ ਰਿਹਾ ਹੈਂ?"

ਕਿਸਾਨ ਨੇ ਉਸ ਨੂੰ ਦਸਿਆ, "ਮੱਝ ਸੁੱਕ ਗਈ ਹੈ ਤੇ ਸਾਡੇ ਕੋਲ ਇਸ ਨੂੰ ਖੁਆਉਣ ਲਈ ਕੁਝ ਨਹੀਂ ਹੈ, ਸੋ ਇਸ ਨੂੰ ਵੇਚਣ ਦੇ ਇਲਾਵਾ ਹੋਰ ਕੋਈ ਚਾਰਾ ਨਹੀਂ।"

ਵਣਜਾਰੇ ਨੇ ਕਿਹਾ, "ਆਪਣੀ ਮੱਝ ਮੈਨੂੰ ਦੇ ਦੇ ਤੇ ਇਸ ਦੇ ਬਦਲੇ ਵਿੱਚ ਇਹ ਬਤਰਨ ਲੈ ਲੈ।"

ਕਿਸਾਨ ਨੇ ਕਿਹਾ, "ਵੀਰ, ਮੈਂ ਇਸ ਬਰਤਨ ਨੂੰ ਕੀ ਕਰਾਂਗਾ?"

ਤਾਂ ਅਚਾਨਕ ਬਰਤਨ ਬੋਲ ਪਿਆ, "ਮੈਨੂੰ ਲੈ ਲਓ, ਮੈਨੂੰ ਲੈ ਲਓ।"

ਕਿਸਾਨ ਬੜਾ ਹੈਰਾਨ ਹੋਇਆ। ਉਸ ਨੇ ਮੱਝ ਵਣਜਾਰੇ ਨੂੰ ਦੇ ਦਿੱਤੀ ਤੇ ਬਰਤਨ ਲੈ ਕੇ ਵਾਪਸ ਘਰ ਵੱਲ ਚਲ ਪਿਆ।

ਜਦੋਂ ਕਿਸਾਨ ਘਰ ਪਹੁੰਚਿਆ ਤਾਂ ਉਸ ਦੀ ਬੁੱਢੀ ਵਹੁਟੀ ਨੇ ਗੁੱਸੇ ਵਿੱਚ ਆ ਕੇ ਕਿਹਾ, "ਭਲਾ ਇਸ ਪੁਰਾਣੇ ਬਰਤਨ ਤੋਂ ਸਾਨੂੰ ਕੀ ਲਾਭ ਹੋਵੇਗਾ? ਕੁਝ ਰੁਪਏ ਲਿਆਂਦੇ ਤਾਂ ਸਾਡੇ ਕੁਝ ਦਿਨ ਨਿਕਲ ਜਾਂਦੇ।"

ਤਾਂ ਬਰਤਨ ਵਿੱਚੋਂ ਆਵਾਜ਼ ਆਈ, "ਮਾਂ, ਮਾਂ, ਮੈਨੂੰ ਮਾਂਜ ਧੋ ਕੇ ਸਾਫ਼ ਕਰ।"

ਬੁੱਢੀ ਨੇ ਬਰਤਨ ਨੂੰ ਮਾਂਜ ਕੇ ਸਾਫ਼ ਕਰ ਦਿੱਤਾ।

ਬਰਤਨ ਨੇ ਕਿਹਾ, "ਮਾਂ, ਮਾਂ, ਮੈਂ ਜਾ ਰਿਹਾ ਹਾਂ।"

"ਤੂੰ ਕਿੱਥੇ ਜਾ ਰਿਹਾ ਹੈਂ?" ਬੁੱਢੀ ਨੇ ਪੁਛਿਆ।

ਬਰਤਨ ਨੇ ਕਿਹਾ, "ਮੈਂ ਜ਼ਿਮੀਂਦਾਰ ਦੇ ਘਰ ਜਾ ਰਿਹਾ ਹਾਂ।"

ਬਰਤਨ ਉਛਲਦਾ ਕੁੱਦਦਾ ਜ਼ਿਮੀਂਦਾਰ ਦੇ ਘਰ ਵੱਲ ਚਲ ਪਿਆ ਤੇ ਥੋੜੀ ਦੇਰ ਵਿੱਚ ਜ਼ਿਮੀਂਦਾਰ ਦੀ ਰਸੋਈ ਵਿੱਚ ਜਾ ਪਹੁੰਚਿਆ।

ਜ਼ਿਮੀਂਦਾਰ ਦੀ ਪਤਨੀ ਨੇ ਖੀਰ ਬਣਾਈ ਹੋਈ ਸੀ। ਉਸ ਨੇ ਚਮਕਦਾ ਹੋਇਆ ਸਾਫ਼ ਬਰਤਨ ਵੇਖਿਆ ਤਾਂ ਬੜੀ ਖੁਸ਼ ਹੋਈ। ਉਸ ਨੇ ਸਾਰੀ ਖੀਰ ਬਰਤਨ ਵਿੱਚ ਪਾ ਦਿੱਤੀ।

ਬਰਤਨ ਉਛਲਦਾ ਉਛਲਦਾ ਰਸੋਈ ਤੋਂ ਬਾਹਰ ਨਿਕਲਿਆ ਤੇ ਸੜਕ ਤੋਂ ਹੁੰਦਾ ਹੋਇਆ ਕਿਸਾਨ ਦੇ ਘਰ ਆ ਪਹੁੰਚਿਆ।

ਕਿਸਾਨ ਤੇ ਉਸ ਦੀ ਪਤਨੀ ਬੜੇ ਖੁਸ਼ ਹੋਏ। ਉਨ੍ਹਾਂ ਨੇ ਪੇਟ ਭਰ ਕੇ ਖੀਰ ਖਾਧੀ ਤੇ ਫੇਰ ਅਰਾਮ ਨਾਲ ਸੌਂ ਗਏ।

ਅਗਲੇ ਦਿਨ ਬਰਤਨ ਨੇ ਫੇਰ ਕਿਹਾ, "ਮਾਂ, ਮਾਂ, ਮੈਨੂੰ ਮਾਂਜ ਧੋ ਕੇ ਸਾਫ਼ ਕਰ।"

ਬੁੱਢੀ ਨੇ ਬਰਤਨ ਮਾਂਜ ਕੇ ਸਾਫ਼ ਕਰ ਦਿੱਤਾ। ਉਹ ਕਹਿਣ ਲੱਗਾ, "ਮਾਂ, ਮਾਂ, ਮੈਂ ਜਾ ਰਿਹਾ ਹਾਂ।"

"ਤੂੰ ਕਿੱਥੇ ਜਾ ਰਿਹਾ ਹੈਂ?" ਬੁੱਢੀ ਨੇ ਪੁਛਿਆ।

“ਮੈਂ ਜ਼ਿਮੀਂਦਾਰ ਦੇ ਘਰ ਜਾ ਰਿਹਾ ਹਾਂ।” ਬਰਤਨ ਨੇ ਜਵਾਬ ਦਿੱਤਾ ਤੇ ਉਛਲਦਾ ਉਛਲਦਾ ਜ਼ਿਮੀਂਦਾਰ ਦੇ ਘਰ ਵੱਲ ਚਲ ਪਿਆ।

ਜ਼ਿਮੀਂਦਾਰ ਦੇ ਨੌਕਰ ਆਟਾ ਪੀਹ ਰਹੇ ਸਨ। ਉਨ੍ਹਾਂ ਨੇ ਚਮਕਦਾ ਹੋਇਆ ਬਰਤਨ ਵੇਖਿਆ ਤਾਂ ਬੜੇ ਖ਼ੁਸ਼ ਹੋਏ। ਉਨ੍ਹਾਂ ਨੇ ਸਾਰਾ ਪੀਸਿਆ ਹੋਇਆ ਆਟਾ ਉਸ ਵਿੱਚ ਪਾਣਾ ਸ਼ੁਰੂ ਕਰ ਦਿੱਤਾ। ਬਰਤਨ ਵੱਡਾ ਹੀ ਵੱਡਾ ਹੁੰਦਾ ਗਿਆ ਤੇ ਜ਼ਿਮੀਂਦਾਰ ਦੇ ਨੌਕਰ ਉਸ ਵਿੱਚ ਆਟਾ ਪਾਂਦੇ ਗਏ। ਜਦੋਂ ਬਰਤਨ ਬਿਲਕੁਲ ਭਰ ਗਿਆ ਤਾਂ ਉਹ ਉਛਲਦਾ ਉਛਲਦਾ ਘਰੋਂ ਬਾਹਰ ਨਿਕਲਿਆ ਤੇ ਸੜਕ ਤੋਂ ਹੁੰਦਾ ਹੋਇਆ ਸਿੱਧਾ ਕਿਸਾਨ ਦੇ ਘਰ ਪਹੁੰਚ ਗਿਆ।

ਬੁੱਢਾ ਕਿਸਾਨ ਤੇ ਉਸ ਦੀ ਵਹੁਟੀ ਬੜੇ ਖ਼ੁਸ਼ ਹੋਏ। ਉਨ੍ਹਾਂ ਕੋਲ ਹੁਣ ਪੂਰੇ ਸਾਲ ਲਈ ਆਟਾ ਹੋ ਗਿਆ ਸੀ।

ਅਗਲੇ ਦਿਨ ਬਰਤਨ ਨੇ ਫੇਰ ਕਿਹਾ, “ਮਾਂ, ਮਾਂ, ਮੈਨੂੰ ਮਾਂਜ ਧੋ ਕੇ ਸਾਫ਼ ਕਰ ਦੇ।”

ਬੁੱਢੀ ਨੇ ਬਰਤਨ ਮਾਂਜ ਕੇ ਖ਼ੂਬ ਸਾਫ਼ ਕਰ ਦਿੱਤਾ। ਤਦ ਬਰਤਨ ਬੋਲਿਆ, “ਮਾਂ, ਮਾਂ, ਮੈਂ ਜਾ ਰਿਹਾ ਹਾਂ।”

“ਤੂੰ ਕਿੱਥੇ ਜਾ ਰਿਹਾ ਹੈਂ?” ਬੁੱਢੀ ਨੇ ਪੁਛਿਆ।

“ਮੈਂ ਜ਼ਿਮੀਂਦਾਰ ਦੇ ਘਰ ਜਾ ਰਿਹਾ ਹਾਂ।” ਬਰਤਨ ਨੇ ਜਵਾਬ ਦਿੱਤਾ ਤੇ ਉਛਲਦਾ ਉਛਲਦਾ ਜ਼ਿਮੀਂਦਾਰ ਦੇ ਘਰ ਵੱਲ ਚਲ ਪਿਆ।

ਜ਼ਿਮੀਂਦਾਰ ਆਪਣੇ ਕਮਰੇ ਵਿੱਚ ਬੈਠਾ ਸੋਨੇ ਦੀਆਂ ਮੁਹਰਾਂ ਗਿਣ ਰਿਹਾ ਸੀ। ਉਸ ਨੇ ਚਮਕਦਾ ਹੋਇਆ ਬਰਤਨ ਵੇਖਿਆ ਤਾਂ ਉਸ ਵਿੱਚ ਮੁਹਰਾਂ ਗਿਣ ਗਿਣ ਕੇ ਪਾਣ ਲੱਗ ਪਿਆ।

ਜਦੋਂ ਬਰਤਨ ਮੁਹਰਾਂ ਨਾਲ ਭਰ ਗਿਆ ਤਾਂ ਉਹ ਉਛਲਦਾ ਉਛਲਦਾ ਸਿੱਧਾ ਕਿਸਾਨ ਦੇ ਘਰ ਆ ਗਿਆ।

ਕਿਸਾਨ ਤੇ ਉਸ ਦੀ ਵਹੁਟੀ ਨੇ ਸੋਨੇ ਦੀਆਂ ਮੁਹਰਾਂ ਲੈ ਲਈਆਂ, ਪਰ ਬਰਤਨ ਨੇ ਕਿਹਾ, "ਮਾਂ, ਮਾਂ, ਮੈਂ ਫੇਰ ਜਾ ਰਿਹਾ ਹਾਂ" ਤੇ ਉਹ ਉਛਲਦਾ ਉਛਲਦਾ ਫੇਰ ਜ਼ਿਮੀਂਦਾਰ ਦੇ ਘਰ ਜਾ ਪਹੁੰਚਿਆ।

ਜ਼ਿਮੀਂਦਾਰ ਨੇ ਬਰਤਨ ਵੇਖਿਆ ਤਾਂ ਬੜੇ ਗੁੱਸੇ ਨਾਲ ਉਸ ਤੇ ਝਪਟਿਆ ਤੇ ਡਾਂਟ ਕੇ ਬੋਲਿਆ, "ਚੋਰ, ਤੂੰ ਸਾਡੀ ਖੀਰ ਚੁਰਾਈ, ਸਾਰਾ ਆਟਾ ਚੁਰਾਇਆ, ਮੇਰੀਆਂ ਸੋਨੇ ਦੀਆਂ ਮੁਹਰਾਂ ਲੈ ਗਿਆ ਤੇ ਹੁਣ ਫੇਰ ਆ ਗਿਆ ਹੈਂ।"

ਪਰ ਜਿਉਂ ਹੀ ਜ਼ਿਮੀਂਦਾਰ ਦਾ ਹੱਥ ਬਰਤਨ ਨੂੰ ਲਗਿਆ, ਉਹ ਉਸ ਦੇ ਨਾਲ ਚੰਬੜ ਗਿਆ ਤੇ ਬਰਤਨ ਫੇਰ ਉਛਲਦਾ ਉਛਲਦਾ ਚਲ ਪਿਆ। ਉਹ ਜ਼ਿਮੀਂਦਾਰ ਨੂੰ ਆਪਣੇ ਨਾਲ ਘਸੀਟਦਾ ਹੋਇਆ ਬਹੁਤ ਦੂਰ ਲੈ ਗਿਆ ਤੇ ਫੇਰ ਉਸ ਨੂੰ ਕਦੇ ਕਿਸੇ ਨੇ ਨਾ ਵੇਖਿਆ।

ਬੁੱਢੇ ਕਿਸਾਨ ਤੇ ਉਸ ਦੀ ਵਹੁਟੀ ਕੋਲ ਹੁਣ ਬਹੁਤ ਪੈਸਾ ਸੀ। ਉਹ ਅਰਾਮ ਨਾਲ ਰਹਿਣ ਲੱਗ ਪਏ।

ਅਭਿਆਸ

I. ਦੱਸੋ ਭਲਾ:—

1. ਜ਼ਿਮੀਂਦਾਰ ਆਪਣੇ ਨੌਕਰਾਂ ਨਾਲ ਕਿਸ ਤਰ੍ਹਾਂ ਦਾ ਸਲੂਕ ਕਰਦਾ ਸੀ?
2. ਬੁੱਢਾ ਕਿਸਾਨ ਆਪਣਾ ਗੁਜ਼ਾਰਾ ਕਿਸ ਤਰ੍ਹਾਂ ਕਰਦਾ ਸੀ?
3. ਕਿਸਾਨ ਨੂੰ ਆਪਣੀ ਮੱਝ ਕਿਉਂ ਵੇਚਣੀ ਪਈ?
4. ਬਰਤਨ ਨੇ ਕਿਸਾਨ ਦੀ ਕਿਸ ਤਰ੍ਹਾਂ ਮਦਦ ਕੀਤੀ?
5. ਬਰਤਨ ਜ਼ਿਮੀਂਦਾਰ ਦੇ ਘਰੋਂ ਮੁਹਰਾਂ ਕਿਸ ਤਰ੍ਹਾਂ ਲਿਆਇਆ?
6. ਜਦੋਂ ਜ਼ਿਮੀਂਦਾਰ ਦਾ ਹੱਥ ਬਰਤਨ ਨਾਲ ਚੰਬੜ ਗਿਆ ਤਾਂ ਫੇਰ ਕੀ ਹੋਇਆ?

II. ਵਾਕ ਬਣਾਓ:—

ਜ਼ਿਮੀਂਦਾਰ, ਝੌਂਪੜੀ, ਜ਼ਾਲਮ, ਕੰਜੂਸ, ਸਲੂਕ, ਵਣਜਾਰਾ, ਬਰਤਨ, ਮੁਹਰਾਂ, ਘਸੀਟਣਾ।

III. ਇਸ ਕਹਾਣੀ ਨੂੰ ਜ਼ਬਾਨੀ ਸੁਣਾਓ।

IV. ਖ਼ਾਲੀ ਥਾਂਵਾਂ ਭਰੋ:—

1. ਜ਼ਿਮੀਂਦਾਰ ਇਕ ਬਹੁਤ ਵੱਡੇ .... ਵਿੱਚ ਰਹਿੰਦਾ ਸੀ।
2. ਜ਼ਿਮੀਂਦਾਰ ਦੇ ਖੇਤਾਂ ਵਿੱਚ ਬੜੀ .... ਹੁੰਦੀ ਸੀ।
3. ਜ਼ਿਮੀਂਦਾਰ ਬੜਾ .... ਤੇ .... ਆਦਮੀ ਸੀ।
4. ਕਿਸਾਨ ਨੂੰ ਮੱਝ ਦੇ ਬਦਲੇ ਇਕ .... ਮਿਲਿਆ।
5. ਜ਼ਿਮੀਂਦਾਰ ਦੇ ਆਦਮੀਆਂ ਨੇ ਸਾਰਾ .... ਬਰਤਨ ਵਿੱਚ ਪਾ ਦਿੱਤਾ।
6. ਬਰਤਨ .... ਨੂੰ ਫੜ ਕੇ ਲੈ ਗਿਆ।
7. ਬੁੱਢਾ ਕਿਸਾਨ ਤੇ ਉਸ ਦੀ .... ਬੜੇ ਅਰਾਮ ਨਾਲ ਰਹਿਣ ਲੱਗ ਪਏ।

ਟੈਲੀਵੀਜ਼ਨ

ਤੁਸੀਂ ਆਪਣੇ ਘਰਾਂ ਵਿੱਚ ਟੈਲੀਵੀਜ਼ਨ ਤਾਂ ਰੋਜ਼ ਵੇਖਦੇ ਹੀ ਹੋਵੋਗੇ। ਕੀ ਤੁਸੀਂ ਕਦੇ ਸੋਚਿਆ ਹੈ ਕਿ ਇਹ ਕਿੰਨੀ ਅਜੀਬ ਚੀਜ਼ ਹੈ! ਕਈ ਮੀਲ ਦੂਰ ਹੋ ਰਹੇ ਖੇਡਾਂ ਦੇ ਮੈਚ ਤੇ ਹੋਰ ਘਟਨਾਵਾਂ ਦੀਆਂ ਖ਼ਬਰਾਂ ਅਸੀਂ ਸੁਣ ਹੀ ਨਹੀਂ ਸਕਦੇ ਬਲਕਿ ਵੇਖ ਵੀ ਸਕਦੇ ਹਾਂ।

ਰੇਡੀਓ ਦੀ ਕਾਢ ਤੋਂ ਬਾਦ ਕਈ ਸਿਆਣੇ ਆਦਮੀ ਸੋਚਣ ਲੱਗੇ ਕਿ ਜੇ ਤਾਰਾਂ ਤੋਂ ਬਗ਼ੈਰ ਆਵਾਜ਼ ਦੂਰ ਤਕ ਜਾ ਸਕਦੀ ਹੈ ਤਾਂ ਤਸਵੀਰ ਵੀ ਜ਼ਰੂਰ ਜਾਣੀ ਚਾਹੀਦੀ ਹੈ। ਆਖ਼ਰ ਕਈ ਸਾਲ ਦੀ ਮਿਹਨਤ ਦੇ ਬਾਦ ਇਕ ਅੰਗਰੇਜ਼ ਜਾੱਨ ਬੇਅਰਡ ਇਸ ਕੋਸ਼ਿਸ਼ ਵਿੱਚ ਸਫ਼ਲ ਹੋ ਗਿਆ।

ਜਾੱਨ ਬੇਅਰਡ 1888 ਵਿੱਚ ਸਕਾਟਲੈਂਡ ਦੇ ਇਕ ਛੋਟੇ ਜਿਹੇ ਪਿੰਡ ਵਿੱਚ ਪੈਦਾ ਹੋਇਆ, ਜਿੱਥੇ ਉਸ ਦਾ ਪਿਤਾ ਪਾਦਰੀ ਸੀ। ਬਚਪਨ ਵਿੱਚ ਹੀ ਜਾੱਨ ਨੂੰ ਬਿਜਲੀ ਦੀਆਂ ਚੀਜ਼ਾਂ ਬਣਾਉਣ ਦਾ ਬੜਾ ਸ਼ੌਕ ਸੀ। ਉਸ ਨੇ ਇਕ ਟੈਲੀਫ਼ੋਨ ਬਣਾਇਆ। ਉਸ ਨੇ ਆਪਣੇ ਚਾਰ ਮਿੱਤਰਾਂ ਦੇ ਘਰ ਵਿੱਚ ਤਾਰਾਂ ਲੈ ਜਾ ਕੇ ਉਥੇ ਵੀ ਟੈਲੀਫ਼ੋਨ ਯੰਤਰ ਰੱਖ ਦਿੱਤੇ। ਇਸ ਤਰ੍ਹਾਂ ਸਕੂਲ ਤੋਂ ਬਾਦ ਉਹ ਆਪਣੇ ਦੋਸਤਾਂ ਨਾਲ ਗੱਲਾਂ ਕਰਿਆ ਕਰਦਾ ਸੀ। ਇਕ ਦਿਨ ਜ਼ਬਰਦਸਤ ਤੂਫ਼ਾਨ ਆਇਆ। ਟੈਲੀਫ਼ੋਨ ਦੀ ਤਾਰ ਟੁਟ ਕੇ ਗਲੀ ਵਿੱਚ ਡਿੱਗ ਪਈ। ਉਧਰੋਂ ਇਕ ਰੇਹੜਾ ਲੰਘ ਰਿਹਾ ਸੀ। ਤਾਰ ਕੋਚਵਾਨ ਦੀ ਠੋਡੀ ਵਿੱਚ ਅਟਕ

ਗਈ ਤੇ ਉਹ ਥੱਲੇ ਡਿੱਗ ਪਿਆ। ਇਸ ਤੇ ਕੋਚਵਾਨ ਇੰਨਾ ਗੁੱਸੇ ਹੋਇਆ ਕਿ ਬੇਅਰਡ ਨੂੰ ਆਪਣਾ ਟੈਲੀਫ਼ੋਨ ਬੰਦ ਕਰਨਾ ਪਿਆ।

ਕਾਲਜ ਵਿੱਚ ਜਾ ਕੇ ਬੇਅਰਡ ਨੇ ਇਲੈਕਟਰੀਕਲ ਇੰਜੀਨੀਅਰਿੰਗ ਦੀ ਉੱਚੀ ਤਾਲੀਮ ਹਾਸਲ ਕੀਤੀ। ਉਨ੍ਹਾਂ ਦਿਨਾਂ ਵਿੱਚ ਬੇਤਾਰ ਅਜੇ ਸ਼ੁਰੂ ਹੀ ਹੋਇਆ ਸੀ। ਬੇਤਾਰ ਰਾਹੀਂ ਸੰਦੇਸੇ ਭੇਜੇ ਜਾ ਰਹੇ ਸਨ ਤੇ ਰੇਡੀਓ ਤੇ ਗਾਣੇ ਤੇ ਹੋਰ ਪਰੋਗਰਾਮ ਆਉਣੇ ਸ਼ੁਰੂ ਹੋ ਗਏ ਸਨ। ਬੇਅਰਡ ਨੇ ਕਿਹਾ ਕਿ ਜੇ ਤਾਰਾਂ ਦੇ ਬਗ਼ੈਰ ਆਵਾਜ਼ ਦੂਰ ਤਕ ਜਾ ਸਕਦੀ ਹੈ ਤਾਂ ਇਸੇ ਅਸੂਲ ਤੇ ਤਸਵੀਰਾਂ ਭੇਜਣਾ ਵੀ ਸੰਭਵ ਹੋਣਾ ਚਾਹੀਦਾ ਹੈ।

ਜਾੱਨ ਬੇਅਰਡ ਇਸ ਖੋਜ ਵਿੱਚ ਲੱਗ ਗਿਆ। ਉਹ ਰਾਤ ਦਿਨ ਕੰਮ ਕਰਦਾ ਰਿਹਾ। ਆਖ਼ਰ ਉਸ ਨੇ ਤਸਵੀਰ ਨੂੰ ਦੂਰ ਭੇਜਣ ਦਾ ਇਕ ਤਰੀਕਾ ਕੱਢਿਆ। ਉਸ ਨੇ ਤਸਵੀਰ ਨੂੰ ਰੋਸ਼ਨੀ ਦੇ ਛੋਟੇ ਛੋਟੇ ਨੁਕਤਿਆਂ ਵਿੱਚ ਤਬਦੀਲ ਕੀਤਾ। ਇਨ੍ਹਾਂ ਨੁਕਤਿਆਂ ਨੂੰ ਬਿਜਲੀ ਦੀਆਂ ਲਹਿਰਾਂ ਵਿੱਚ ਬਦਲਿਆ ਤੇ ਫੇਰ ਦੂਰ ਰੱਖੇ ਇਕ ਯੰਤਰ ਤੇ ਬਿਜਲੀ ਦੀਆਂ ਲਹਿਰਾਂ ਨੂੰ ਫੇਰ ਰੋਸ਼ਨੀ ਦੇ ਨੁਕਤਿਆਂ ਵਿੱਚ ਬਦਲਿਆ। ਇਸ ਤਰ੍ਹਾਂ ਤਸਵੀਰ ਦੂਰ ਰੱਖੇ ਯੰਤਰ ਤੇ ਬਣਨ ਲੱਗੀ।

ਟੈਲੀਵੀਜ਼ਨ ਸ਼ਬਦ ਦਾ ਅਰਥ ਹੈ—ਦੂਰ ਵੇਖਣਾ। ਟੈਲੀ ਯੂਨਾਨੀ ਸ਼ਬਦ ਹੈ ਤੇ ਵਿਜ਼ਿਓ ਲਾਤੀਨੀ। ਇਨ੍ਹਾਂ ਦੋਹਾਂ ਨੂੰ ਮਿਲਾ ਕੇ ਟੈਲੀਵੀਜ਼ਨ ਦਾ ਸ਼ਬਦ ਬਣਿਆ ਹੈ।

ਬੇਅਰਡ ਨੇ ਸਭ ਤੋਂ ਪਹਿਲਾਂ ਟੀ.ਵੀ. ਯੰਤਰ ਚਾਹ ਦੇ ਇਕ ਖਾਲੀ ਬਕਸੇ ਵਿੱਚ ਤਿਆਰ ਕੀਤਾ।

ਇਕ ਕਬਾੜੀ ਦੀ ਦੁਕਾਨ ਤੋਂ ਉਸ ਨੂੰ ਇਕ ਰੱਦੀ ਮੋਟਰ ਮਿਲ ਗਈ। ਬੇਅਰਡ ਨੇ ਉਸ ਨੂੰ ਠੀਕ ਠਾਕ ਕਰਕੇ ਇਕ ਗੱਤੇ ਦਾ ਚੱਕਰ ਘੁਮਾਣ ਲਈ ਲਗਾ ਲਿਆ। ਇਸ ਗੱਤੇ ਦੇ ਚੱਕਰ ਦੇ ਬਾਹਰਲੇ ਪਾਸੇ ਛੋਟੀਆਂ ਛੋਟੀਆਂ ਮੋਰੀਆਂ ਸਨ। ਜਦ ਚੱਕਰ ਘੁੰਮਦਾ ਤਾਂ ਇਹ ਮੋਰੀਆਂ ਤਸਵੀਰ ਨੂੰ ਛੋਟੇ ਛੋਟੇ ਤੇਜ਼ ਰੋਸ਼ਨ ਤੇ ਘਟ ਰੋਸ਼ਨ ਨੁਕਤਿਆਂ ਵਿਚ ਬਦਲ ਦੇਂਦਾ। ਬੇਅਰਡ ਨੇ ਇਕ ਸਸਤਾ ਜਿਹਾ ਬਿਜਲੀ ਦਾ ਲੈਂਪ ਵੀ ਖ਼ਰੀਦ ਲਿਆ ਤੇ ਇਸ ਨੂੰ ਬਿਸਕੁਟਾਂ ਦੇ ਇਕ ਖ਼ਾਲੀ ਡੱਬੇ ਵਿਚ ਲਗਾ ਕੇ ਤਸਵੀਰ ਨੂੰ ਰੋਸ਼ਨ ਕਰਨ ਦਾ ਕੰਮ ਲਿਆ।

ਇਨ੍ਹਾਂ ਯੰਤਰਾਂ ਤੋਂ ਇਲਾਵਾ ਆਵਾਜ਼ ਭੇਜਣ ਲਈ ਬੇਅਰਡ ਨੂੰ ਇਕ ਵਾਇਰਲੈਸ ਸੈਟ ਦੀ ਲੋੜ ਸੀ। ਇਤਫ਼ਾਕ ਨਾਲ ਉਸ ਨੂੰ ਇਕ ਪੁਰਾਣਾ ਫੌਜੀ ਸੈਟ ਮਿਲ ਗਿਆ। ਆਪਣੇ ਡੱਬੇ, ਕੁਝ ਲਕੜੀ ਦੇ ਟੁਕੜੇ, ਸਵੈਟਰ ਉਣਨ ਦੀਆਂ ਸਲਾਈਆਂ ਤੇ ਹੋਰਨਾਂ ਚੀਜ਼ਾਂ ਨੂੰ ਮੋਮ, ਸਰੇਸ਼ ਤੇ ਰੱਸੀਆਂ ਨਾਲ ਜੋੜ ਜਾੜ ਕੇ ਉਸ ਨੇ ਆਪਣਾ ਟੀ.ਵੀ. ਸੈਟ ਤਿਆਰ ਕਰ ਲਿਆ।

ਇਸ ਸੈਟ ਦੀ ਸਹਾਇਤਾ ਨਾਲ ਬੇਅਰਡ ਨੇ ਤਸਵੀਰਾਂ ਦੂਜੀ ਜਗ੍ਹਾ ਭੇਜਣ ਦੀ ਕੋਸ਼ਿਸ਼ ਕੀਤੀ। ਉਹ ਲਗਾਤਾਰ ਕਈ ਮਹੀਨੇ ਲੱਗਾ ਰਿਹਾ। ਆਖ਼ਰ ਉਹ ਇਕ ਧੁੰਧਲੀ ਜਿਹੀ ਤਸਵੀਰ ਦੂਜੇ ਕਮਰੇ ਤਕ ਭੇਜਣ ਵਿਚ ਸਫਲ ਹੋ ਗਿਆ।

ਬੇਅਰਡ ਦੇ ਕੋਲ ਹੁਣ ਸਭ ਪੈਸੇ ਖ਼ਤਮ ਹੋ ਚੁੱਕੇ ਸਨ। ਹੋਰ ਤਜਰਬੇ ਕਰਨ ਲਈ ਉਸ ਦੇ ਕੋਲ ਇਕ ਪੈਸਾ ਵੀ ਨਹੀਂ ਸੀ। ਇਥੋਂ ਤਕ ਕਿ ਉਸ ਨੂੰ ਕਈ ਵਾਰੀ ਫਾਕੇ ਕੱਟਣੇ ਪੈਂਦੇ। ਉਸ ਦੀ ਸਿਹਤ ਖ਼ਰਾਬ ਹੋ ਗਈ। ਪਰ ਉਸ ਨੇ ਆਪਣੇ ਕੰਮ ਨੂੰ ਨਹੀਂ ਛਡਿਆ। ਆਖ਼ਰ ਕਿਸਮਤ ਨੇ ਪਲਟਾ ਖਾਧਾ। ਸਕਾਟਲੈਂਡ ਦੇ ਕੁਝ ਮਿੱਤਰਾਂ ਨੂੰ ਉਸ ਦੇ ਬਾਰੇ ਪਤਾ ਲੱਗਾ ਤਾਂ ਉਨ੍ਹਾਂ ਨੇ ਪੰਜ ਸੌ ਪੌਂਡ ਜਮਾ ਕਰ ਕੇ ਬੇਅਰਡ ਨੂੰ ਭੇਜੇ।

ਹੁਣ ਬੇਅਰਡ ਨੇ ਆਦਮੀ ਦੇ ਚਿਹਰੇ ਦੀ ਤਸਵੀਰ ਭੇਜਣ ਲਈ ਤਜਰਬੇ ਸ਼ੁਰੂ ਕੀਤੇ। ਸਭ ਤੋਂ ਪਹਿਲਾਂ ਇਕ ਗੁੱਡੀ ਤੇ ਤਜਰਬਾ ਕੀਤਾ। ਤਸਵੀਰ ਬਣੀ ਤਾਂ ਸਹੀ, ਪਰ ਕੇਵਲ ਇਕ ਚਿੱਟਾ ਜਿਹਾ ਨਿਸ਼ਾਨ, ਜਿਸ ਦੇ ਉਤੇ ਅੱਖਾਂ ਤੇ ਮੂੰਹ ਦੀ ਥਾਂ ਤਿੰਨ ਕਾਲੇ ਧੱਬੇ ਸਨ।

ਬੇਅਰਡ ਦੇ ਟੀ.ਵੀ. ਸੈਟ ਦੀ ਹਾਲਤ ਕਾਫ਼ੀ ਖ਼ਸਤਾ ਹੋ ਚੁੱਕੀ ਸੀ। ਉਸ ਨੇ ਆਪਣੇ ਸੈਟ ਦੇ ਪੁਰਾਣੇ ਪੁਰਜ਼ਿਆਂ ਦੀ ਥਾਂ ਨਵਾਂ ਸਮਾਨ ਖਰੀਦਿਆ ਤੇ ਸਾਰਿਆਂ ਨੂੰ ਜੋੜ ਜਾੜ ਕੇ ਉਸ ਨੇ ਫੇਰ ਗੁੱਡੀ ਦੀ ਤਸਵੀਰ ਭੇਜਣ ਦੀ ਕੋਸ਼ਿਸ਼ ਕੀਤੀ। ਦੂਜੇ ਕਮਰੇ ਵਿਚ ਗੁੱਡੀ ਦੀ ਸਾਫ਼ ਸਾਫ਼ ਤਸਵੀਰ ਵੇਖ ਕੇ ਬੇਅਰਡ ਖੁਸ਼ੀ ਨਾਲ ਉਛਲ ਪਿਆ। ਉਹ ਦੌੜਦਾ ਹੋਇਆ ਪੌੜੀਆਂ ਤੋਂ ਥੱਲੇ ਆਇਆ। ਥੱਲੇ ਦਫ਼ਤਰ ਵਿਚ ਇਕ ਮੁੰਡਾ ਬੈਠਾ ਸੀ। ਉਸ ਨੂੰ ਫੜ ਕੇ ਉਹ ਘਸੀਟਦਾ ਹੋਇਆ ਉਪਰ ਲੈ ਗਿਆ।

ਮੁੰਡਾ ਹੈਰਾਨ ਸੀ ਕਿ ਬੇਅਰਡ ਨੂੰ ਕੀ ਹੋ ਗਿਆ ਹੈ। ਕੀ ਉਹ ਪਾਗਲ ਤੇ ਨਹੀਂ ਹੋ ਗਿਆ। ਬੇਅਰਡ ਨੇ ਗੁੱਡੀ ਦੀ ਥਾਂ ਮੁੰਡੇ ਨੂੰ ਬਿਠਾਇਆ ਤੇ ਆਪਣੀਆਂ ਮਸ਼ੀਨਾਂ ਚਲਾ ਦਿੱਤੀਆਂ। ਮੁੰਡੇ ਦੇ ਚਿਹਰੇ ਤੇ ਤੇਜ਼ ਰੋਸ਼ਨੀ ਛੱਡ ਕੇ ਉਸ ਨੇ ਕਿਹਾ, "ਲੜਕੇ ਸਿੱਧੇ ਬੈਠੇ ਰਹਿਣਾ, ਹਿਲਣਾ ਨਹੀਂ।" ਬੇਅਰਡ ਚਾਈਂ ਚਾਈਂ ਦੂਜੇ ਕਮਰੇ ਵਿਚ ਗਿਆ। ਪਰ ਉਸ ਦੀ ਮਾਯੂਸੀ ਦੀ ਕੋਈ ਹੱਦ ਨਾ ਰਹੀ, ਜਦ ਉਸ ਨੇ ਵੇਖਿਆ ਕਿ ਪਰਦੇ ਤੇ ਲੜਕੇ ਦੀ ਤਸਵੀਰ ਨਹੀਂ ਬਣੀ।

ਬੇਅਰਡ ਵਾਪਸ ਆਇਆ ਤਾਂ ਉਸ ਨੂੰ ਪਤਾ ਲੱਗਾ ਕਿ ਲੜਕੇ ਦੇ ਚਿਹਰੇ ਦੀ ਤਸਵੀਰ ਕਿਉਂ ਨਹੀਂ ਬਣੀ ਸੀ। ਉਸ ਨੇ ਮਸ਼ੀਨਾਂ ਦੇ ਸ਼ੋਰ ਤੇ ਤੇਜ਼ ਰੋਸ਼ਨੀ ਤੋਂ ਘਬਰਾ ਕੇ ਸਿਰ ਥੱਲੇ ਸੁੱਟ ਲਿਆ ਸੀ।

ਬੇਅਰਡ ਨੇ ਉਸ ਨੂੰ ਠੀਕ ਤਰ੍ਹਾਂ ਬਿਠਾਇਆ ਤੇ ਇਕ ਢਾਹੀ ਸ਼ਿਲਿੰਗ ਦਾ ਸਿੱਕਾ ਉਸ ਦੇ ਹੱਥ ਤੇ ਰਖਦਿਆਂ ਹੋਇਆਂ ਕਿਹਾ, "ਇਹ ਤੂੰ ਲੈ ਲੈ, ਪਰ ਸਿੱਧਾ ਬੈਠੀਂ। ਤੈਨੂੰ ਕੁਝ ਨਹੀਂ ਹੋਵੇਗਾ।"

ਇਸ ਵਾਰੀ ਪਰਦੇ ਤੇ ਮੁੰਡੇ ਦਾ ਚਿਹਰਾ ਸਾਫ਼ ਸਾਫ਼ ਦਿਖਾਈ ਦਿੱਤਾ। ਹੁਣ ਬੇਅਰਡ ਨੇ ਮੁੰਡੇ ਨੂੰ ਪਰਦੇ ਕੋਲ ਬਿਠਾਇਆ ਤੇ ਆਪ ਉਸ ਦੀ ਜਗ੍ਹਾ ਜਾ ਬੈਠਾ। ਲੜਕੇ ਨੇ ਬੇਅਰਡ ਦੀ ਤਸਵੀਰ ਸਾਫ਼ ਸਾਫ਼ ਪਰਦੇ ਤੇ ਵੇਖੀ।

ਆਖ਼ਰਕਾਰ ਬੇਅਰਡ ਆਪਣੇ ਯਤਨਾਂ ਵਿੱਚ ਸਫ਼ਲ ਹੋ ਗਿਆ। ਇਹ ਗੱਲ 2 ਅਕਤੂਬਰ 1925 ਦੀ ਹੈ। 1925 ਵਿੱਚ ਬੀ.ਬੀ.ਸੀ. ਨੇ ਵੀ ਟੀ.ਵੀ. ਦੇ ਤਜਰਬੇ ਸ਼ੁਰੂ ਕੀਤੇ। ਸਭ ਤੋਂ ਪਹਿਲੀ ਟੀ.ਵੀ. ਸੇਵਾ ਲੰਦਨ ਤੋਂ 1936 ਵਿੱਚ ਸ਼ੁਰੂ ਹੋਈ।

ਇਸ ਅਰਸੇ ਵਿੱਚ ਹੋਰ ਲੋਕ ਵੀ ਟੀ.ਵੀ. ਨੂੰ ਬੇਹਤਰ ਬਣਾਉਣ ਦੀ ਕੋਸ਼ਿਸ਼ ਕਰ ਰਹੇ ਸਨ। ਬੀ.ਬੀ.ਸੀ. ਨੇ ਮਾਰਕੋਨੀ ਦਾ ਤਰੀਕਾ ਅਪਨਾ ਲਿਆ। ਬੇਅਰਡ ਨੂੰ ਆਪਣੇ ਤਰੀਕੇ ਦੀ ਬਜਾਏ ਮਾਰਕੋਨੀ ਦਾ ਤਰੀਕਾ ਅਪਨਾਉਣ ਤੇ ਬੜਾ ਸਦਮਾ ਹੋਇਆ। ਲੇਕਿਨ ਉਸ ਨੇ ਦਿਲ ਨਹੀਂ ਛੱਡਿਆ ਤੇ ਫੇਰ ਕੰਮ ਵਿੱਚ ਲੱਗ ਗਿਆ। 1941 ਵਿੱਚ ਜਦੋਂ ਜੰਗ ਜ਼ੋਰਾਂ ਤੇ ਸੀ, ਉਸ ਦੀ ਪਰਯੋਗਸ਼ਾਲਾ ਦੇ ਆਲੇ ਦੁਆਲੇ ਬੰਬ ਡਿੱਗ ਰਹੇ ਸਨ ਤਾਂ ਉਸ ਨੇ ਸਭ ਤੋਂ ਪਹਿਲੀ ਰੰਗੀਨ ਤਸਵੀਰ ਭੇਜਣ ਵਿੱਚ ਸਫ਼ਲਤਾ ਹਾਸਲ ਕੀਤੀ।

ਜੰਗ ਦੇ ਦਿਨਾਂ ਵਿੱਚ ਟੀ.ਵੀ. ਬੰਦ ਕਰਨਾ ਪਿਆ। ਕਿਉਂਕਿ ਇਸ ਨਾਲ ਦੁਸ਼ਮਣਾਂ ਨੂੰ ਖ਼ਬਰਾਂ ਮਿਲ ਸਕਦੀਆਂ ਸਨ। ਲੜਾਈ ਖ਼ਤਮ ਹੋਣ ਤੋਂ ਬਾਦ 1948 ਵਿੱਚ ਦੁਬਾਰਾ ਟੀ.ਵੀ. ਪਰੋਗਰਾਮ ਸ਼ੁਰੂ ਹੋਏ। ਇਸ ਤੋਂ ਬਾਦ ਬੜੀ ਤੇਜ਼ੀ ਨਾਲ ਤਰੱਕੀ ਹੋਣ ਲੱਗੀ। ਹੁਣ ਅਮਰੀਕਾ, ਇੰਗਲੈਂਡ ਤੇ ਹੋਰ ਬਹੁਤ ਸਾਰੇ ਦੇਸਾਂ ਵਿੱਚ ਵੀ ਟੀ.ਵੀ. ਤੇ ਰੰਗੀਨ ਤਸਵੀਰਾਂ ਆਉਂਦੀਆਂ ਹਨ।

ਟੀ.ਵੀ. ਨੇ ਲੋਕਾਂ ਦੀ ਜ਼ਿੰਦਗੀ ਨੂੰ ਬਦਲਣ ਵਿੱਚ ਬਹੁਤ ਕੰਮ ਕੀਤਾ ਹੈ। ਮਨੋਰੰਜਨ ਦੇ ਇਲਾਵਾ ਟੀ.ਵੀ. ਦੇ ਹੋਰ ਵੀ ਕਈ ਫ਼ਾਇਦੇ ਹਨ। ਅਜ ਕਲ੍ਹ ਐਸੇ ਟੈਲੀਫ਼ੋਨ ਬਣ ਗਏ ਹਨ ਜੋ ਕਿ ਤਾਰਾਂ ਦੇ ਬਗ਼ੈਰ ਚਲਦੇ ਹਨ ਤੇ ਗੱਲ ਕਰਨ ਵਾਲਿਆਂ ਦੀ ਕੇਵਲ ਆਵਾਜ਼ ਹੀ ਨਹੀਂ ਸੁਣਾਈ ਦੇਂਦੀ ਬਲਕਿ ਉਨ੍ਹਾਂ ਦਾ ਚਿਹਰਾ ਵੀ ਦਿਸਦਾ ਹੈ। ਜਦੋਂ ਯਾਤਰੀ ਚੰਨ ਤੇ ਜਾਂਦੇ ਹਨ ਜਾਂ ਪੁਲਾੜ ਵਿੱਚ ਚੱਕਰ ਲੱਗਾ ਰਹੇ ਹੁੰਦੇ ਹਨ ਤਾਂ ਟੀ.ਵੀ. ਨਾਲ ਉਨ੍ਹਾਂ ਦਾ ਮਿੰਟ ਮਿੰਟ ਦਾ ਸੰਬੰਧ ਕਾਇਮ ਰਹਿੰਦਾ ਹੈ। ਬੱਚਿਆਂ ਨੂੰ ਪੜ੍ਹਾਉਣ ਲਈ, ਸਕੂਲਾਂ ਤੇ ਕਾਲਜਾਂ ਵਿੱਚ ਬਾਲਗਾਂ ਨੂੰ ਸਿਖਿਆ ਦੇਣ ਲਈ ਟੀ.ਵੀ. ਸਭ ਤੋਂ ਲਾਭਦਾਇਕ ਸਾਧਨ ਹੈ।

ਅਭਿਆਸ

I. ਦੱਸੋ ਭਲਾ:—

1. ਜੌਨ ਬੇਅਰਡ ਕੌਣ ਸੀ?
2. ਉਸ ਨੇ ਟੈਲੀਫ਼ੋਨ ਕਿਸ ਤਰ੍ਹਾਂ ਬਣਾਇਆ?
3. ਟੈਲੀਵੀਜ਼ਨ ਦੀ ਕਾਢ ਕਿਸ ਤਰ੍ਹਾਂ ਹੋਈ?

4. ਟੈਲੀਵੀਜ਼ਨ ਸ਼ਬਦ ਦਾ ਕੀ ਅਰਥ ਹੈ?
5. ਬੇਅਰਡ ਦੇ ਮਿੱਤਰਾਂ ਨੇ ਉਸ ਦੀ ਪੈਸੇ ਨਾਲ ਕਿਸ ਤਰ੍ਹਾਂ ਮਦਦ ਕੀਤੀ?
6. ਸਭ ਤੋਂ ਪਹਿਲੀ ਟੀ.ਵੀ. ਸੇਵਾ ਕਿਥੋਂ ਤੇ ਕਦੋਂ ਸ਼ੁਰੂ ਹੋਈ?
7. ਟੀ.ਵੀ. ਤੇ ਰੰਗੀਨ ਤਸਵੀਰ ਕਦੋਂ ਆਉਣੀ ਸ਼ੁਰੂ ਹੋਈ?
8. ਟੀ.ਵੀ. ਨੇ ਆਮ ਆਦਮੀ ਦੀ ਜ਼ਿੰਦਗੀ ਤੇ ਕੀ ਪਰਭਾਵ ਪਾਇਆ?
9. ਸਿੱਖਿਆ ਦੇ ਖੇਤਰ ਵਿੱਚ ਟੀ.ਵੀ. ਕਿਸ ਤਰ੍ਹਾਂ ਮਦਦ ਕਰਦਾ ਹੈ?

II. ਵਾਕ ਬਣਾਓ:—

ਅਜੀਬ, ਘਟਨਾਵਾਂ, ਕਾਢ, ਯੰਤਰ, ਜ਼ਬਰਦਸਤ, ਬੇਤਾਰ, ਇਤਫ਼ਾਕ, ਤਜਰਬਾ, ਮਾਯੂਸੀ, ਸਫ਼ਲਤਾ, ਮਨੋਰੰਜਨ, ਪੁਲਾੜ, ਲਾਭਦਾਇਕ।

III. ਖ਼ਾਲੀ ਥਾਂਵਾਂ ਭਰੋ:—

1. ਜੱਾਨ ਬੇਅਰਡ ਸਕਾਟਲੈਂਡ ਦੇ ਇਕ ਪਿੰਡ .... ਵਿੱਚ ਪੈਦਾ ਹੋਇਆ।
2. ਉਸ ਨੇ ਟੈਲੀਫ਼ੋਨ ਦੀ .... ਕੱਢੀ।
3. ਬੇਅਰਡ ਟੈਲੀਵੀਜ਼ਨ ਤੇ ਮੁੰਡੇ ਦੀ .... ਵੇਖ ਕੇ ਬੜਾ ਖ਼ੁਸ਼ ਹੋਇਆ।
4. ਜੱਾਨ ਬੇਅਰਡ ਨੂੰ ਆਪਣੇ ਯਤਨਾਂ ਵਿੱਚ 2 ਅਕਤੂਬਰ .... ਵਿੱਚ ਪਹਿਲੀ ਸਫ਼ਲਤਾ ਮਿਲੀ।
5. ਸਭ ਤੋਂ ਪਹਿਲੀ ਟੀ.ਵੀ. ਸੇਵਾ .... ਵਿੱਚ ਸ਼ੁਰੂ ਹੋਈ।
6. .... ਦੇ ਇਲਾਵਾ ਟੀ.ਵੀ. ਦੇ ਹੋਰ ਵੀ ਕਈ ਫ਼ਾਇਦੇ ਹਨ।

ਤੀਸ ਮਾਰ

(1)

ਬਹੁਤ ਚਿਰ ਪਹਿਲਾਂ ਦੀ ਗੱਲ ਹੈ, ਕਿਸੇ ਪਿੰਡ ਵਿੱਚ ਇਕ ਠਿੰਗਨਾ ਜਿਹਾ ਗ਼ਰੀਬ ਦਰਜ਼ੀ ਰਹਿੰਦਾ ਸੀ। ਉਹ ਸਾਰਾ ਦਿਨ ਆਪਣੀ ਦੁਕਾਨ ਤੇ ਬੈਠਾ ਪਿੰਡ ਵਾਲਿਆਂ ਦੀਆਂ ਕਮੀਜ਼ਾਂ ਤੇ ਪਜਾਮੇ ਸਿਉਂਦਾ ਸੀ। ਇਸ ਤਰ੍ਹਾਂ ਜੋ ਥੋੜੀ ਬਹੁਤ ਮਜ਼ਦੂਰੀ ਉਸ ਨੂੰ ਮਿਲਦੀ, ਉਸ ਨਾਲ ਉਹ ਆਪਣਾ ਗੁਜ਼ਾਰਾ ਕਰਦਾ ਸੀ।

ਇਕ ਦਿਨ ਉਹ ਆਪਣੇ ਕੰਮ ਵਿੱਚ ਮਸਤ ਸੀ। ਇਕ ਜ਼ਨਾਨੀ 'ਸ਼ਹਿਦ ਲੈ ਲਓ, ਸ਼ਹਿਦ ਲੈ ਲਓ' ਦੀ ਆਵਾਜ਼ ਲਗਾਂਦੀ ਉਧਰ ਆ ਨਿਕਲੀ। ਦਰਜ਼ੀ ਨੇ ਉਸ ਨੂੰ ਬੁਲਾਇਆ ਤੇ ਬੜੀ ਦੇਰ ਸੌਦਾ ਕਰਨ ਦੇ ਬਾਦ ਡੇਢ ਛਟਾਂਕ ਸ਼ਹਿਦ ਉਸ ਨੇ ਤੁਲਵਾ ਲਈ।

ਦਰਜ਼ੀ ਉਸ ਵੇਲੇ ਇਕ ਕੁਰਤਾ ਸਿਉਂ ਰਿਹਾ ਸੀ। ਉਸ ਨੇ ਸੋਚਿਆ ਕਿ ਇਸ ਨੂੰ ਸਿਉਣ ਦੇ ਮਗਰੋਂ ਰੋਟੀ ਨਾਲ ਸ਼ਹਿਦ ਖਾਵਾਂਗਾ। ਉਸ ਨੇ ਸ਼ਹਿਦ ਦਾ ਡੂਨਾ ਇਕ ਪਾਸੇ ਰੱਖ ਦਿੱਤਾ ਤੇ ਕੰਮ ਕਰਨ ਲੱਗ ਪਿਆ।

ਜਦੋਂ ਦਰਜ਼ੀ ਕੰਮ ਖ਼ਤਮ ਕਰ ਕੇ ਰੋਟੀ ਖਾਣ ਲੱਗਾ ਤਾਂ ਉਸ ਨੇ ਵੇਖਿਆ ਕਿ ਸ਼ਹਿਦ ਤੇ ਬਹੁਤ ਸਾਰੀਆਂ ਮੱਖੀਆਂ ਬੈਠੀਆਂ ਹੋਈਆਂ ਹਨ। ਦਰਜ਼ੀ ਨੂੰ ਬੜਾ ਗੁੱਸਾ ਚੜ੍ਹਿਆ। ਉਸ ਨੇ ਕਪੜੇ ਦਾ ਇਕ

ਝਾੜਨ ਲੈ ਕੇ ਡੂਨੇ ਤੇ ਇੰਨੀ ਜ਼ੋਰ ਨਾਲ ਮਾਰਿਆ ਕਿ ਪੂਰੀਆਂ ਤੀਹ ਮੱਖੀਆਂ ਢੇਰ ਹੋ ਗਈਆਂ।

ਦਰਜ਼ੀ ਨੇ ਮੱਖੀਆਂ ਗਿਣੀਆਂ ਤੇ ਉਸ ਨੇ ਸੋਚਿਆ ਕਿ ਮੈਂ ਕਿੰਨਾ ਬਹਾਦਰ ਹਾਂ! ਇਕੋ ਵਾਰ ਵਿੱਚ ਤੀਹ ਮੱਖੀਆਂ ਮਾਰ ਦਿੱਤੀਆਂ ਹਨ। ਮੇਰਾ ਇਹ ਕਾਰਨਾਮਾ ਜ਼ਰੂਰ ਸਾਰੀ ਦੁਨੀਆਂ ਵਿੱਚ ਮਸ਼ਹੂਰ ਹੋਣਾ ਚਾਹੀਦਾ ਹੈ। ਹੁਣ ਇਸ ਛੋਟੇ ਜਿਹੇ ਪਿੰਡ ਵਿੱਚ ਰਹਿਣਾ ਮੇਰੇ ਲਈ ਠੀਕ ਨਹੀਂ। ਇਹ ਸੋਚ ਕੇ ਉਸ ਨੇ ਫੌਰਨ ਹੀ ਯਾਤਰਾ ਤੇ ਜਾਣ ਦੀ ਤਿਆਰੀ ਸ਼ੁਰੂ ਕਰ ਦਿੱਤੀ।

ਦਰਜ਼ੀ ਨੇ ਕਪੜੇ ਦੀਆਂ ਕਾਤਰਾਂ ਸਿਉਂ ਕੇ ਇਕ ਪੇਟੀ ਬਣਾਈ, ਜਿਸ ਤੇ ਸੁਨਹਿਰੇ ਅੱਖਰਾਂ ਵਿੱਚ ਲਿਖਿਆ, "ਇਕ ਵਾਰ ਵਿੱਚ ਤੀਹ ਮਾਰਨ ਵਾਲਾ।" ਉਸ ਨੇ ਉਹ ਪੇਟੀ ਪਾ ਲਈ। ਇਕ ਥੈਲੇ ਵਿੱਚ ਉਸ ਨੇ ਕੁਝ ਰੋਟੀਆਂ ਤੇ ਇਕ ਵੱਡਾ ਟੁਕੜਾ ਪਨੀਰ ਦਾ ਪਾ ਲਿਆ ਤੇ ਬੜਾ ਆਕੜ ਕੇ ਦੁਨੀਆਂ ਦਾ ਸਫ਼ਰ ਕਰਨ ਲਈ ਨਿਕਲ ਪਿਆ।

ਉਹ ਥੋੜੀ ਹੀ ਦੂਰ ਗਿਆ ਸੀ ਕਿ ਉਸ ਨੇ ਇਕ ਪੰਛੀ ਨੂੰ ਵੇਖਿਆ, ਜਿਹੜਾ ਝਾੜੀ ਵਿੱਚ ਫਸਿਆ ਹੋਇਆ ਸੀ ਤੇ ਬਾਹਰ ਨਿਕਲਣ ਲਈ ਖੰਭ ਫੜਫੜਾ ਰਿਹਾ ਸੀ। ਦਰਜ਼ੀ ਨੇ ਉਸ ਨੂੰ ਵੀ ਫੜ ਕੇ ਆਪਣੇ ਥੈਲੇ ਵਿੱਚ ਪਾ ਲਿਆ ਤੇ ਅਗੇ ਚਲ ਪਿਆ।

ਦਰਜ਼ੀ ਦੇ ਪਿੰਡ ਦੇ ਨੇੜੇ ਹੀ ਇਕ ਬਹੁਤ ਵੱਡਾ ਜੰਗਲ ਸੀ। ਜਦੋਂ ਉਹ ਉਥੇ ਪਹੁੰਚਿਆ ਤਾਂ ਉਸ ਨੇ ਇਕ ਬਹੁਤ ਵੱਡੇ ਰਾਖਸ਼ ਨੂੰ ਵੇਖਿਆ, ਜਿਹੜਾ ਇਕ ਪੱਥਰ ਤੇ ਬੈਠਾ ਸੀ। ਦਰਜ਼ੀ ਦੀ ਪੇਟੀ ਤੇ 'ਇਕ ਵਾਰ ਵਿੱਚ ਤੀਹ ਮਾਰਨ ਵਾਲਾ' ਵਾਕ ਪੜ੍ਹ ਕੇ ਉਹ ਹਸਿਆ ਤੇ ਕਹਿਣ ਲੱਗਾ, "ਓਏ ਛੋਟੇ ਵੀਰ! ਇਹ ਤੂੰ ਕੀ ਲਿਖਿਆ ਹੋਇਆ ਹੈ?"

ਦਰਜ਼ੀ ਨੇ ਆਕੜ ਕੇ ਕਿਹਾ, "ਵਾਹ! ਤੂੰ ਨਹੀਂ ਜਾਣਦਾ? ਮੈਂ ਇਕ ਵਾਰ ਵਿੱਚ ਤੀਹ ਮਾਰ ਸਕਦਾ ਹਾਂ।"

"ਵਾਹ!" ਦੇਵ ਨੇ ਯਕੀਨ ਨਾ ਕਰਦੇ ਹੋਏ ਕਿਹਾ, "ਤਾਂ ਆ ਫੇਰ ਜ਼ਰਾ ਤਾਕਤ ਅਜ਼ਮਾ ਲਈਏ।" ਇਹ ਕਹਿ ਕੇ ਉਸ ਨੇ ਇਕ ਵੱਡਾ ਪੱਥਰ ਚੁੱਕਿਆ ਤੇ ਉਸ ਨੂੰ ਦੋਹਾਂ ਹੱਥਾਂ ਵਿੱਚ ਲੈ ਕੇ ਇੰਨੀ ਜ਼ੋਰ ਨਾਲ ਘੁਟਿਆ ਕਿ ਉਸ ਵਿੱਚੋਂ ਪਾਣੀ ਦੀਆਂ ਬੂੰਦਾਂ ਟਪਕ ਪਈਆਂ।

"ਇਹ ਕਿਹੜੀ ਵੱਡੀ ਗੱਲ ਹੈ?" ਦਰਜ਼ੀ ਨੇ ਲਾਪਰਵਾਹੀ ਨਾਲ ਕਿਹਾ। ਉਸ ਨੇ ਥੈਲੇ ਵਿੱਚੋਂ ਪਨੀਰ ਦਾ ਟੁਕੜਾ ਕੱਢਿਆ ਤੇ ਉਸ ਨੂੰ ਖੱਬੇ ਹੱਥ ਨਾਲ ਘੁਟਿਆ ਤੇ ਉਸ ਵਿੱਚੋਂ ਲੱਸੀ ਦੀ ਧਾਰ ਫੁੱਟ ਪਈ।

ਇਹ ਵੇਖ ਕੇ ਦੇਵ ਕੁਝ ਹੈਰਾਨ ਹੋਇਆ। ਉਸ ਨੇ ਕਿਹਾ, "ਚੰਗਾ! ਪੱਥਰ ਸੁਟਣ ਦਾ ਮੁਕਾਬਲਾ ਕਰਦੇ ਹਾਂ।"

ਦੇਵ ਨੇ ਇਕ ਬੜਾ ਭਾਰਾ ਪੱਥਰ ਚੁੱਕ ਕੇ ਉਪਰ ਸੁੱਟਿਆ। ਪੱਥਰ ਅਸਮਾਨ ਵਿੱਚ ਅੱਖਾਂ ਤੋਂ ਓਹਲੇ ਹੋ ਗਿਆ ਤੇ ਬੜੀ ਦੇਰ ਦੇ ਬਾਦ ਥੱਲੇ ਡਿੱਗਿਆ।

"ਵਾਹ ਸਾਹਿਬ!" ਦਰਜ਼ੀ ਨੇ ਕਿਹਾ, "ਤੂੰ ਪੱਥਰ ਤਾਂ ਬੜਾ ਉੱਚਾ ਸੁੱਟਿਆ ਹੈ, ਪਰ ਇਸ ਵਿੱਚ ਮਜ਼ਾ ਹੀ ਕੀ ਜੋ ਪੱਥਰ ਵਾਪਸ ਆ ਜਾਏ। ਵੇਖ ਮੈਂ ਐਸਾ ਪੱਥਰ ਸੁੱਟਾਂਗਾ ਕਿ ਉਹ ਕਦੇ ਵਾਪਸ ਨਹੀਂ ਆਏਗਾ।"

ਦਰਜ਼ੀ ਨੇ ਥੈਲੇ ਵਿੱਚੋਂ ਪੰਛੀ ਕੱਢ ਕੇ ਪੂਰੀ ਤਾਕਤ ਨਾਲ ਉਪਰ ਸੁਟਿਆ। ਪੰਛੀ ਆਜ਼ਾਦ ਹੋ ਕੇ ਖ਼ੁਸ਼ੀ ਖ਼ੁਸ਼ੀ ਉਡ ਗਿਆ। ਉਹ ਫੇਰ ਨਜ਼ਰ ਨਾ ਆਇਆ ਤੇ ਨਾ ਹੀ ਪੱਥਰ ਵਾਂਗ ਥੱਲੇ ਹੀ ਡਿਗਿਆ। ਦੇਵ ਦਰਜ਼ੀ ਦੀ ਤਾਕਤ ਨੂੰ ਵੇਖ ਕੇ ਬੜਾ ਹੈਰਾਨ ਹੋਇਆ। ਪਰ ਉਸ ਨੇ ਕਿਹਾ, "ਆ, ਹੁਣ ਭਾਰ ਚੁੱਕ ਕੇ ਵੇਖੀਏ, ਪਹਿਲਾਂ ਕੌਣ ਥਕਦਾ ਹੈ?"

ਦੇਵ ਥੋੜ੍ਹੀ ਦੂਰ ਉਸ ਨੂੰ ਜੰਗਲ ਵਿੱਚ ਲੈ ਗਿਆ। ਉਥੇ ਇਕ ਬਹੁਤ ਵੱਡਾ ਦਰਖ਼ਤ ਡਿੱਗਾ ਹੋਇਆ ਸੀ। ਦਰਜ਼ੀ ਨੇ ਕਿਹਾ, "ਵੀਰ! ਤੂੰ ਇਸ ਦਰਖ਼ਤ ਦੇ ਤਨੇ ਨੂੰ ਚੁੱਕ ਲੈ। ਇਹ ਛੋਟਾ ਹੈ ਤੇ ਬਾਕੀ ਟਹਿਣੀਆਂ ਤੇ ਪੱਤੇ ਮੈਂ ਚੁੱਕਾਂਗਾ।"

ਦੇਵ ਦਰਖ਼ਤ ਨੂੰ ਤਨੇ ਵੱਲੋਂ ਚੁੱਕ ਕੇ ਚਲ ਪਿਆ ਤੇ ਦਰਜ਼ੀ ਛਾਲ ਮਾਰ ਕੇ ਇਕ ਟਹਿਣੀ ਤੇ ਬੈਠ ਗਿਆ। ਵਿਚਾਰਾ ਦੇਵ ਦਰਖ਼ਤ ਦੇ ਭਾਰ ਨਾਲ ਪਸੀਨਾ ਪਸੀਨਾ ਹੋ ਰਿਹਾ ਸੀ। ਪਰ ਦਰਜ਼ੀ ਮਜ਼ੇ ਨਾਲ ਸੀਟੀ ਵਜਾਈ ਜਾਂਦਾ ਸੀ। ਜਦੋਂ ਉਹ ਘਰ ਦੇ ਨੇੜੇ ਪਹੁੰਚੇ ਤਾਂ ਦਰਜ਼ੀ ਝੱਟ ਕੁਦ ਕੇ ਥੱਲੇ ਉਤਰ ਗਿਆ ਤੇ ਇਸ ਤਰ੍ਹਾਂ ਖੜਾ ਹੋ ਗਿਆ ਜਿਸ ਤਰ੍ਹਾਂ ਕਿ ਇੰਨਾ ਭਾਰ ਚੁੱਕ ਕੇ ਲਿਆਉਣ ਦੇ ਬਾਦ ਵੀ ਬਿਲਕੁਲ ਨਾ ਥੱਕਿਆ ਹੋਏ।

ਉਸ ਦੇਵ ਦੇ ਘਰ ਦੋ ਦੇਵ ਹੋਰ ਵੀ ਰਹਿੰਦੇ ਸਨ। ਉਹ ਆਪਣੇ ਸਾਹਮਣੇ ਇਕ ਇਕ ਸਾਬਤ ਭੁੰਨੀ ਹੋਈ ਭੇਡ ਰੱਖ ਕੇ ਖਾ ਰਹੇ ਸਨ। ਦਰਜ਼ੀ ਉਨ੍ਹਾਂ ਨੂੰ ਵੇਖ ਕੇ ਜ਼ਰਾ ਵੀ ਨਾ ਘਬਰਾਇਆ ਤੇ ਨਿਡਰ ਹੋ ਕੇ ਉਨ੍ਹਾਂ ਨਾਲ ਖਾਣ ਲਈ ਬੈਠ ਗਿਆ।

ਖਾਣ ਦੇ ਬਾਦ ਦੇਵ ਨੇ ਆਪਣੇ ਨਾਲ ਵਾਲੇ ਕਮਰੇ ਵਿੱਚ ਦਰਜ਼ੀ ਲਈ ਇਕ ਬਿਸਤਰਾ

ਵਿਛਾਇਆ, ਪਰ ਪਲੰਘ ਬਹੁਤ ਉੱਚਾ ਸੀ ਤੇ ਦਰਜ਼ੀ ਲਈ ਉਸ ਉਪਰ ਚੜ੍ਹਨਾ ਮੁਸ਼ਕਲ ਸੀ। ਸੋ ਉਹ ਆਪਣੀ ਚਾਦਰ ਲਪੇਟ ਕੇ ਇਕ ਕੋਨੇ ਵਿੱਚ ਲੇਟ ਗਿਆ ਤੇ ਉਥੇ ਹੀ ਕੱਠਾ ਹੋ ਕੇ ਸੌਂ ਗਿਆ।

ਅੱਧੀ ਰਾਤ ਨੂੰ ਦੇਵ ਚੁਪਚਾਪ ਉਠਿਆ। ਇਕ ਬਹੁਤ ਵੱਡੀ ਡਾਂਗ ਲੈ ਕੇ ਉਹ ਹੌਲੀ ਹੌਲੀ ਦਰਜ਼ੀ ਦੇ ਕਮਰੇ ਵਿੱਚ ਗਿਆ ਤੇ ਪਲੰਘ ਤੇ ਇੰਨੀ ਜ਼ੋਰ-ਜ਼ੋਰ ਨਾਲ ਡਾਂਗ ਮਾਰੀ ਕਿ ਪਲੰਘ ਚਕਨਾਚੂਰ ਹੋ ਗਿਆ। ਦੇਵ ਨੇ ਸੋਚਿਆ ਕਿ ਹੁਣ ਤਾਂ ਦਰਜ਼ੀ ਦਾ ਕਚੂਮਰ ਨਿਕਲ ਗਿਆ ਹੋਵੇਗਾ ਤੇ ਫੇਰ ਉਹ ਬੇਫਿਕਰਾ ਹੋ ਕੇ ਸੌਂ ਗਿਆ।

ਅਗਲੇ ਦਿਨ ਜਦੋਂ ਤਿੰਨੇ ਦੇਵ ਰਸੋਈ ਵਿੱਚ ਬੈਠੇ ਸਨ ਤਾਂ ਦਰਜ਼ੀ ਹੱਸਦਾ ਹੋਇਆ ਆਪਣੇ ਕਮਰੇ ਵਿੱਚੋਂ ਬਾਹਰ ਨਿਕਲਿਆ। ਉਸ ਨੂੰ ਵੇਖ ਕੇ ਦੇਵ ਹੈਰਾਨ ਰਹਿ ਗਏ। ਉਨ੍ਹਾਂ ਨੇ ਸੋਚਿਆ, ਪਤਾ ਨਹੀਂ ਇਹ ਕੀ ਬਲਾ ਹੈ, ਜੋ ਇੰਨੀ ਮਾਰ ਖਾਣ ਦੇ ਬਾਦ ਵੀ ਨਹੀਂ ਮਰਿਆ। ਹੁਣ ਤਾਂ ਉਹ ਐਸੇ ਡਰੇ ਕਿ ਘਰ ਛੱਡ ਕੇ ਭੱਜ ਗਏ। ਦਰਜ਼ੀ ਦਿਲ ਵਿੱਚ ਬੜਾ ਖੁਸ਼ ਸੀ ਤੇ ਦੁਨੀਆਂ ਵਿੱਚ ਆਪਣਾ ਨਾਂ ਮਸ਼ਹੂਰ ਕਰਨ ਲਈ ਅੱਗੇ ਚਲ ਪਿਆ।

ਅਭਿਆਸ

1. ਦੱਸੋ ਭਲਾ:—

1. ਤੀਸ ਮਾਰ ਕੌਣ ਸੀ?
2. ਦਰਜ਼ੀ ਤੀਸ ਮਾਰ ਕਿਸ ਤਰ੍ਹਾਂ ਬਣ ਗਿਆ?

3. ਤੀਸ ਮਾਰ ਨੇ ਦੇਵ ਤੇ ਆਪਣੀ ਤਾਕਤ ਦਾ ਪ੍ਰਭਾਵ ਕਿਸ ਤਰ੍ਹਾਂ ਪਾਇਆ?
4. ਦੇਵ ਨੇ ਦਰਜ਼ੀ ਨੂੰ ਮਾਰਨ ਲਈ ਕੀ ਕੀਤਾ?
5. ਦਰਜ਼ੀ ਕਿਸ ਤਰ੍ਹਾਂ ਬੱਚ ਗਿਆ?
6. ਤਿੰਨੇ ਦੇਵ ਤੀਸ ਮਾਰ ਤੋਂ ਡਰ ਕੇ ਕਿਉਂ ਭੱਜ ਗਏ?

II. ਵਾਕ ਬਣਾਓ:—

ਠਿੰਗਨਾ, ਸ਼ਹਿਦ, ਸੌਦਾ, ਕਾਰਨਾਮਾ, ਫ਼ੌਰਨ, ਰਾਖਸ਼, ਲਾਪਰਵਾਹੀ, ਮੁਕਾਬਲਾ, ਆਜ਼ਾਦ, ਟਹਿਣੀਆਂ, ਚਕਨਾਚੂਰ, ਕਚੂਮਰ, ਬਲਾ, ਮਸ਼ਹੂਰ।

ਤੀਸ ਮਾਰ

(2)

ਕੁਝ ਦਿਨਾਂ ਦੇ ਬਾਦ ਦਰਜ਼ੀ ਇਕ ਸ਼ਹਿਰ ਵਿੱਚ ਪਹੁੰਚਿਆ। ਉਹ ਬੜਾ ਥਕਿਆ ਹੋਇਆ ਸੀ। ਇਕ ਬਾਗ਼ ਵਿੱਚ ਕੂਲਾ ਹਰਾਂ ਘਾਹ ਵੇਖ ਕੇ ਉਹ ਇਕ ਦਰਖ਼ਤ ਥੱਲੇ ਲੇਟ ਗਿਆ। ਛੇਤੀ ਹੀ ਉਹ ਗੂੜ੍ਹੀ ਨੀਂਦਰ ਸੌਂ ਗਿਆ। ਸ਼ਹਿਰ ਦੇ ਲੋਕ ਜਦੋਂ ਉਧਰ ਆਏ ਤਾਂ ਉਸ ਦੀ ਪੇਟੀ ਤੇ ‘ਇਕ ਵਾਰ ਵਿੱਚ ਤੀਹ ਮਾਰਨ ਵਾਲਾ’ ਪੜ੍ਹ ਕੇ ਬੜੇ ਹੈਰਾਨ ਹੋਏ। ਉਨ੍ਹਾਂ ਨੇ ਜਾ ਕੇ ਰਾਜੇ ਨੂੰ ਖ਼ਬਰ ਦਿੱਤੀ ਕਿ ਇਥੇ ਇਕ ਆਦਮੀ ਆਇਆ ਹੈ, ਜਿਹੜਾ ਇਕ ਵਾਰ ਵਿੱਚ ਤੀਹ ਆਦਮੀ ਮਾਰ ਸਕਦਾ ਹੈ।

ਰਾਜੇ ਨੇ ਸੋਚਿਆ, ਮੈਂ ਅਜਿਹੇ ਬਹਾਦਰ ਆਦਮੀ ਨੂੰ ਜ਼ਰੂਰ ਆਪਣੀ ਸੇਵਾ ਵਿੱਚ ਲਾਵਾਂਗਾ। ਉਸ ਨੇ ਫ਼ੌਰਨ ਦਰਜ਼ੀ ਨੂੰ ਬੁਲਵਾਇਆ ਤੇ ਆਪਣਾ ਸੈਨਾਪਤੀ ਬਣਾ ਲਿਆ।

ਦੂਜੇ ਦਰਬਾਰੀ ਤੇ ਮੰਤਰੀ ਦਰਜ਼ੀ ਨਾਲ ਖਾਰ ਖਾਣ ਲੱਗੇ। ਉਨ੍ਹਾਂ ਨੇ ਰਾਜੇ ਕੋਲ ਦਰਜ਼ੀ ਦੇ ਖ਼ਿਲਾਫ਼ ਕਈ ਸ਼ਿਕਾਇਤਾਂ ਕੀਤੀਆਂ। ਜਦੋਂ ਰਾਜੇ ਨੇ ਦਰਜ਼ੀ ਨੂੰ ਕੁਝ ਨਾ ਕਿਹਾ, ਤਾਂ ਸਾਰੇ ਮੰਤਰੀ ਤੇ ਦਰਬਾਰੀ ਇਕੱਠੇ ਹੋ ਕੇ ਰਾਜੇ ਕੋਲ ਗਏ ਤੇ ਕਹਿਣ ਲੱਗੇ, “ਸ੍ਰੀ ਮਾਨ! ਜਾਂ ਅਸੀਂ ਸਾਰੇ ਰਹਾਂਗੇ ਤੇ ਜਾਂ ਇਕੱਲਾ ਤੀਸ ਮਾਰ। ਅਸੀਂ ਅਜਿਹੇ ਕਮੀਨੇ ਆਦਮੀ ਨਾਲ ਕੰਮ ਕਰਨ ਨੂੰ ਬਿਲਕੁਲ ਤਿਆਰ ਨਹੀਂ।”

ਰਾਜਾ ਆਪਣੇ ਪੁਰਾਣੇ ਮੰਤਰੀਆਂ ਤੇ ਸੇਵਕਾਂ ਨੂੰ ਗੁਆਉਣਾ ਨਹੀਂ ਚਾਹੁੰਦਾ ਸੀ। ਉਸ ਨੇ ਕਿਹਾ, "ਇਸ ਨੂੰ ਸਾਫ਼ ਸਾਫ਼ ਜਵਾਬ ਦੇ ਕੇ ਮੈਂ ਆਪਣਾ ਦੁਸ਼ਮਣ ਨਹੀਂ ਬਣਾਉਣਾ ਚਾਹੁੰਦਾ, ਪਰ ਤੁਸੀਂ ਘਬਰਾਓ ਨਹੀਂ। ਮੈਂ ਛੇਤੀ ਹੀ ਕਿਸੇ ਨਾ ਕਿਸੇ ਬਹਾਨੇ ਨਾਲ ਇਸ ਨੂੰ ਠਿਕਾਣੇ ਲਗਾ ਦਿਆਂਗਾ।"

ਇਤਫ਼ਾਕ ਨਾਲ ਸ਼ਹਿਰ ਦੇ ਨੇੜੇ ਦੋ ਆਦਮ ਖ਼ੋਰ ਰਾਖਸ਼ ਆ ਕੇ ਰਹਿਣ ਲੱਗ ਪਏ। ਜਦੋਂ ਮੌਕਾ ਮਿਲਦਾ, ਉਹ ਕਿਸੇ ਨਾ ਕਿਸੇ ਆਦਮੀ ਨੂੰ ਚੁੱਕ ਕੇ ਲੈ ਜਾਂਦੇ ਤੇ ਉਸ ਨੂੰ ਮਾਰ ਕੇ ਖਾ ਜਾਂਦੇ। ਰਾਜੇ ਨੇ ਦਰਜ਼ੀ ਨੂੰ ਬੁਲਾਇਆ ਤੇ ਕਿਹਾ, "ਤੀਸ ਮਾਰ! ਮੇਰੀ ਪਰਜਾ ਨੂੰ ਇਨ੍ਹਾਂ ਰਾਖਸ਼ਾਂ ਨੇ ਦੁਖੀ ਕਰ ਦਿੱਤਾ ਹੈ। ਅਗਰ ਤੂੰ ਉਨ੍ਹਾਂ ਨੂੰ ਮਾਰ ਦੇਵੇਂ ਤਾਂ ਮੈ ਤੈਨੂੰ ਬੜਾ ਇਨਾਮ ਦਿਆਂਗਾ।"

ਦਰਜ਼ੀ ਨੇ ਬੜਾ ਨਿਡਰ ਹੋ ਕੇ ਜਵਾਬ ਦਿੱਤਾ, "ਮਹਾਰਾਜ! ਇਹ ਕਿਹੜੀ ਵੱਡੀ ਗੱਲ ਹੈ। ਬਹਾਦਰ ਇਕ ਵਾਰ ਵਿੱਚ ਤੀਹ ਨੂੰ ਮਾਰ ਸਕਦਾ ਹੈ, ਉਸ ਲਈ ਦੋ ਕੀ ਹਨ?"

ਦਰਜ਼ੀ ਇਸ ਕੰਮ ਲਈ ਇਕੱਲਾ ਹੀ ਜਾਣਾ ਚਾਹੁੰਦਾ ਸੀ। ਪਰ ਰਾਜੇ ਨੇ ਥੋੜ੍ਹੀ ਜਿਹੀ ਫ਼ੌਜ ਉਸ ਦੇ ਨਾਲ ਭੇਜ ਦਿੱਤੀ। ਜਦੋਂ ਉਹ ਉਸ ਜੰਗਲ ਕੋਲ ਪਹੁੰਚੇ, ਜਿੱਥੇ ਰਾਖਸ਼ ਰਹਿੰਦੇ ਸਨ, ਤਾਂ ਦਰਜ਼ੀ ਨੇ ਸਿਪਾਹੀਆਂ ਨੂੰ ਹੁਕਮ ਦਿੱਤਾ, "ਤੁਸੀਂ ਇਥੇ ਹੀ ਠਹਿਰੋ। ਮੈਂ ਇਕੱਲਾ ਹੀ ਉਨ੍ਹਾਂ ਦਾ ਮੁਕਾਬਲਾ ਕਰਨ ਲਈ ਜਾਵਾਂਗਾ।"

ਚਲਦੇ ਚਲਦੇ ਦੁਪਹਿਰ ਹੋ ਗਈ। ਦਰਜ਼ੀ ਨੇ ਦੂਰੋਂ ਵੇਖਿਆ ਕਿ ਦੋਵੇਂ ਰਾਖਸ਼ ਇਕ ਵੱਡੇ ਦਰਖ਼ਤ ਦੀ ਛਾਂ ਵਿੱਚ ਸੁੱਤੇ ਹੋਏ ਸਨ। ਉਸ ਨੇ ਬਹੁਤ ਸਾਰੇ ਪੱਥਰ ਆਪਣੀਆਂ ਜੇਬਾਂ ਵਿੱਚ ਭਰ ਲਏ ਤੇ ਚੁਪਚਾਪ ਉਸ ਦਰਖ਼ਤ ਤੇ ਚੜ੍ਹ ਗਿਆ। ਉਹ ਚੰਗੀ ਤਰ੍ਹਾਂ ਪੱਤਿਆਂ ਵਿੱਚ ਛੁੱਪ ਕੇ ਬੈਠ ਗਿਆ ਤੇ ਆਪਣੀ ਜੇਬ ਵਿੱਚੋਂ ਇਕ ਪੱਥਰ ਕੱਢਿਆ ਤੇ ਨਿਸ਼ਾਨਾ ਲਾ ਕੇ ਇਕ ਰਾਖਸ਼ ਦੀ ਛਾਤੀ ਤੇ ਮਾਰਿਆ।

ਰਾਖਸ਼ ਘਬਰਾ ਕੇ ਉਠਿਆ ਤੇ ਆਪਣੇ ਸਾਥੀ ਨੂੰ ਜ਼ੋਰ ਦੀ ਹਿਲਾ ਕੇ ਕਹਿਣ ਲੱਗਾ, "ਵੀਰ, ਇਹ ਕੀ ਮਜ਼ਾਕ ਹੈ?"

ਦੂਜੇ ਰਾਖਸ਼ ਨੇ ਕਿਹਾ, "ਵੀਰ, ਮੈਂ ਤੇਰਾ ਮਤਲਬ ਨਹੀਂ ਸਮਝਿਆ। ਮੈਂ ਤਾਂ ਤੈਨੂੰ ਕੁਝ ਵੀ ਨਹੀਂ ਕਿਹਾ।" ਇਸ ਤਰ੍ਹਾਂ ਥੋੜਾ ਝਗੜਾ ਕਰ ਕੇ ਉਹ ਫੇਰ ਸੌਂ ਗਏ।

ਹੁਣ ਦਰਜ਼ੀ ਨੇ ਇਕ ਹੋਰ ਪੱਥਰ ਕੱਢਿਆ ਤੇ ਨਿਸ਼ਾਨਾ ਲਾ ਕੇ ਦੂਜੇ ਰਾਖਸ਼ ਦੇ ਮੱਥੇ ਤੇ ਮਾਰਿਆ। ਉਹ ਤ੍ਰਬ੍ਹਕ ਕੇ ਉਠਿਆ ਤੇ ਆਪਣੇ ਸਾਥੀ ਨੂੰ ਝੂਣ ਕੇ ਕਹਿਣ ਲੱਗਾ, "ਤੂੰ ਤੇ ਮੈਨੂੰ ਕਹਿ ਰਿਹਾ ਸੀ ਤੇ ਹੁਣ ਆਪ ਹੀ ਮੈਨੂੰ ਛੇੜ ਰਿਹਾ ਹੈਂ।"

ਪਹਿਲੇ ਰਾਖਸ਼ ਨੇ ਕਿਹਾ, "ਵੀਰ, ਮੈਂ ਤਾਂ ਤੈਨੂੰ ਕੁਝ ਵੀ ਨਹੀਂ ਕਿਹਾ," ਇਸ ਤਰ੍ਹਾਂ ਝਗੜਾ ਕਰ ਕੇ ਉਹ ਫੇਰ ਸੌਂ ਗਏ।

ਥੋੜੇ ਚਿਰ ਪਿਛੋਂ ਦਰਜ਼ੀ ਨੇ ਇਕ ਵੱਡਾ ਪੱਥਰ ਲੈ ਕੇ ਪਹਿਲੇ ਰਾਖਸ਼ ਦੇ ਨੱਕ ਤੇ ਇੰਨੀ ਜ਼ੋਰ ਦੀ ਮਾਰਿਆ ਕਿ ਖ਼ੂਨ ਵੱਗ ਪਿਆ। ਉਹ ਗੁੱਸੇ ਨਾਲ ਲਾਲ ਪੀਲਾ ਹੋ ਕੇ ਆਪਣੇ ਸਾਥੀ ਤੇ ਟੁੱਟ ਪਿਆ ਤੇ

ਦੋਵੇਂ ਆਪਸ ਵਿੱਚ ਲੜਨ ਲੱਗ ਪਏ। ਉਹ ਵੱਡੇ ਵੱਡੇ ਪੱਥਰ ਤੇ ਹੋਰ ਵੀ ਜੋ ਕੁਝ ਹੱਥ ਵਿੱਚ ਆਇਆ, ਚੁੱਕ ਕੇ ਇਕ ਦੂਜੇ ਨੂੰ ਮਾਰਨ ਲੱਗ ਪਏ। ਆਖ਼ਰ ਲੜਦੇ ਲੜਦੇ ਦੋਵੇਂ ਜ਼ਖ਼ਮੀ ਹੋ ਗਏ ਤੇ ਬੇਹੋਸ਼ ਹੋ ਕੇ ਡਿੱਗ ਪਏ।

ਦਰਜ਼ੀ ਝੱਟ ਥੱਲੇ ਉਤਰਿਆ। ਉਸ ਨੇ ਤਲਵਾਰ ਨਾਲ ਦੋਹਾਂ ਦੇ ਸਿਰ ਕੱਟ ਦਿੱਤੇ ਤੇ ਬੜੀ ਸ਼ੇਖੀ ਨਾਲ ਆਪਣੇ ਸਾਥੀਆਂ ਨੂੰ ਬੁਲਾ ਕੇ ਦੋਹਾਂ ਰਾਖਸ਼ਾਂ ਦੀਆਂ ਲਾਸ਼ਾਂ ਵਿਖਾਈਆਂ।

ਸਿਪਾਹੀਆਂ ਨੇ ਜਾ ਕੇ ਰਾਜੇ ਨੂੰ ਖ਼ਬਰ ਦਿੱਤੀ ਕਿ ਤੀਸ ਮਾਰ ਨੇ ਸੱਚਮੁਚ ਹੀ ਦੋਹਾਂ ਰਾਖਸ਼ਾਂ ਨੂੰ ਮਾਰ ਦਿੱਤਾ ਹੈ। ਰਾਜਾ ਬਹੁਤ ਖੁਸ਼ ਹੋਇਆ। ਉਸ ਨੇ ਦਰਜ਼ੀ ਨੂੰ ਬੜਾ ਇਨਾਮ ਦਿੱਤਾ ਤੇ ਉਸ ਨੂੰ ਮੁਖ ਮੰਤਰੀ ਬਣਾ ਲਿਆ। ਸੜਨ ਵਾਲੇ ਦਰਬਾਰੀਆਂ ਦੇ ਮੂੰਹ ਬੰਦ ਹੋ ਗਏ ਤੇ ਦਰਜ਼ੀ ਬੜੇ ਠਾਠ ਬਾਠ ਨਾਲ ਰਹਿਣ ਲੱਗ ਪਿਆ।

ਅਭਿਆਸ

I. ਦੱਸੋ ਭਲਾ:—

1. ਦਰਜ਼ੀ ਰਾਜੇ ਦਾ ਸੈਨਾਪਤੀ ਕਿਸ ਤਰ੍ਹਾਂ ਬਣਿਆ?
2. ਤੀਸ ਮਾਰ ਨੇ ਦੋਹਾਂ ਰਾਖਸ਼ਾਂ ਨੂੰ ਕਿਸ ਤਰ੍ਹਾਂ ਮਾਰਿਆ?
3. ਦਰਜ਼ੀ ਰਾਜੇ ਦਾ ਮੁਖ ਮੰਤਰੀ ਕਿਸ ਤਰ੍ਹਾਂ ਬਣਿਆ?

II. ਵਾਕ ਬਣਾਓ:—

ਬਹਾਦਰ, ਸੈਨਾਪਤੀ, ਦਰਬਾਰੀ, ਇਤਫ਼ਾਕ, ਇਨਾਮ, ਸਿਪਾਹੀ, ਨਿਸ਼ਾਨਾ, ਮਜ਼ਾਕ, ਲਾਲ ਪੀਲਾ, ਜ਼ਖ਼ਮੀ, ਬੇਹੋਸ਼, ਠਾਠ ਬਾਠ।

III. ਇਸ ਕਹਾਣੀ ਨੂੰ ਆਪਣੇ ਸ਼ਬਦਾਂ ਵਿੱਚ ਸੁਣਾਓ।

ਪਕੌੜੀ ਮੱਲ

ਮਿਲ ਗਏ ਫਿਰਦੇ ਵਿੱਚ ਬਜ਼ਾਰ, ਮੇਰੇ ਇਕ ਪੁਰਾਣੇ ਯਾਰ।
ਜੋ ਦਿਲੀਓਂ ਸਨ ਆਏ ਚਲ, ਲਾਲਾ ਸ੍ਰੀ ਪਕੌੜੀ ਮੱਲ।
ਉਹ ਹਨ ਪੂਰੇ ਚਾਰ ਸੌ ਵੀਹ, ਦੱਸਾਂ ਹਾਲ ਉਨ੍ਹਾਂ ਦਾ ਕੀ।
ਨਾਲੇ ਹਨ ਉਹ ਪੁਲ ਕੰਜੂਸ, ਦੁਨੀਆਂ ਆਖੇ ਮੱਖੀ ਚੂਸ।
ਜੋੜ ਜੋੜ ਕੇ ਧਨ ਤੇ ਮਾਲ, ਹੋ ਗਏ ਹਨ ਉਹ ਅੱਜ ਖੁਸ਼ਹਾਲ।
ਪਰ ਪੈਸਾ ਨਾ ਖਰਚਣ ਮੂਲ, ਹੈ ਉਨ੍ਹਾਂ ਦਾ ਇਹੋ ਅਸੂਲ।
ਪੈਸੇ ਨੂੰ ਸਮਝਣ ਭਗਵਾਨ, ਇਹ ਜਾਵੇ ਤਾਂ ਜਾਵੇ ਜਾਨ।
ਰੋਟੀ ਖਾਣ ਨਾ ਓਹੋ ਉੱਕਾ, ਚੱਬਣ ਇਕ ਪਕੌੜਾ ਸੁੱਕਾ।

—ਅਜਾਇਬ ਚਿਤ੍ਰਕਾਰ

ਹਾਥੀ

ਹਾਥੀ ਵੇਖਣ ਵਿੱਚ ਬੜਾ ਹੀ ਅਜੀਬ ਜਾਨਵਰ ਹੈ। ਛੱਜ ਵਰਗੇ ਵੱਡੇ ਵੱਡੇ ਕੰਨ, ਸੱਪ ਵਰਗੀ ਲਹਿਰਾਂਦੀ ਸੁੰਡ, ਬਾਹਰ ਨਿਕਲੇ ਹੋਏ ਦੋ ਵੱਡੇ ਵੱਡੇ ਚਿੱਟੇ ਦੰਦ ਤੇ ਚੌੜੇ ਮੱਥੇ ਤੇ ਛੋਟੀਆਂ ਛੋਟੀਆਂ ਦੋ ਅੱਖਾਂ, ਜਿਨ੍ਹਾਂ ਨੂੰ ਵੇਖ ਕੇ ਹਾਸਾ ਆ ਜਾਂਦਾ ਹੈ। ਹਾਥੀ ਜਦੋਂ ਚਲਦਾ ਹੈ ਤਾਂ ਲਗਦਾ ਹੈ ਕਿ ਕੋਈ ਕਾਲੀ ਚੱਟਾਨ ਆਪਣੀ ਜਗ੍ਹਾ ਤੋਂ ਹਿਲ ਗਈ ਹੈ।

ਜਿਸਮ ਤੇ ਤਾਕਤ ਵਿੱਚ ਹਾਥੀ ਜ਼ਮੀਨ ਦੇ ਸਭ ਜਾਨਵਰਾਂ ਨਾਲੋਂ ਵੱਡਾ ਹੈ। ਦੂਜਾ ਕੋਈ ਜਾਨਵਰ ਇਸ ਦੀ ਤਾਕਤ ਦਾ ਮੁਕਾਬਲਾ ਨਹੀਂ ਕਰ ਸਕਦਾ। ਇਸ ਦੇ ਬਾਵਜੂਦ ਵੀ ਇਹ ਬੜੀ ਅਸਾਨੀ ਨਾਲ ਕਾਬੂ ਕਰ ਲਿਆ ਜਾਂਦਾ ਹੈ ਤੇ ਫੇਰ ਇਹ ਆਦਮੀ ਦਾ ਹੁਕਮ ਮੰਨਣ ਵਾਲਾ ਸੇਵਕ ਬਣ ਜਾਂਦਾ ਹੈ।

ਸਵਾਰੀ ਲਈ ਇਸ ਦੀ ਪਿੱਠ ਤੇ ਇਕ ਵੱਡੀ ਕਾਠੀ ਰੱਖੀ ਜਾਂਦੀ ਹੈ, ਜਿਸ ਨੂੰ ਹੌਦਾ ਕਹਿੰਦੇ ਹਨ। ਇਸ ਵਿੱਚ ਛੇ ਆਦਮੀ ਬੜੇ ਅਰਾਮ ਨਾਲ ਬੈਠ ਸਕਦੇ ਹਨ। ਮਹਾਵਤ ਜੋ ਹਾਥੀ ਨੂੰ ਚਲਾਂਦਾ ਹੈ, ਇਸ ਦੇ ਸਿਰ ਤੇ ਬੈਠਦਾ ਹੈ। ਹਾਥੀ ਦੀ ਚਮੜੀ ਬੜੀ ਸਖ਼ਤ ਹੁੰਦੀ ਹੈ। ਜਦੋਂ ਇਹ ਮਹਾਵਤ ਦਾ ਕਹਿਣਾ ਨਹੀਂ ਮੰਨਦਾ ਤਾਂ ਉਹ ਚਾਬਕ ਦੀ ਥਾਂ ਇਕ ਤਿਖੀ ਨੋਕ ਵਾਲੀ ਸੋਟੀ ਇਸ ਦੇ ਮੱਥੇ ਵਿੱਚ ਚੋਭ ਦੇਂਦਾ ਹੈ। ਇਸ ਨੂੰ ਕੁੰਡਾ ਕਹਿੰਦੇ ਹਨ।

ਜੰਗਲ ਵਿੱਚ ਹਾਥੀ ਅਕਸਰ ਇਕੱਠੇ ਰਹਿੰਦੇ ਹਨ। ਇਕ ਝੁੰਡ ਵਿੱਚ ਦਸ ਬਾਰਾਂ ਤੋਂ ਲੈ ਕੇ ਸੌ ਜਾਂ ਕਈ ਵਾਰੀ ਇਸ ਤੋਂ ਵੀ ਜ਼ਿਆਦਾ ਹਾਥੀ ਹੁੰਦੇ ਹਨ। ਜਦੋਂ ਹਾਥੀਆਂ ਦਾ ਝੁੰਡ ਚਲਦਾ ਹੈ ਤਾਂ ਹਥਣੀਆਂ ਤੇ ਬੱਚੇ ਅੱਗੇ ਹੁੰਦੇ ਹਨ, ਪਰ ਮੁਸੀਬਤ ਵੇਲੇ ਵੱਡੀ ਉਮਰ ਦੇ ਹਾਥੀ ਅੱਗੇ ਆ ਜਾਂਦੇ ਹਨ ਤੇ ਉਹ ਦੁਸ਼ਮਣ ਦਾ ਮੁਕਾਬਲਾ ਕਰਦੇ ਹਨ। ਹਥਣੀ ਆਪਣੇ ਬੱਚੇ ਦੀ ਇੰਨੀ ਰਖਿਆ ਕਰਦੀ ਹੈ ਕਿ ਉਸ ਦਾ ਬੱਚਾ ਕਦੇ ਕਦਾਈਂ ਹੀ ਛੋਟੀ ਉਮਰ ਵਿੱਚ ਮਰਦਾ ਹੈ। ਮੁਸੀਬਤ ਵੇਲੇ ਹਥਣੀ ਬੱਚੇ ਨੂੰ ਆਪਣੀਆਂ ਲੱਤਾਂ ਵਿੱਚ ਛੁਪਾ ਲੈਂਦੀ ਹੈ। ਜਦੋਂ ਕੋਈ ਨਦੀ ਪਾਰ ਕਰਨੀ ਹੋਏ ਤਾਂ ਉਹ ਬੱਚੇ ਨੂੰ ਪਿੱਠ ਤੇ ਬਿਠਾ ਲੈਂਦੀ ਹੈ।

ਹਾਥੀ ਘਾਹ ਤੇ ਦਰਖ਼ਤਾਂ ਦੇ ਪੱਤੇ ਖਾ ਕੇ ਆਪਣਾ ਪੇਟ ਭਰਦੇ ਹਨ। ਕੇਲਾ ਤੇ ਗੰਨਾ ਬੜੇ ਸ਼ੌਕ ਨਾਲ ਖਾਂਦੇ ਹਨ। ਹਾਥੀ ਨਵੀਆਂ ਚਰਾਗਾਹਾਂ ਦੀ ਖੋਜ ਵਿੱਚ ਥੋੜੇ ਥੋੜੇ ਸਮੇਂ ਮਗਰੋਂ ਜਗ੍ਹਾ ਬਦਲਦੇ ਰਹਿੰਦੇ ਹਨ ਤਾਂ ਜੋ ਉਨ੍ਹਾਂ ਨੂੰ ਚੰਗਾ ਘਾਹ ਮਿਲਦਾ ਰਹੇ। ਮੱਝ ਵਾਂਗ ਹਾਥੀ ਵੀ ਗਰਮੀ ਦੇ ਮੌਸਮ ਵਿੱਚ ਪਾਣੀ ਵਿੱਚ ਲੇਟ ਕੇ ਬੜਾ ਖ਼ੁਸ਼ ਹੁੰਦਾ ਹੈ। ਉਹ ਸੁੰਡ ਵਿੱਚ ਪਾਣੀ ਭਰ ਕੇ ਆਪਣੀ ਪਿੱਠ ਤੇ ਪਾਂਦਾ ਹੈ।

ਹਾਥੀ ਦੀ ਸੁੰਡ ਬੜੀ ਅਜੀਬ ਹੁੰਦੀ ਹੈ। ਜਿਸ ਨਾਲ ਉਹ ਬਾਰੀਕ ਸੂਈ ਨੂੰ ਵੀ ਫੜ ਸਕਦਾ ਹੈ ਤੇ ਵੱਡੇ ਵੱਡੇ ਪੱਥਰ ਵੀ ਚੁੱਕ ਸਕਦਾ ਹੈ। ਜਦੋਂ ਉਸ ਨੂੰ ਮੱਖੀਆਂ ਸਤਾਉਂਦੀਆਂ ਹਨ ਤਾਂ ਉਹ ਦਰਖ਼ਤ ਦੀਆਂ ਟਹਿਣੀਆਂ ਸੁੰਡ ਵਿੱਚ ਫੜ ਕੇ ਮੱਖੀਆਂ ਝਲਦਾ ਹੈ। ਜੇ ਹੋਰ ਕੁਝ ਨਾ ਮਿਲੇ, ਤਾਂ ਉਹ ਘਾਹ ਤੇ ਮਿੱਟੀ ਹੀ ਚੁੱਕ ਕੇ ਸਾਰੇ ਸਰੀਰ ਤੇ ਪਾਂਦਾ ਹੈ। ਸੁੰਡ ਨਾਲ ਹੀ ਉਹ ਚਾਰਾ ਚੁੱਕ ਕੇ ਮੂੰਹ ਵਿੱਚ ਪਾਂਦਾ ਹੈ।

ਹਾਥੀ ਬੜਾ ਤੈਰਾਕ ਜਾਨਵਰ ਹੈ। ਉਹ ਡੂੰਘੇ ਪਾਣੀ ਵਿਚ ਪੰਜ ਛੇ ਘੰਟੇ ਲਗਾਤਾਰ ਰਹਿ ਸਕਦਾ ਹੈ। ਘੋੜੇ ਵਾਂਗ ਉਹ ਵੀ ਖੜੇ ਖੜੇ ਸੌਂ ਜਾਂਦਾ ਹੈ। ਕਈ ਹਾਥੀ ਤਾਂ ਕਈ ਕਈ ਸਾਲ ਬੈਠਦੇ ਹੀ ਨਹੀਂ।

ਜੰਗਲੀ ਹਾਥੀ ਨੂੰ ਫੜਨ ਦਾ ਕੰਮ ਬੜਾ ਅਜੀਬ ਹੁੰਦਾ ਹੈ। ਸ਼ਿਕਾਰੀ ਦੋ ਦੋ ਤਿੰਨ ਤਿੰਨ ਮਹੀਨੇ ਪਹਿਲਾਂ ਜੰਗਲ ਵਿਚ ਇਧਰ ਉਧਰ ਫੈਲ ਜਾਂਦੇ ਹਨ। ਉਹ ਹਾਥੀਆਂ ਨੂੰ ਘੇਰ ਕੇ ਹੌਲੀ ਹੌਲੀ ਉਸ ਥਾਂ ਤੇ ਲੈ ਆਉਂਦੇ ਹਨ, ਜਿਥੇ ਉਨ੍ਹਾਂ ਨੂੰ ਫੜਨ ਲਈ ਖੇਡਾ ਤਿਆਰ ਹੁੰਦਾ ਹੈ। ਖੇਡਾ ਇਕ ਤਰ੍ਹਾਂ ਦਾ ਜੰਗਲ ਜਿਹਾ ਹੁੰਦਾ ਹੈ, ਜੋ ਲਕੜੀ ਦੇ ਵੱਡੇ ਵੱਡੇ ਸ਼ਤੀਰਾਂ ਨੂੰ ਰੱਸੀ ਨਾਲ ਬੰਨ੍ਹ ਕੇ ਬਣਾਇਆ ਗਿਆ ਹੁੰਦਾ ਹੈ। ਸ਼ਤੀਰਾਂ ਨੂੰ ਇੰਨੀ ਮਜ਼ਬੂਤੀ ਨਾਲ ਜ਼ਮੀਨ ਵਿਚ ਗੱਡਿਆ ਜਾਂਦਾ ਹੈ ਕਿ ਹਾਥੀ ਖੇਡੇ ਨੂੰ ਤੋੜ ਕੇ ਬਾਹਰ ਨਹੀਂ ਨਿਕਲ ਸਕਦੇ। ਖੇਡੇ ਦੇ ਅੰਦਰ ਜਾਣ ਲਈ ਸਿਰਫ਼ ਇਕ ਪਾਸਿਉਂ ਹੀ ਦਰਵਾਜ਼ਾ ਹੁੰਦਾ ਹੈ। ਸ਼ਿਕਾਰੀ ਢੋਲ ਵਜਾ ਕੇ ਤੇ ਅੱਗ ਦੀਆਂ ਮਸ਼ਾਲਾਂ ਵਿਖਾ ਕੇ ਹਾਥੀਆਂ ਨੂੰ ਡਰਾਉਂਦੇ ਹਨ ਤੇ ਆਪਣਾ ਘੇਰਾ ਤੰਗ ਕਰਦੇ ਚਲੇ ਜਾਂਦੇ ਹਨ। ਆਖ਼ਰ ਵਿਚ ਹਾਥੀਆਂ ਨੂੰ ਖੇਡੇ ਦੇ ਅੰਦਰ ਧੱਕ ਕੇ ਦਰਵਾਜ਼ਾ ਬੰਦ ਕਰ ਦਿੱਤਾ ਜਾਂਦਾ ਹੈ।

ਕਈ ਵਾਰੀ ਵੱਡੇ ਵੱਡੇ ਟੋਏ ਪੁੱਟੇ ਜਾਂਦੇ ਹਨ। ਇਨ੍ਹਾਂ ਉਪਰ ਪਤਲੀ ਜਿਹੀ ਛੱਤ ਪਾ ਕੇ ਉਪਰ ਮਿੱਟੀ ਪਾਈ ਜਾਂਦੀ ਹੈ, ਜਿਸ ਨਾਲ ਟੋਏ ਨਜ਼ਰ ਨਾ ਆਉਣ। ਫੇਰ ਇਨ੍ਹਾਂ ਤੇ ਕੇਲੇ ਤੇ ਹਰੇ ਪੱਤੇ ਪਾ ਦੇਂਦੇ ਹਨ। ਜਦੋਂ ਹਾਥੀ ਡਰ ਕੇ ਇਨ੍ਹਾਂ ਟੋਇਆਂ ਕੋਲ ਪਹੁੰਚਦੇ ਹਨ ਤੇ ਕੇਲੇ ਖਾਣ ਲਈ ਅੱਗੇ ਵਧਦੇ ਹਨ ਤਾਂ ਉਹ ਥੱਲੇ ਇਨ੍ਹਾਂ ਟੋਇਆਂ ਵਿਚ ਡਿੱਗ ਪੈਂਦੇ ਹਨ ਤੇ ਫੇਰ ਨਿਕਲ ਨਹੀਂ ਸਕਦੇ।

ਹਾਥੀਆਂ ਨੂੰ ਫੜਨ ਦੇ ਬਾਦ ਕਈ ਦਿਨ ਤਕ ਉਨ੍ਹਾਂ ਨੂੰ ਭੁੱਖਾ ਰਖਿਆ ਜਾਂਦਾ ਹੈ। ਆਖ਼ਰ ਵਿੱਚ ਆਦਮੀ ਚਾਰਾ ਲੈ ਕੇ ਉਨ੍ਹਾਂ ਕੋਲ ਜਾਂਦਾ ਹੈ। ਭੁੱਖਾ ਹਾਥੀ ਆਦਮੀ ਨੂੰ ਮਿਹਰਬਾਨ ਸਮਝ ਕੇ ਉਸ ਦੇ ਅਧੀਨ ਹੋ ਜਾਂਦਾ ਹੈ। ਫੇਰ ਉਹ ਹਮੇਸ਼ਾਂ ਉਸ ਨੂੰ ਆਪਣਾ ਮਾਲਕ ਸਮਝਦਾ ਹੈ ਤੇ ਉਸ ਦਾ ਹੁਕਮ ਮੰਨਦਾ ਹੈ।

ਅਭਿਆਸ

I. ਦੱਸੋ ਭਲਾ :—

1. ਹਾਥੀ ਜੰਗਲ ਵਿੱਚ ਕਿਸ ਤਰ੍ਹਾਂ ਰਹਿੰਦੇ ਹਨ?
2. ਹਾਥੀ ਕੀ ਖਾਂਦੇ ਹਨ?
3. ਜੰਗਲੀ ਹਾਥੀ ਕਿਸ ਤਰ੍ਹਾਂ ਫੜੇ ਜਾਂਦੇ ਹਨ?
4. ਹਾਥੀ ਆਪਣੀ ਸੁੰਡ ਤੋਂ ਕੀ ਕੰਮ ਲੈਂਦਾ ਹੈ?
5. ਹਾਥੀ ਜਦੋਂ ਕਹਿਣਾ ਨਹੀਂ ਮੰਨਦਾ ਤਾਂ ਮਹਾਵਤ ਕੀ ਕਰਦਾ ਹੈ?
6. ਹਾਥੀ ਆਪਣੇ ਬੱਚਿਆਂ ਦੀ ਕਿਸ ਤਰ੍ਹਾਂ ਰਖਿਆ ਕਰਦੇ ਹਨ?

II. ਵਾਕ ਬਣਾਓ :—

ਚੱਟਾਨ, ਮੁਕਾਬਲਾ, ਮਹਾਵਤ, ਚਮੜੀ, ਚਾਬਕ, ਕੁੰਡਾ, ਮੁਸੀਬਤ, ਚਰਾਗਾਹ, ਸੁੰਡ, ਖੇਡਾ, ਸ਼ਤੀਰਾਂ, ਮਸ਼ਾਲਾਂ, ਚਾਰਾ, ਮਾਲਕ।

III. ਜੰਗਲੀ ਹਾਥੀ ਕਿਸ ਤਰ੍ਹਾਂ ਫੜੇ ਜਾਂਦੇ ਹਨ? ਇਕ ਨੋਟ ਲਿਖੋ।

ਮੂਰਖ ਕੱਲੂ

ਕੱਲੂ ਜਵਾਨ ਹੋ ਗਿਆ ਸੀ, ਪਰ ਸੀ ਬਿਲਕੁਲ ਮੂਰਖ ਤੇ ਗਵਾਰ। ਉਸ ਦੀ ਮਾਂ ਨੇ ਉਸ ਨੂੰ ਨੇੜੇ ਦੇ ਇਕ ਪਿੰਡ ਵਿੱਚ ਕਿਸੇ ਜ਼ਿਮੀਂਦਾਰ ਕੋਲ ਨੌਕਰ ਰਖਵਾ ਦਿੱਤਾ। ਉਸ ਨੇ ਕੱਲੂ ਨੂੰ ਕਿਹਾ, "ਬੇਟਾ, ਅਜੇ ਤੈਨੂੰ ਤਨਖ਼ਾਹ ਤਾਂ ਨਹੀਂ ਮਿਲੇਗੀ ਪਰ ਜ਼ਿਮੀਂਦਾਰ ਤੈਨੂੰ ਕੁਝ ਨਾ ਕੁਝ ਦੇ ਦਿਆ ਕਰੇਗਾ। ਦਿਲ ਲਗਾ ਕੇ ਕੰਮ ਕਰੇਂਗਾ ਤਾਂ ਹੌਲੀ ਹੌਲੀ ਚੰਗੀ ਤਨਖ਼ਾਹ ਮਿਲਣ ਲੱਗ ਜਾਏਗੀ।"

ਪਹਿਲੇ ਦਿਨ ਸ਼ਾਮ ਨੂੰ ਜਦੋਂ ਕੱਲੂ ਘਰ ਜਾਣ ਲੱਗਾ ਤਾਂ ਜ਼ਿਮੀਂਦਾਰ ਨੇ ਉਸ ਨੂੰ ਇਕ ਅਠਿਆਨੀ ਦਿੱਤੀ। ਕੱਲੂ ਖ਼ੁਸ਼ੀ ਖ਼ੁਸ਼ੀ ਅਠਿਆਨੀ ਨੂੰ ਵਜਾਂਦਾ ਤੇ ਉਛਲਦਾ, ਕੁੱਦਦਾ ਘਰ ਵੱਲ ਟੁਰ ਪਿਆ। ਰਸਤੇ ਵਿੱਚ ਇਕ ਛੋਟੀ ਜਿਹੀ ਨਦੀ ਸੀ। ਜਦੋਂ ਉਹ ਨਦੀ ਪਾਰ ਕਰਨ ਲੱਗਾ ਤਾਂ ਅਠਿਆਨੀ ਪਾਣੀ ਵਿੱਚ ਡਿੱਗ ਪਈ।

ਕੱਲੂ ਦੀ ਮਾਂ ਉਸ ਨੂੰ ਉਡੀਕ ਰਹੀ ਸੀ। ਉਸ ਨੇ ਕੱਲੂ ਨੂੰ ਆਂਦਿਆਂ ਵੇਖਿਆ ਤਾਂ ਕਹਿਣ ਲੱਗੀ, "ਬੇਟਾ, ਕੀ ਜ਼ਿਮੀਂਦਾਰ ਕੋਲੋਂ ਕੁਝ ਲਿਆਇਆ ਹੈਂ?"

"ਹਾਂ ਮਾਂ।" ਕੱਲੂ ਨੇ ਕਿਹਾ, "ਜ਼ਿਮੀਂਦਾਰ ਨੇ ਮੈਨੂੰ ਇਕ ਅਠਿਆਨੀ ਦਿੱਤੀ ਸੀ, ਪਰ ਉਹ ਮੇਰੇ ਕੋਲੋਂ ਗੁਆਚ ਗਈ ਹੈ।"

"ਉਹ ਕਿਸ ਤਰ੍ਹਾਂ?" ਮਾਂ ਨੇ ਗੁੱਸੇ ਨਾਲ ਪੁਛਿਆ।

ਕੱਲੂ ਨੇ ਜਵਾਬ ਦਿੱਤਾ, "ਮਾਂ, ਮੈਂ ਅਠਿਆਨੀ ਨਾਲ ਖੇਡਦਾ ਆ ਰਿਹਾ ਸੀ ਕਿ ਉਹ ਮੇਰੇ ਹੱਥੋਂ ਛੁੱਟ ਕੇ ਪਾਣੀ ਵਿੱਚ ਡਿੱਗ ਪਈ।"

"ਓਏ ਬੇਵਕੂਫ਼!" ਕੱਲੂ ਦੀ ਮਾਂ ਨੇ ਕਿਹਾ, "ਤੈਨੂੰ ਚਾਹੀਦਾ ਸੀ ਕਿ ਅਠਿਆਨੀ ਜੇਬ ਵਿੱਚ ਪਾ ਲੈਂਦਾ ਤੇ ਅਰਾਮ ਨਾਲ ਘਰ ਆਂਦਾ।"

ਕੱਲੂ ਨੇ ਕਿਹਾ, "ਚੰਗਾ ਮਾਂ, ਹੁਣ ਮੈਂ ਇਸੇ ਤਰ੍ਹਾਂ ਹੀ ਕਰਾਂਗਾ।"

ਅਗਲੇ ਦਿਨ ਜਦੋਂ ਸ਼ਾਮ ਨੂੰ ਕੱਲੂ ਘਰ ਆਇਆ ਤਾਂ ਉਸ ਦੇ ਕਪੜੇ ਚਿੱਟੀ ਜਿਹੀ ਚੀਜ਼ ਨਾਲ ਲਿਬੜੇ ਹੋਏ ਸਨ।

"ਇਹ ਕੀ ਹੋਇਆ ਕੱਲੂ?" ਮਾਂ ਨੇ ਹੈਰਾਨ ਹੋ ਕੇ ਪੁਛਿਆ।

ਕੱਲੂ ਨੇ ਜਵਾਬ ਦਿੱਤਾ, "ਮਾਂ, ਤੂੰ ਆਪ ਹੀ ਤਾਂ ਕਿਹਾ ਸੀ ਕਿ ਜ਼ਿਮੀਂਦਾਰ ਜੋ ਕੁਝ ਵੀ ਦੇਵੇ, ਜੇਬ ਵਿੱਚ ਪਾ ਕੇ ਲਿਆਈਂ। ਅਜ ਉਸ ਨੇ ਮੈਨੂੰ ਦੁੱਧ ਦਿੱਤਾ ਸੀ ਤੇ ਮੈਂ ਗਲਾਸ ਜੇਬ ਵਿੱਚ ਰੱਖ ਲਿਆ। ਪਰ ਸਾਰਾ ਦੁੱਧ ਉਛਲ ਉਛਲ ਕੇ ਵੱਗ ਗਿਆ ਤੇ ਮੇਰੇ ਕਪੜੇ ਖਰਾਬ ਹੋ ਗਏ।"

"ਓਏ ਬੁਧੂ!" ਮਾਂ ਨੇ ਦੁਖੀ ਹੋ ਕੇ ਕਿਹਾ, "ਤੈਨੂੰ ਚਾਹੀਦਾ ਸੀ ਕਿ ਦੁੱਧ ਦੇ ਗਲਾਸ ਨੂੰ ਹੱਥ ਵਿੱਚ ਫੜ ਕੇ ਹੌਲੀ ਹੌਲੀ ਚਲਦਾ।"

"ਚੰਗਾ ਮਾਂ!" ਕੱਲੂ ਨੇ ਕਿਹਾ, "ਅੱਗੋਂ ਇਸੇ ਤਰ੍ਹਾਂ ਹੀ ਕਰਾਂਗਾ।"

ਅਗਲੇ ਦਿਨ ਜ਼ਿਮੀਂਦਾਰ ਨੇ ਕੱਲੂ ਨੂੰ ਮੱਖਣ ਦਿੱਤਾ। ਜਦੋਂ ਕੱਲੂ ਘਰ ਪਹੁੰਚਿਆ ਤਾਂ ਮਾਂ ਨੇ ਪੁਛਿਆ, "ਪੁੱਤਰ, ਅਜ ਕੀ ਲਿਆਇਆ ਹੈਂ?"

ਕੱਲੂ ਨੇ ਕਿਹਾ, "ਮਾਂ, ਮੈਨੂੰ ਅਜ ਜ਼ਿਮੀਂਦਾਰ ਨੇ ਮੱਖਣ ਦਿੱਤਾ ਸੀ।"

"ਪਰ ਉਹ ਹੈ ਕਿੱਥੇ?" ਮਾਂ ਨੇ ਪੁਛਿਆ।

ਕੱਲੂ ਨੇ ਜਵਾਬ ਦਿੱਤਾ, "ਮਾਂ, ਤੂੰ ਕਿਹਾ ਸੀ ਨਾ ਕਿ ਇਸ ਵਾਰੀ ਜੋ ਚੀਜ਼ ਮਿਲੇ ਉਸ ਨੂੰ ਹੱਥ ਵਿੱਚ ਫੜ ਕੇ ਲਿਆਈਂ। ਮੈਂ ਮੱਖਣ ਹੱਥ ਵਿੱਚ ਫੜ ਕੇ ਆ ਰਿਹਾ ਸਾਂ, ਕਿ ਉਹ ਸਾਰੇ ਦਾ ਸਾਰਾ ਪਿਘਲ ਗਿਆ। ਵੇਖ ਮੇਰੇ ਹੱਥ ਤੇ ਪਜਾਮਾ ਕਿਸ ਤਰ੍ਹਾਂ ਗੰਦਾ ਹੋ ਗਿਆ ਹੈ।"

"ਓਏ ਮੂਰਖਾ!" ਮਾਂ ਨੇ ਮੱਥੇ ਤੇ ਹੱਥ ਮਾਰ ਕੇ ਕਿਹਾ, "ਮੈਂ ਤੈਨੂੰ ਕੀ ਸਮਝਾਵਾਂ! ਤੈਨੂੰ ਇੰਨਾ ਵੀ ਨਹੀਂ ਪਤਾ ਕਿ ਮੱਖਣ ਨੂੰ ਠੰਡਾ ਕਰ ਲੈਂਦਾ ਤੇ ਉਸ ਨੂੰ ਪੱਤਿਆਂ ਵਿੱਚ ਰੱਖ ਕੇ ਲਿਆਂਦਾ।"

"ਚੰਗਾ ਮਾਂ, ਅੱਗੋਂ ਇਸੇ ਤਰ੍ਹਾਂ ਹੀ ਹੋਵੇਗਾ।" ਕੱਲੂ ਨੇ ਕਿਹਾ, "ਇਸ ਵਾਰੀ ਮਾਫ਼ ਕਰ ਦੇ।"

ਅਗਲੇ ਦਿਨ ਜ਼ਿਮੀਂਦਾਰ ਨੇ ਕੱਲੂ ਨੂੰ ਇਕ ਬਿੱਲੀ ਦਿੱਤੀ। ਕੱਲੂ ਨੇ ਖ਼ੁਸ਼ੀ ਖ਼ੁਸ਼ੀ ਬਿੱਲੀ ਨੂੰ ਕੁੱਛੜ ਚੁੱਕ ਲਿਆ। ਰਸਤੇ ਵਿੱਚ ਜਦੋਂ ਉਹ ਨਦੀ ਤੇ ਪਹੁੰਚਿਆ ਤਾਂ ਉਹ ਬਿੱਲੀ ਨੂੰ ਪਾਣੀ ਵਿੱਚ ਡੋਬ ਡੋਬ ਕੇ ਠੰਡਾ ਕਰਨ ਲੱਗਾ। ਬਿੱਲੀ ਨੂੰ ਇਹ ਅਜੀਬ ਹਰਕਤ ਚੰਗੀ ਨਾ ਲੱਗੀ। ਉਸ ਨੇ ਖਿੱਝ ਕੇ ਕੱਲੂ ਦਾ ਮੂੰਹ ਖ਼ੁਰਚ ਦਿੱਤਾ ਤੇ ਮਿਆਊਂ ਮਿਆਊਂ ਕਰਦੀ ਜੰਗਲ ਵੱਲ ਭੱਜ ਗਈ।

ਜਦੋਂ ਕੱਲੂ ਘਰ ਪਹੁੰਚਿਆ ਤਾਂ ਉਸ ਦੀ ਮਾਂ ਨੂੰ ਬੜਾ ਗੁੱਸਾ ਚੜ੍ਹਿਆ। ਉਸ ਨੇ ਕਿਹਾ, "ਓਏ ਬੇਵਕੂਫ਼ਾ! ਕਦੇ ਬਿੱਲੀ ਨੂੰ ਵੀ ਕਿਸੇ ਨੇ ਠੰਡਾ ਕੀਤਾ ਹੈ। ਕੁਝ ਸਮਝ ਹੁੰਦੀ ਤਾਂ ਬਿੱਲੀ ਦੇ ਗਲੇ ਵਿੱਚ ਰੱਸੀ ਪਾ ਕੇ ਉਸ ਨੂੰ ਘਰ ਲਿਆਂਦਾ।"

ਕੱਲੂ ਨੇ ਕਿਹਾ, "ਚੰਗਾ ਮਾਂ, ਫੇਰ ਐਸੀ ਗ਼ਲਤੀ ਨਹੀਂ ਹੋਵੇਗੀ।"

ਅਗਲੇ ਦਿਨ ਕੱਲੂ ਕੰਮ ਕਰਨ ਗਿਆ ਤਾਂ ਜ਼ਿਮੀਂਦਾਰ ਨੇ ਉਸ ਨੂੰ ਆਟੇ ਦਾ ਭਰਿਆ ਇਕ ਥੈਲਾ ਦਿੱਤਾ। ਕੱਲੂ ਨੇ ਥੈਲੇ ਨੂੰ ਰੱਸੀ ਨਾਲ ਬੰਨ੍ਹ ਲਿਆ ਤੇ ਉਸ ਨੂੰ ਘਸੀਟਦਾ ਹੋਇਆ ਘਰ ਵੱਲ ਟੁਰ ਪਿਆ। ਆਟੇ ਦਾ ਥੈਲਾ ਮਿੱਟੀ ਤੇ ਚਿਕੜ ਨਾਲ ਗੰਦਾ ਹੋ ਗਿਆ। ਜਦੋਂ ਉਹ ਘਰ ਪਹੁੰਚਿਆ ਤਾਂ ਮਾਂ ਨੇ ਪੁਛਿਆ, "ਪੁੱਤਰ, ਇਹ ਕੀ ਘਸੀਟ ਰਿਹਾ ਹੈਂ?"

ਕੱਲੂ ਨੇ ਜਵਾਬ ਦਿੱਤਾ, "ਮਾਂ, ਇਹ ਆਟਾ ਹੈ। ਅੱਜ ਮੈਨੂੰ ਜ਼ਿਮੀਂਦਾਰ ਨੇ ਦਿੱਤਾ ਸੀ।"

"ਓਏ ਮੂਰਖਾ!" ਮਾਂ ਨੇ ਹੈਰਾਨ ਹੋ ਕੇ ਕਿਹਾ, "ਤੂੰ ਤਾਂ ਆਟੇ ਦਾ ਸਤਿਆਨਾਸ ਕਰ ਦਿੱਤਾ ਹੈ। ਕਦੇ ਆਟੇ ਨੂੰ ਵੀ ਇਸ ਤਰ੍ਹਾਂ ਘਸੀਟਿਆ ਜਾਂਦਾ ਹੈ। ਤੈਨੂੰ ਚਾਹੀਦਾ ਸੀ ਕਿ ਆਟੇ ਦੇ ਥੈਲੇ ਨੂੰ ਮੋਢੇ ਤੇ ਚੁੱਕ ਕੇ ਲਿਆਂਦਾ।"

ਕੱਲੂ ਨੇ ਕਿਹਾ, "ਚੰਗਾ ਮਾਂ, ਅਗਲੀ ਵਾਰੀ ਇਸੇ ਤਰ੍ਹਾਂ ਹੀ ਕਰਾਂਗਾ।"

ਕੁਝ ਦਿਨਾਂ ਪਿਛੋਂ ਜ਼ਿਮੀਂਦਾਰ ਨੇ ਕੱਲੂ ਨੂੰ ਇਕ ਖੋਤੇ ਦਾ ਬੱਚਾ ਦਿੱਤਾ। ਕੱਲੂ ਨੇ ਆਪਣੀ ਮਾਂ ਦੀ ਗੱਲ ਯਾਦ ਰੱਖੀ ਤੇ ਖੋਤੇ ਨੂੰ ਮੋਢੇ ਤੇ ਚੁੱਕ ਲਿਆ ਤੇ ਘਰ ਵੱਲ ਚਲ ਪਿਆ। ਰਸਤੇ ਵਿੱਚ ਇਕ ਸੇਠ ਦਾ ਮਕਾਨ ਸੀ। ਸੇਠ ਦੀ ਲੜਕੀ ਹਮੇਸ਼ਾ ਉਦਾਸ ਤੇ ਚਿੰਤਾ ਵਿੱਚ ਡੁੱਬੀ ਰਹਿੰਦੀ ਸੀ। ਸੇਠ ਨੇ ਇਹ ਕਹਿ ਰਖਿਆ ਸੀ ਕਿ ਜੋ ਉਸ ਦੀ ਲੜਕੀ ਨੂੰ ਹਸਾ ਦੇਵੇਗਾ, ਉਹ ਉਸ ਨੂੰ ਸੌ ਰੁਪਏ ਇਨਾਮ ਦੇਵੇਗਾ।

ਜਦੋਂ ਕੱਲੂ ਖੋਤੇ ਨੂੰ ਮੋਢਿਆਂ ਤੇ ਚੁੱਕ ਕੇ ਸੇਠ ਦੇ ਘਰ ਅੱਗੋਂ ਲੰਘਿਆ ਤਾਂ ਲੜਕੀ ਬਾਰੀ ਵਿੱਚ ਖੜੀ ਸੀ। ਉਹ ਇਸ ਅਜੀਬ ਨਜ਼ਾਰੇ ਨੂੰ ਵੇਖ ਕੇ ਖਿੜ ਖਿੜ ਕਰ ਕੇ ਹੱਸਣ ਲੱਗ ਪਈ। ਸੇਠ ਨੇ ਕੱਲੂ ਨੂੰ ਬੁਲਵਾਇਆ ਤੇ ਉਸ ਨੂੰ ਸੌ ਰੁਪਏ ਇਨਾਮ ਦਿੱਤੇ।

ਕੱਲੂ ਖ਼ੁਸ਼ੀ ਖ਼ੁਸ਼ੀ ਮਾਂ ਕੋਲ ਗਿਆ ਤੇ ਕਹਿਣ ਲੱਗਾ, "ਮਾਂ, ਹੁਣ ਤਾਂ ਮੈਨੂੰ ਚੀਜ਼ਾਂ ਚੁੱਕਣ ਦੀ ਜਾਚ ਆ ਗਈ ਹੈ ਨਾ।"

ਅਭਿਆਸ

I. ਦੱਸੋ ਭਲਾ:—

1. ਕੱਲੂ ਕੈਸਾ ਮੁੰਡਾ ਸੀ?
2. ਉਸ ਦੀ ਮਾਂ ਨੇ ਉਸ ਨੂੰ ਕੰਮ ਕਰਨ ਲਈ ਕਿੱਥੇ ਭੇਜਿਆ?
3. ਪਹਿਲੇ ਦਿਨ ਜ਼ਿਮੀਂਦਾਰ ਨੇ ਉਸ ਨੂੰ ਕੀ ਦਿੱਤਾ?
4. ਉਸ ਨੇ ਅਠਿਆਨੀ ਕਿਸ ਤਰ੍ਹਾਂ ਗੁਆ ਦਿੱਤੀ?
5. ਕੱਲੂ ਦੁੱਧ ਕਿਸ ਤਰ੍ਹਾਂ ਘਰ ਲਿਆਇਆ?

6. ਬਿੱਲੀ ਕਿਉਂ ਭੱਜ ਗਈ?
7. ਕੱਲੂ ਨੇ ਆਟੇ ਦਾ ਥੈਲਾ ਕਿਸ ਤਰ੍ਹਾਂ ਖ਼ਰਾਬ ਕੀਤਾ?
8. ਆਖ਼ਰੀ ਵਾਰੀ ਕੱਲੂ ਨੂੰ ਕੀ ਮਿਲਿਆ?
9. ਕੱਲੂ ਨੂੰ ਸੌ ਰੁਪਏ ਕਿਸ ਤਰ੍ਹਾਂ ਮਿਲੇ?

II. ਵਾਕ ਬਣਾਓ:—

ਗਵਾਰ, ਤਨਖ਼ਾਹ, ਬੇਵਕੂਫ਼, ਗਲਾਸ, ਪਿਘਲ, ਕੁਛੜ, ਹਰਕਤ, ਖਿੱਝਣਾ, ਖ਼ੁਰਚ, ਘਸੀਟਣਾ, ਸੇਠ, ਨਜ਼ਾਰਾ, ਜਾਚ।

III. ਖ਼ਾਲੀ ਥਾਂਵਾਂ ਭਰੋ:—

1. ਜ਼ਿਮੀਂਦਾਰ ਨੇ ਕੱਲੂ ਨੂੰ ਇਕ .... ਦਿੱਤੀ।
2. ਜਦੋਂ ਉਹ ਨਦੀ ਪਾਰ ਕਰਨ ਲੱਗਾ ਤਾਂ ਅਠਿਆਨੀ .... ਵਿੱਚ ਡਿੱਗ ਪਈ।
3. ਕੱਲੂ ਨੇ ਦੁੱਧ ਦਾ .... ਜੇਬ ਵਿੱਚ ਰੱਖ ਲਿਆ।
4. ਮੈਂ ਮੱਖਣ ਹੱਥ ਵਿੱਚ ਫੜ ਕੇ ਆ ਰਿਹਾ ਸਾਂ ਕਿ ਉਹ ਸਾਰੇ ਦਾ ਸਾਰਾ .... ਗਿਆ।
5. ਬਿੱਲੀ ਨੇ ਉਸ ਦਾ ਮੂੰਹ .... ਦਿੱਤਾ ਤੇ ਮਿਆਉਂ ਮਿਆਉਂ ਕਰਦੀ .... ਵਿੱਚ ਭੱਜ ਗਈ।
6. ਕੱਲੂ ਖੋਤੇ ਨੂੰ .... ਚੁੱਕ ਕੇ ਸੇਠ ਦੇ .... ਅੱਗੋਂ ਲੰਘਿਆ।
7. ਸੇਠ ਨੇ ਕੱਲੂ ਨੂੰ ਬੁਲਵਾਇਆ ਤੇ ਉਸ ਨੂੰ ਸੌ .... ਇਨਾਮ ਦਿੱਤੇ।
8. ਕੱਲੂ ਖ਼ੁਸ਼ੀ ਖ਼ੁਸ਼ੀ .... ਕੋਲ ਗਿਆ ਤੇ ਕਹਿਣ ਲੱਗਾ, 'ਮਾਂ, ਹੁਣ ਤਾਂ ਮੈਨੂੰ ਚੀਜ਼ਾਂ ਚੁੱਕਣ ਦੀ .... ਆ ਗਈ ਹੈ ਨਾ।'

ਕਿਟਾਣੂ

(1)

ਅਸੀਂ ਆਪਣੇ ਚਾਰੇ ਪਾਸੇ ਪਸ਼ੂ, ਪੰਛੀ, ਕੀੜੇ ਮਕੌੜੇ ਤੇ ਹੋਰ ਕਈ ਤਰ੍ਹਾਂ ਦੇ ਜੀਅ ਜੰਤ ਵੇਖਦੇ ਹਾਂ। ਪਰ ਹਵਾ, ਮਿੱਟੀ ਤੇ ਪਾਣੀ ਵਿੱਚ ਕਈ ਤਰ੍ਹਾਂ ਦੇ ਜੀਅ ਰਹਿੰਦੇ ਹਨ, ਜਿਹੜੇ ਇੰਨੇ ਛੋਟੇ ਹਨ ਕਿ ਅਸੀਂ ਉਨ੍ਹਾਂ ਨੂੰ ਵੇਖ ਨਹੀਂ ਸਕਦੇ। ਖੁਰਦਬੀਨ ਦੀ ਕਾਢ ਤੋਂ ਪਹਿਲਾਂ ਇਨ੍ਹਾਂ ਜੀਆਂ ਦੇ ਬਾਰੇ ਕਿਸੇ ਨੂੰ ਕੁਝ ਪਤਾ ਨਹੀਂ ਸੀ। ਇਕ ਪਾਣੀ ਦੀ ਬੂੰਦ ਜਿਸ ਨੂੰ ਅਸੀਂ ਬਿਲਕੁਲ ਸ਼ੁਧ ਸਮਝਦੇ ਹਾਂ, ਅਗਰ ਖੁਰਦਬੀਨ ਦੇ ਥੱਲੇ ਰੱਖ ਕੇ ਵੇਖੀਏ ਤਾਂ ਸਾਨੂੰ ਇਸ ਵਿੱਚ ਹਜ਼ਾਰਾਂ ਛੋਟੇ ਛੋਟੇ ਜੀਅ ਕੁਰਬੁਲ ਕੁਰਬੁਲ ਕਰਦੇ ਨਜ਼ਰ ਆਉਣਗੇ। ਇਨ੍ਹਾਂ ਜੀਆਂ ਨੂੰ ਬੈਕਟੇਰੀਆ ਜਾਂ ਕਿਟਾਣੂ ਕਹਿੰਦੇ ਨੇ।

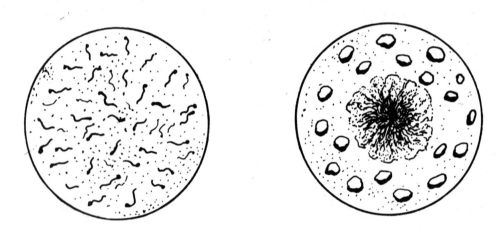

ਕਿਟਾਣੂ ਹਰ ਜਗ੍ਹਾ ਰਹਿੰਦੇ ਹਨ। ਹਵਾ ਵਿੱਚ ਕਰੋੜਾਂ ਛੋਟੇ ਛੋਟੇ ਜੀਅ ਤਰ ਰਹੇ ਹਨ। ਪਾਣੀ ਵਿੱਚ, ਜ਼ਮੀਨ ਤੇ ਮਿੱਟੀ ਵਿੱਚ ਹਰ ਜਗ੍ਹਾ ਇਹ ਛੋਟੇ ਕਿਟਾਣੂ ਪੈਦਾ ਹੁੰਦੇ ਹਨ, ਵਧਦੇ ਫੁਲਦੇ ਹਨ ਤੇ ਬੱਚੇ ਦੇਂਦੇ ਹਨ। ਅਗਰ ਸਾਡੀਆਂ ਅੱਖਾਂ ਵਿੱਚ ਇਨ੍ਹਾਂ ਜੀਆਂ ਨੂੰ ਵੇਖਣ ਦੀ ਤਾਕਤ ਹੁੰਦੀ ਤਾਂ ਅਸੀਂ ਆਪਣੇ ਚਾਰੇ ਪਾਸੇ ਕਿਟਾਣੂਆਂ ਦੇ ਝੁੰਡ ਵੇਖ ਕੇ ਘਬਰਾ ਜਾਂਦੇ। ਅਸੀਂ ਭੋਜਨ ਨਾ ਖਾ ਸਕਦੇ, ਕਿਉਂਕਿ ਦਹੀ ਦੀ ਪਲੇਟ ਤੇ ਦੁਧ ਦੀ ਪਿਆਲੀ ਵਿੱਚ ਸਾਨੂੰ **ਲੱਖਾਂ** ਜੀਅ ਚਲਦੇ ਫਿਰਦੇ ਨਜ਼ਰ ਆਉਂਦੇ। ਜਦੋਂ ਅਸੀਂ ਕੋਈ ਫਲ ਖਾਣ ਲਗਦੇ ਤਾਂ ਉਸ ਤੇ ਅਣਗਿਣਤ ਜੀਅ ਸੁਰਕਦੇ ਵੇਖ ਕੇ ਅਸੀਂ ਉਸ ਨੂੰ ਸੁੱਟ ਦੇਂਦੇ। ਪਰਮਾਤਮਾ ਦੀ ਬੜੀ ਕ੍ਰਿਪਾ ਹੈ ਕਿ ਉਸ ਨੇ ਸਾਨੂੰ ਇਹ ਜੀਅ ਵੇਖਣ ਦੀ ਤਾਕਤ ਨਹੀਂ ਦਿੱਤੀ।

ਫ਼ਰਾਂਸ ਦੇ ਇਕ ਵਿਗਿਆਨਕ ਲੂਈ ਪਾਸਚਰ ਨੇ ਆਪਣੀ ਸਾਰੀ ਜ਼ਿੰਦਗੀ ਇਨ੍ਹਾਂ ਛੋਟੇ ਜੀਆਂ ਦਾ ਅਧਿਐਨ ਕਰਨ ਵਿੱਚ ਬਿਤਾ ਦਿੱਤੀ। ਉਸ ਨੇ ਇਹ ਖੋਜ ਕੀਤੀ ਕਿ ਕਿਟਾਣੂ ਕਈ ਤਰ੍ਹਾਂ ਦੇ ਹੁੰਦੇ ਹਨ। ਇਕ ਤਰ੍ਹਾਂ ਦੇ ਕਿਟਾਣੂ ਗਲੀਆਂ ਸੜੀਆਂ ਸਬਜ਼ੀਆਂ, ਫਲਾਂ, ਅਨਾਜ ਤੇ ਮਾਸ ਤੇ ਪਲਦੇ ਹਨ ਤੇ ਦਸਤ, ਮਰੋੜ, ਹੈਜ਼ਾ ਜਿਹੀਆਂ ਪੇਟ ਦੀਆਂ ਬਿਮਾਰੀਆਂ ਪੈਦਾ ਕਰਦੇ ਹਨ। ਇਹੀ ਕਾਰਣ ਹੈ ਕਿ ਗਲੀਆਂ ਸੜੀਆਂ ਸਬਜ਼ੀਆਂ ਤੇ ਫਲ ਖਾਣਾ ਬੜਾ ਹਾਨੀਕਾਰਕ ਸਮਝਿਆ ਜਾਂਦਾ ਹੈ।

ਜਾਨਵਰਾਂ ਤੇ ਆਦਮੀਆਂ ਦੀਆਂ ਸਾਰੀਆਂ ਬਿਮਾਰੀਆਂ ਕਿਸੇ ਨਾ ਕਿਸੇ ਪ੍ਰਕਾਰ ਦੇ ਕਿਟਾਣੂ ਹੀ ਪੈਦਾ ਕਰਦੇ ਹਨ। ਮਲੇਰੀਆ ਦੇ ਕਿਟਾਣੂ ਮੱਛਰਾਂ ਦੇ ਕੱਟਣ ਨਾਲ ਸਾਡੇ ਸਰੀਰ ਵਿੱਚ ਚਲੇ ਜਾਂਦੇ ਹਨ।

ਖ਼ੂਨ ਵਿੱਚ ਮਿਲ ਕੇ ਇਹ ਬੜੀ ਤੇਜ਼ੀ ਨਾਲ ਵਧਦੇ ਹਨ ਤੇ ਸਾਨੂੰ ਬਿਮਾਰ ਕਰ ਦੇਂਦੇ ਹਨ। ਮਿਆਦੀ ਬੁਖ਼ਾਰ ਦੇ ਕਿਟਾਣੂ ਪਾਣੀ ਜਾਂ ਖਾਣੇ ਦੇ ਨਾਲ ਪੇਟ ਵਿੱਚ ਪਹੁੰਚ ਕੇ ਆਂਦਰਾਂ ਤੇ ਹਮਲਾ ਕਰਦੇ ਹਨ ਤੇ ਉਨ੍ਹਾਂ ਵਿੱਚ ਜ਼ਖ਼ਮ ਕਰ ਦੇਂਦੇ ਹਨ।

ਪਲੇਗ ਅਸਲ ਵਿੱਚ ਚੂਹਿਆਂ ਦਾ ਰੋਗ ਹੈ। ਚੂਹੇ ਦੇ ਸਰੀਰ ਤੇ ਪਿੱਸੂ ਹੁੰਦੇ ਹਨ, ਜਿਹੜੇ ਉਸ ਦਾ ਖ਼ੂਨ ਪੀ ਕੇ ਜੀਉਂਦੇ ਹਨ। ਜਦੋਂ ਚੂਹਾ ਮਰ ਜਾਂਦਾ ਹੈ ਤਾਂ ਇਹ ਪਿੱਸੂ ਆਦਮੀਆਂ ਦੇ ਪੈਰਾਂ ਤੇ ਲੱਤਾਂ ਤੇ ਚੜ੍ਹ ਕੇ ਉਨ੍ਹਾਂ ਦਾ ਖ਼ੂਨ ਚੂਸਣ ਦੀ ਕੋਸ਼ਿਸ਼ ਕਰਦੇ ਹਨ। ਜਦੋਂ ਇਹ ਆਦਮੀ ਨੂੰ ਕੱਟਦੇ ਹਨ ਤਾਂ ਪਲੇਗ ਦੇ ਕੁਝ ਕਿਟਾਣੂ ਜਿਹੜੇ ਮਰੇ ਹੋਏ ਚੂਹੇ ਦੇ ਖ਼ੂਨ ਤੋਂ ਪਿੱਸੂ ਦੇ ਅੰਦਰ ਆ ਗਏ ਸਨ, ਆਦਮੀ ਦੇ ਸਰੀਰ ਵਿੱਚ ਚਲੇ ਜਾਂਦੇ ਹਨ। ਉਥੇ ਇਹ ਕਿਟਾਣੂ ਤੇਜ਼ੀ ਨਾਲ ਵੱਧ ਕੇ ਆਦਮੀ ਨੂੰ ਪਲੇਗ ਦਾ ਰੋਗੀ ਬਣਾ ਦੇਂਦੇ ਹਨ।

ਜਦੋਂ ਸਾਡੇ ਸਰੀਰ ਤੇ ਜ਼ਖ਼ਮ ਹੋ ਜਾਂਦਾ ਹੈ ਤਾਂ ਉਸੇ ਵੇਲੇ ਇਕ ਖ਼ਾਸ ਤਰ੍ਹਾਂ ਦੇ ਕਿਟਾਣੂ ਜਿਹੜੇ ਹਰ ਵੇਲੇ ਹਵਾ ਵਿੱਚ ਹੁੰਦੇ ਹਨ, ਜ਼ਖ਼ਮ ਤੇ ਹਮਲਾ ਕਰ ਦੇਂਦੇ ਹਨ ਤੇ ਜ਼ਖ਼ਮਾਂ ਨੂੰ ਵਿਗਾੜ ਦੇਂਦੇ ਹਨ। ਇਹੀ ਕਾਰਣ ਹੈ ਕਿ ਡਾਕਟਰ ਜ਼ਖ਼ਮ ਤੇ ਪੱਟੀ ਬੰਨ੍ਹਣ ਤੋਂ ਪਹਿਲਾਂ ਹਮੇਸ਼ਾਂ ਕਿਸੇ ਕਿਟਾਣੂ ਨਾਸ਼ਕ ਦਵਾਈ ਨਾਲ ਧੋ ਲੈਂਦੇ ਹਨ, ਜਿਸ ਨਾਲ ਇਹ ਕਿਟਾਣੂ ਮਰ ਜਾਣ ਤੇ ਜ਼ਖ਼ਮ ਠੀਕ ਹੋ ਸਕੇ।

ਅਭਿਆਸ

I. ਦੱਸੋ ਭਲਾ:—

1. ਕਿਟਾਣੂ ਕੀ ਹੁੰਦੇ ਹਨ?
2. ਸਾਡੇ ਦੁਸ਼ਮਣ ਕਿਟਾਣੂ ਕੀ ਕੀ ਰੋਗ ਫੈਲਾ ਸਕਦੇ ਹਨ?
3. ਗਲੇ ਸੜੇ ਫਲ ਖਾਣਾ ਕਿਉਂ ਹਾਨੀਕਾਰਕ ਹੈ?
4. ਜ਼ਖ਼ਮ ਵਿਗੜ ਕਿਉਂ ਜਾਂਦੇ ਹਨ?

II. ਵਾਕ ਬਣਾਓ:—

ਕੀੜੇ ਮਕੌੜੇ, ਖੁਰਦਬੀਨ, ਕੁਰਬੁਲ, ਬੈਕਟੇਰੀਆ, ਅਧਿਐਨ, ਹਾਨੀਕਾਰਕ, ਕਿਟਾਣੂ, ਚੂਸਣਾ, ਜ਼ਖ਼ਮ।

III. ਖ਼ਾਲੀ ਥਾਂਵਾਂ ਭਰੋ:—

1. ਕਿਟਾਣੂ ਹਰ .... ਰਹਿੰਦੇ ਹਨ।
2. ਦਹੀ ਜਾਂ ਦੁਧ ਵਿੱਚ ਹਜ਼ਾਰਾਂ ਲੱਖਾਂ .... ਹੁੰਦੇ ਹਨ।
3. ਇਹ ਕਿਟਾਣੂ ਅਸੀਂ .... ਨਹੀਂ ਸਕਦੇ।
4. ਲੂਈ ਪਾਸਚਰ ਨੇ ਇਨ੍ਹਾਂ ਕਿਟਾਣੂਆਂ ਦਾ .... ਕੀਤਾ।
5. ਗਲੀਆਂ ਸੜੀਆਂ ਸਬਜ਼ੀਆਂ ਤੇ ਫਲ ਖਾਣਾ ਸਿਹਤ ਲਈ .... ਹੈ।
6. .... ਬੁਖ਼ਾਰ ਮੱਛਰਾਂ ਦੇ ਕੱਟਣ ਨਾਲ ਹੁੰਦਾ ਹੈ।
7. .... ਬੁਖ਼ਾਰ ਦੇ ਕਿਟਾਣੂ ਪਾਣੀ ਜਾਂ ਖਾਣੇ ਦੇ ਨਾਲ ਪੇਟ ਵਿੱਚ ਪਹੁੰਚ ਕੇ .... ਤੇ ਹਮਲਾ ਕਰਦੇ ਹਨ।
8. ਪਲੇਗ .... ਦਾ ਰੋਗ ਹੈ।

ਕਿਟਾਣੂ

(2)

ਅੱਜ ਤੋਂ ਸੌ ਸਾਲ ਪਹਿਲਾਂ ਕਿਸੇ ਨੂੰ ਪਤਾ ਨਹੀਂ ਸੀ ਕਿ ਜ਼ਖ਼ਮ ਕਿਉਂ ਵਿਗੜਦੇ ਹਨ। ਜੇ ਕਿਸੇ ਆਦਮੀ ਨੂੰ ਵੱਡਾ ਜ਼ਖ਼ਮ ਹੋ ਜਾਂਦਾ ਤਾਂ ਉਸ ਦੇ ਠੀਕ ਹੋਣ ਵਿੱਚ ਸ਼ੱਕ ਹੁੰਦਾ ਸੀ। ਜ਼ਖ਼ਮ ਵਿੱਚ ਅਕਸਰ ਪਾਕ ਪੈ ਜਾਂਦੀ, ਉਸ ਦੇ ਆਸ ਪਾਸ ਸੋਜਿਸ਼ ਹੋ ਜਾਂਦੀ ਤੇ ਤੇਜ਼ ਬੁਖ਼ਾਰ ਹੋ ਜਾਂਦਾ। ਬਹੁਤ ਸਾਰੇ ਜ਼ਖ਼ਮੀ ਆਦਮੀ, ਜ਼ਖ਼ਮ ਦੀ ਖ਼ਰਾਬੀ, ਪੀੜ ਤੇ ਬੁਖ਼ਾਰ ਨਾਲ ਮਰ ਜਾਂਦੇ। ਜੇ ਕਿਸੇ ਦਾ ਜ਼ਖ਼ਮ ਠੀਕ ਹੋ ਵੀ ਜਾਂਦਾ ਤਾਂ ਉਸ ਨੂੰ ਬੜਾ ਚਿਰ ਲੱਗ ਜਾਂਦਾ। ਕਈ ਵਾਰੀ ਇਸ ਤਰ੍ਹਾਂ ਹੁੰਦਾ ਸੀ ਕਿ ਜ਼ਖ਼ਮੀ ਆਦਮੀਆਂ ਦੇ ਹਸਪਤਾਲ ਵਿੱਚ ਇਕ ਦਮ 'ਹਸਪਤਾਲ ਦਾ ਰੋਗ' ਫ਼ੈਲ ਜਾਂਦਾ, ਜਿਹੜਾ ਇਕ ਤੋਂ ਬਾਅਦ ਦੂਜੇ ਰੋਗੀ ਤੇ ਹਮਲਾ ਕਰਦਾ ਚਲਾ ਜਾਂਦਾ ਤੇ ਰੋਗੀ ਜ਼ਖ਼ਮਾਂ ਦੇ ਠੀਕ ਹੋ ਜਾਣ ਤੇ ਵੀ ਮਰਨ ਲਗਦੇ। ਡਾਕਟਰ ਹਸਪਤਾਲ ਦੇ ਰੋਗ ਤੋਂ ਬਹੁਤ ਡਰਦੇ ਸਨ। ਲੋਕ ਇਸ ਨੂੰ ਪਰਮਾਤਮਾ ਦਾ ਸਰਾਪ ਸਮਝ ਕੇ ਚੁਪਚਾਪ ਸਹਾਰਦੇ ਰਹਿੰਦੇ ਸਨ, ਇਸ ਦੇ ਇਲਾਵਾ ਹੋਰ ਕੋਈ ਚਾਰਾ ਨਹੀਂ ਸੀ।

ਅਜ ਕਲ੍ਹ ਹਸਪਤਾਲਾਂ ਵਿੱਚ ਸਾਰੀਆਂ ਚੀਜ਼ਾਂ ਸਾਫ਼ ਰਖੀਆਂ ਜਾਂਦੀਆਂ ਹਨ। ਰੋਗੀਆਂ ਦੇ ਬਿਸਤਰੇ ਹਰ ਰੋਜ਼ ਬਦਲੇ ਜਾਂਦੇ ਹਨ। ਡਾਕਟਰ ਸਾਫ਼ ਕਪੜੇ ਪਾ ਕੇ ਕੰਮ ਕਰਦੇ ਹਨ। ਚੀਰ ਫਾੜ ਦੇ ਔਜ਼ਾਰ ਹਮੇਸ਼ਾਂ ਕਿਟਾਣੂ ਨਾਸ਼ਕ ਦਵਾਈਆਂ ਨਾਲ ਧੋ ਕੇ ਕੰਮ ਵਿੱਚ ਲਿਆਏ ਜਾਂਦੇ ਹਨ। ਪਾਸਚਰ ਦੇ ਜ਼ਮਾਨੇ ਵਿੱਚ ਇਹ ਗੱਲ ਨਹੀਂ ਸੀ। ਚੀਰ ਫਾੜ ਦੇ ਕੰਮ ਨੂੰ ਬੜਾ ਘਟੀਆ ਸਮਝ ਕੇ ਨਾਈਆਂ ਤੇ ਛੱਡ ਦਿੱਤਾ ਜਾਂਦਾ ਸੀ। ਉਹ ਆਪਣੇ ਹੱਥ ਤੇ ਔਜ਼ਾਰ ਸਾਫ਼ ਨਹੀਂ ਕਰਦੇ ਸਨ। ਉਹ ਆਪਣੇ ਰੋਜ਼ ਦੇ ਪਾਉਣ ਵਾਲੇ ਕਪੜਿਆਂ ਨਾਲ ਹੀ ਚੀਰ ਫਾੜ ਦਾ ਕੰਮ ਕਰਦੇ ਸਨ। ਕਈ ਜੱਰਾਹ ਤਾਂ ਪੁਰਾਣੇ ਖ਼ੂਨ ਨਾਲ ਲਿਬੜੇ ਹੋਏ ਮੈਲੇ ਕੁੱਚੈਲੇ ਕਪੜੇ ਬੜੀ ਸ਼ਾਨ ਨਾਲ ਪਾਂਦੇ ਸਨ, ਕਿਉਂਕਿ ਇਸ ਤੋਂ ਪਤਾ ਲਗਦਾ ਸੀ ਕਿ ਉਹ ਪਹਿਲਾਂ ਵੀ ਕਈ ਆਪਰੇਸ਼ਨ ਕਰ ਚੁੱਕੇ ਹਨ।

ਪਾਸਚਰ ਦੀਆਂ ਕਾਢਾਂ ਦੀ ਖ਼ਬਰ ਇੰਗਲਿਸਤਾਨ ਦੇ ਇਕ ਡਾਕਟਰ ਲਿਸਟਰ ਨੇ ਬੜੇ ਧਿਆਨ ਨਾਲ ਪੜ੍ਹੀ। ਉਨ੍ਹਾਂ ਦਿਨਾਂ ਵਿੱਚ ਉਸ ਦੇ ਹਸਪਤਾਲ ਵਿੱਚ ਬੜੇ ਜ਼ਖ਼ਮੀ ਮਰ ਰਹੇ ਸਨ ਤੇ ਇਸ ਦਾ ਕਾਰਨ ਉਸ ਦੀ ਸਮਝ ਵਿੱਚ ਨਹੀਂ ਆ ਰਿਹਾ ਸੀ। ਜਦੋਂ ਲਿਸਟਰ ਨੇ ਕਿਟਾਣੂਆਂ ਦੇ ਬਾਰੇ ਪੜ੍ਹਿਆ ਤਾਂ ਉਸ ਨੇ ਸੋਚਿਆ ਕਿ ਜ਼ਰੂਰ ਹੀ ਕੁਝ ਅਜਿਹੇ ਕਿਟਾਣੂ ਹਨ, ਜਿਹੜੇ ਜ਼ਖ਼ਮ ਨੂੰ ਖ਼ਰਾਬ ਕਰ ਦੇਂਦੇ ਹਨ। ਸੋ ਉਹ ਰਾਤ ਦਿਨ ਤਜਰਬੇ ਕਰਨ ਲੱਗਾ। ਕਈ ਸਾਲਾਂ ਦੀ ਮਿਹਨਤ ਦੇ ਬਾਅਦ ਉਸ ਨੇ ਜ਼ਖ਼ਮਾਂ ਨੂੰ ਕਿਟਾਣੂ ਨਾਸ਼ਕ ਦਵਾਈ ਨਾਲ ਸਾਫ਼ ਕਰ ਕੇ ਪੱਟੀ ਕਰਨ ਦੇ ਤਰੀਕੇ ਦਾ ਆਵਿਸ਼ਕਾਰ ਕੀਤਾ।

ਲਿਸਟਰ ਨੇ ਸਭ ਤੋਂ ਪਹਿਲਾਂ ਆਪਣੇ ਤਰੀਕੇ ਦਾ ਤਜਰਬਾ ਗਿਆਰਾਂ ਸਾਲ ਦੇ ਇਕ ਲੜਕੇ ਤੇ ਕੀਤਾ, ਜਿਸ ਦੀ ਲੱਤ ਇਕ ਬੈਲ ਗੱਡੀ ਥੱਲੇ ਆ ਕੇ ਜ਼ਖ਼ਮੀ ਹੋ ਗਈ ਸੀ। ਲਿਸਟਰ ਦੇ ਜ਼ਮਾਨੇ ਵਿੱਚ ਐਸੇ ਜ਼ਖ਼ਮ ਦਾ ਇਲਾਜ ਇਕ ਹੀ ਸੀ ਕਿ ਲੱਤ ਕੱਟ ਦਿੱਤੀ ਜਾਏ। ਉਸ ਦੇ ਬਾਅਦ ਜੇ ਰੋਗੀ ਦੀ ਕਿਸਮਤ ਚੰਗੀ ਹੁੰਦੀ ਤਾਂ ਉਹ ਬੱਚ ਜਾਂਦਾ, ਨਹੀਂ ਤਾਂ ਜ਼ਖ਼ਮ ਵਿੱਚ ਪਾਕ ਪੈ ਜਾਂਦੀ ਤੇ ਉਹ ਮਰ ਜਾਂਦਾ।

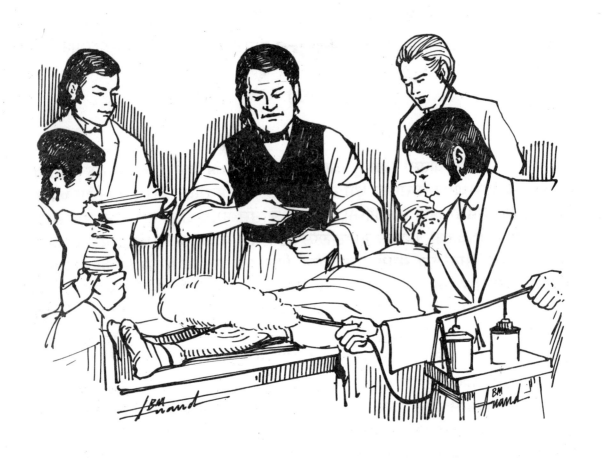

ਲਿਸਟਰ ਨੇ ਲੱਤ ਕੱਟਣ ਦੀ ਥਾਂ ਇਸ ਤੇ ਕਾਰਬਾਲਿਕ ਐਸਿਡ ਦੀ ਪੱਟੀ ਕੀਤੀ। ਚਾਰ ਦਿਨ ਦੇ ਬਾਅਦ ਲੜਕੇ ਨੂੰ ਬੁਖ਼ਾਰ ਨਾ ਹੋਇਆ, ਜੋ ਕਿ ਆਮ ਤੌਰ ਤੇ ਹੋ ਜਾਂਦਾ ਸੀ। ਡੇਢ ਮਹੀਨੇ ਦੇ ਬਾਅਦ ਲੜਕੇ ਦੀ ਲੱਤ ਬਿਲਕੁਲ ਠੀਕ ਹੋ ਗਈ।

ਸ਼ੁਰੂ ਵਿੱਚ ਲਿਸਟਰ ਦੇ ਤਰੀਕੇ ਨੂੰ ਡਾਕਟਰਾਂ ਨੇ ਹਾਸੇ ਵਿੱਚ ਉਡਾ ਦਿੱਤਾ। ਪਰ ਅੱਜ ਸਾਰੀ ਦੁਨੀਆਂ ਵਿੱਚ ਇਸ ਦੀ ਵਰਤੋਂ ਕੀਤੀ ਜਾਂਦੀ ਹੈ। ਪਾਸਚਰ ਤੇ ਲਿਸਟਰ ਦੀਆਂ ਕਾਢਾਂ ਕਰ ਕੇ ਅਜ ਕਰੋੜਾਂ ਜ਼ਖ਼ਮੀ ਠੀਕ ਹੋ ਰਹੇ ਹਨ ਤੇ ਆਪਰੇਸ਼ਨ ਬਿਨਾਂ ਕਿਸੇ ਦੁਖ ਜਾਂ ਪੀੜ ਦੇ ਹੋ ਜਾਂਦਾ ਹੈ।

ਅਸੀਂ ਵੇਖਿਆ ਹੈ ਕਿ ਕਿਟਾਣੂ ਚਾਹੇ ਬੜੇ ਬਾਰੀਕ ਤੇ ਛੋਟੇ ਹਨ, ਫੇਰ ਵੀ ਬੜਾ ਨੁਕਸਾਨ ਕਰਦੇ ਹਨ। ਆਦਮੀ, ਜਾਨਵਰ ਤੇ ਪੌਦਿਆਂ ਦਾ ਨਾਸ ਕਰ ਸਕਦੇ ਹਨ। ਪਰ ਸਾਰੇ ਕਿਟਾਣੂ ਸਾਡੇ ਦੁਸ਼ਮਣ ਨਹੀਂ। ਕਈ ਕਿਟਾਣੂ ਸਾਡੇ ਮਿੱਤਰ ਹਨ ਤੇ ਸਾਡੀ ਬੜੀ ਸੇਵਾ ਕਰਦੇ ਹਨ। ਇਕ ਪ੍ਰਕਾਰ ਦੇ ਕਿਟਾਣੂ ਜਿਹੜੇ ਦੁੱਧ ਨੂੰ ਦਹੀਂ ਵਿੱਚ ਬਦਲ ਦੇਂਦੇ ਹਨ, ਸਿਹਤ ਲਈ ਬੜੇ ਫ਼ਾਇਦੇਮੰਦ ਹਨ। ਇਕ ਤਰ੍ਹਾਂ ਦੇ ਕਿਟਾਣੂ ਆਟੇ ਨੂੰ ਖ਼ਮੀਰਾ ਕਰ ਦੇਂਦੇ ਹਨ। ਖ਼ਮੀਰੇ ਆਟੇ ਤੋਂ ਡਬਲ ਰੋਟੀ ਤੇ ਨਾਨ ਬਣਦੇ ਹਨ, ਜਿਹੜੇ ਦੂਜੀ ਰੋਟੀ ਤੋਂ ਜਲਦੀ ਪਚ ਜਾਂਦੇ ਹਨ। ਕਿਟਾਣੂ ਹੀ ਗੰਨੇ ਦੇ ਰਸ ਨੂੰ ਸਿਰਕੇ ਵਿੱਚ ਬਦਲ ਦੇਂਦੇ ਹਨ। ਕੁਦਰਤ ਕਿਟਾਣੂਆਂ ਤੋਂ ਬੜਾ ਕੰਮ ਲੈਂਦੀ ਹੈ। ਪੁਰਾਣੇ ਦਰਖ਼ਤਾਂ, ਪੌਦਿਆਂ ਤੇ ਮਰੇ ਹੋਏ ਜਾਨਵਰਾਂ ਨੂੰ ਕਿਟਾਣੂ ਮਿੱਟੀ ਬਣਾ ਦਿੰਦੇ ਹਨ। ਅਗਰ ਇਹ ਕਿਟਾਣੂ ਨਾ ਹੁੰਦੇ ਤਾਂ ਹਰ ਜਗ੍ਹਾ ਮਰੇ ਹੋਏ ਜਾਨਵਰਾਂ,

ਪੌਦਿਆਂ ਤੇ ਕੂੜੇ ਕਰਕਟ ਨਾਲ ਸਾਰੀ ਦੁਨੀਆਂ ਵਿੱਚ ਗੰਦਗੀ ਫੈਲ ਜਾਂਦੀ ਤੇ ਜੀਉਣਾ ਮੁਸ਼ਕਲ ਹੋ ਜਾਂਦਾ।

ਅਭਿਆਸ

I. ਦੱਸੋ ਭਲਾ:—

1. ਕਿਟਾਣੂ ਨਾਸ਼ਕ ਪੱਟੀ ਤੋਂ ਕੀ ਮਤਲਬ ਹੈ?
2. ਪੁਰਾਣੇ ਜ਼ਮਾਨੇ ਵਿੱਚ ਆਪਰੇਸ਼ਨ ਕਰਨਾ ਕਿਉਂ ਖਤਰਨਾਕ ਸੀ?
3. ਸਾਡੇ ਮਿੱਤਰ ਕਿਟਾਣੂ ਸਾਡੀ ਕੀ ਸੇਵਾ ਕਰਦੇ ਹਨ?

II. ਵਾਕ ਬਣਾਓ:—

ਜ਼ਖ਼ਮ, ਪਾਕ, ਕੋਸ਼ਿਸ਼, ਚੀਰ ਫਾੜ, ਜੱਰਾਹ, ਮੈਲੇ ਕੁੱਚੈਲੇ, ਆਪਰੇਸ਼ਨ, ਆਵਿਸ਼ਕਾਰ, ਪੀੜ, ਖ਼ਮੀਰਾ, ਸਿਰਕਾ, ਗੰਦਗੀ।

III. ਖ਼ਾਲੀ ਥਾਂਵਾਂ ਭਰੋ:—

1. ਡਾਕਟਰ .... ਦੇ ਰੋਗ ਤੋਂ ਬਹੁਤ ਡਰਦੇ ਸਨ।
2. ਚੀਰ ਫਾੜ ਦਾ ਕੰਮ ਘਟੀਆ ਸਮਝ ਕੇ .... ਤੇ ਛੱਡ ਦਿੱਤਾ ਜਾਂਦਾ ਸੀ।
3. ਚੀਰ ਫਾੜ ਦੇ .... ਹਮੇਸ਼ਾਂ ਕਿਟਾਣੂ ਨਾਸ਼ਕ ਦਵਾਈਆਂ ਨਾਲ ਧੋ ਕੇ ਕੰਮ ਲਿਆਏ ਜਾਂਦੇ ਹਨ।
4. ਸਭ ਤੋਂ ਪਹਿਲਾਂ .... ਨੇ ਕਿਟਾਣੂ ਨਾਸ਼ਕ ਦਵਾਈ ਨਾਲ ਜ਼ਖ਼ਮ ਦੀ ਪੱਟੀ ਕਰਨ ਦਾ .... ਕੀਤਾ।

ਹਾਲੀ ਦਾ ਗੀਤ

ਬੱਲੇ ਬੱਲੇ ਬਗਿਆ ਸ਼ੇਰਾ,
ਅਸ਼ਕੇ ਅਸ਼ਕੇ ਵਗਣਾ ਤੇਰਾ।

ਤੂੰ ਚਲਦਾ ਤੇ ਦੁਨੀਆਂ ਚਲਦੀ,
ਤੂੰ ਖਲ੍ਹਦਾ ਤੇ ਦੁਨੀਆਂ ਖਲ੍ਹਦੀ।
ਤੇਰੇ ਵਰਗਾ ਕਿਹੜਾ ਬਲੀ,
ਜਿਸ ਦੇ ਸਿੰਙ ਤੇ ਦੁਨੀਆਂ ਖਲ੍ਹੀ।

ਤਤਾ ਤਤਾ ਤਤਾ ਤਤਾ.....

ਝੁਲ ਤੇਰੀ ਨੂੰ ਲੱਗੇ ਛੱਬੇ,
ਗਲ ਤੇਰੇ ਵਿੱਚ ਗਾਨੀ ਫੱਬੇ,
ਤੇਰੇ ਜੰਗ ਹਮੇਲਾਂ ਟਲੀਆਂ,
ਮੈਂ ਗਾਵਾਂ ਇਹ ਮਾਰਨ ਤਲੀਆਂ।

ਤਤਾ ਤਤਾ ਤਤਾ ਤਤਾ.....

ਵਹੁਟੀ ਮੇਰੀ ਸਜ ਵਿਆਹੀ,
ਕਿੰਨਾ ਸਾਰਾ ਦਾਜ ਲਿਆਈ।
ਵਿੱਚ ਲਿਆਈ ਚੀਰਾ ਮੇਰਾ,
ਨਾਲੇ ਇਕ ਮਖੇਰਨਾ ਤੇਰਾ।

ਤਤਾ ਤਤਾ ਤਤਾ ਤਤਾ.....

ਇਹ ਮਖੇਰਨਾ ਭਾਗੀਂ ਭਰਿਆ,
ਮੇਰੀ ਸਜ ਵਿਆਹੀ ਜੜਿਆ,
ਫੁੰਮਣਾਂ ਅਤੇ ਜ਼ੰਜੀਰਾਂ ਨਾਲ,
ਘੋਗਿਆਂ ਤੇ ਤਸਵੀਰਾਂ ਨਾਲ।

ਤਤਾ ਤਤਾ ਤਤਾ ਤਤਾ.....

ਮਥੇ ਤੇਰੇ ਮਖੇਰਨਾ ਪਾ ਕੇ,
ਨਾਲ ਝਾਂਜਰਾਂ ਪੈਰ ਸਜਾ ਕੇ,
ਲੱਕ ਆਪਣੇ ਚਾਦਰ ਖੜਕਾ ਕੇ,
ਡੱਬਾਂ ਵਿੱਚ ਰੁਪਈਏ ਪਾ ਕੇ,
ਬਣ ਜਾਵਾਂਗੇ ਦੋਵੇਂ ਛੈਲੇ,
ਫੇਰ ਚਲਾਂਗੇ ਆਪਾਂ ਮੇਲੇ।

ਤਤਾ ਤਤਾ ਤਤਾ ਤਤਾ.....

—ਮੋਹਨ ਸਿੰਘ

ਦੋ ਮੈਂ ਖਾਵਾਂਗਾ

ਕਿਸੇ ਪਿੰਡ ਵਿੱਚ ਇਕ ਬੁੱਢਾ ਭਿਖਾਰੀ ਰਹਿੰਦਾ ਸੀ। ਉਹ ਹਰ ਰੋਜ਼ ਲੋਕਾਂ ਦੇ ਘਰ ਭਿਖਿਆ ਮੰਗਣ ਜਾਂਦਾ। ਪਿੰਡ ਦੇ ਲੋਕ ਉਸ ਨੂੰ ਆਟਾ, ਦਾਲ, ਚਾਵਲ ਕੁਝ ਨਾ ਕੁਝ ਦੇ ਦੇਂਦੇ। ਇਸ ਤਰ੍ਹਾਂ ਬੁੱਢਾ ਭਿਖਾਰੀ ਤੇ ਉਸ ਦੀ ਵਹੁਟੀ ਰੁੱਖਾ ਸੁੱਕਾ ਖਾ ਕੇ ਦਿਨ ਗੁਜ਼ਾਰ ਰਹੇ ਸਨ।

ਇਕ ਦਿਨ ਭਿਖਾਰਨ ਨੇ ਕਿਹਾ, "ਮੇਰਾ ਦਿਲ ਮਿੱਠੀ ਰੋਟੀ ਖਾਣ ਨੂੰ ਕਰਦਾ ਹੈ। ਅਜ ਤੂੰ ਜਿਸ ਤਰ੍ਹਾਂ ਵੀ ਹੋ ਸਕੇ, ਥੋੜਾ ਗੁੜ ਮੰਗ ਕੇ ਲਿਆ।"

ਬੁੱਢਾ ਭਿਖਾਰੀ ਰੋਜ਼ ਵਾਂਗ ਪਿੰਡ ਵਿੱਚ ਗਿਆ। ਉਸ ਨੇ ਬਹੁਤ ਸਾਰੇ ਘਰਾਂ ਵਿੱਚ ਭਿਖਿਆ ਮੰਗੀ ਤੇ ਥੋੜਾ-ਥੋੜਾ ਕਰ ਕੇ ਉਸ ਨੇ ਕੁਝ ਗੁੜ ਇਕੱਠਾ ਕਰ ਲਿਆ।

ਭਿਖਾਰਨ ਬੜੀ ਖੁਸ਼ ਹੋਈ। ਉਸ ਨੇ ਗੁੜ ਤੇ ਆਟਾ ਮਿਲਾ ਕੇ ਤਿੰਨ ਮਿੱਠੀਆਂ ਰੋਟੀਆਂ ਪਕਾਈਆਂ। ਭਿਖਾਰਨ ਨੇ ਸੋਚਿਆ, ਦੋ ਮੈਂ ਖਾ ਲਵਾਂਗੀ ਤੇ ਇਕ ਮੇਰਾ ਪਤੀ ਖਾ ਲਏਗਾ। ਪਰ ਭਿਖਾਰੀ ਨੇ ਕਿਹਾ, "ਨਹੀਂ, ਦੋ ਰੋਟੀਆਂ ਮੈਂ ਖਾਵਾਂਗਾ।" ਫੇਰ ਉਨ੍ਹਾਂ ਵਿੱਚ ਝਗੜਾ ਹੋਣ ਲੱਗ ਪਿਆ। ਭਿਖਾਰਨ ਨੇ ਕਿਹਾ, "ਰੋਟੀਆਂ ਮੈਂ ਬਣਾਈਆਂ ਨੇ, ਦੋ ਮੈਂ ਖਾਵਾਂਗੀ।"

ਭਿਖਾਰੀ ਨੇ ਕਿਹਾ, "ਵਾਹ! ਮੈਂ ਗੁੜ ਮੰਗ ਕੇ ਨਾ ਲਿਆਉਂਦਾ ਤਾਂ ਤੂੰ ਰੋਟੀਆਂ ਕਿਸ ਤਰ੍ਹਾਂ ਬਣਾ ਲੈਂਦੀ?"

ਇਸ ਤਰ੍ਹਾਂ ਬਹੁਤ ਦੇਰ ਤਕ ਦੋਵੇਂ ਲੜਦੇ ਰਹੇ। ਆਖ਼ਰ ਉਨ੍ਹਾਂ ਫ਼ੈਸਲਾ ਕੀਤਾ ਕਿ ਦੋਵੇਂ ਸੌਂ ਜਾਈਏ। ਕਲ੍ਹ ਜਿਹੜਾ ਪਹਿਲਾਂ ਉਠੇ, ਉਹ ਇਕ ਰੋਟੀ ਖਾਏ ਤੇ ਜੋ ਬਾਦ ਵਿੱਚ ਉਠੇ, ਉਹ ਦੋ ਖਾਏ।

ਉਸ ਰਾਤ ਭਿਖਾਰੀ ਤੇ ਉਸ ਦੀ ਵਹੁਟੀ ਬਿਨਾ ਖਾਧੇ ਪੀਤੇ ਹੀ ਸੌਂ ਗਏ। ਰੋਜ਼ ਵਾਂਗ ਉਨ੍ਹਾਂ ਦੀ ਸਵੇਰੇ ਜਾਗ ਖੁਲ੍ਹੀ, ਪਰ ਦੋਵੇਂ ਚੁਪਚਾਪ ਲੇਟੇ ਰਹੇ। ਭਿਖਾਰੀ ਨੇ ਸੋਚਿਆ, ਪਹਿਲਾਂ ਮੇਰੀ ਵਹੁਟੀ ਉਠੇ, ਮੈਂ ਬਾਦ ਵਿੱਚ ਉਠਾਂਗਾ ਤਾਂ ਦੋ ਰੋਟੀਆਂ ਮਿਲਣਗੀਆਂ।

ਭਿਖਾਰਨ ਨੇ ਸੋਚਿਆ, ਹੁਣੇ ਮੇਰਾ ਪਤੀ ਉਠੇਗਾ। ਮੈਂ ਬਾਦ ਵਿੱਚ ਉਠਾਂਗੀ ਤਾਂ ਦੋ ਰੋਟੀਆਂ ਮੈਂ ਖਾਵਾਂਗੀ। ਉਹ ਦੋਵੇਂ ਅੱਖਾਂ ਮੀਟ ਕੇ ਚੁਪਚਾਪ ਪਏ ਰਹੇ ਤੇ ਕੋਈ ਵੀ ਨਾ ਉਠਿਆ।

ਸੂਰਜ ਨਿਕਲ ਆਇਆ। ਹੌਲੀ ਹੌਲੀ ਦੁਪਹਿਰ ਹੋ ਗਈ, ਪਰ ਕੋਈ ਵੀ ਨਾ ਹਿਲਿਆ। ਉਹ ਸਾਰਾ ਦਿਨ ਇਸੇ ਤਰ੍ਹਾਂ ਪਏ ਰਹੇ। ਦੂਜੀ ਰਾਤ ਵੀ ਗੁਜ਼ਰ ਗਈ ਤੇ ਦਿਨ ਚੜ੍ਹ ਆਇਆ। ਪਰ ਦੋਹਾਂ ਵਿੱਚੋਂ ਇਕ ਵੀ ਨਾ ਉਠਿਆ।

ਪਿੰਡ ਦੇ ਲੋਕਾਂ ਨੇ ਦੋ ਦਿਨ ਭਿਖਾਰੀ ਨੂੰ ਨਾ ਵੇਖਿਆ ਤਾਂ ਉਹ ਬੜੇ ਹੈਰਾਨ ਹੋਏ ਕਿ ਕੀ ਗੱਲ ਹੈ। ਕੁਝ ਆਦਮੀ ਉਸ ਦੇ ਘਰ ਪਤਾ ਲਗਾਉਣ ਗਏ ਤਾਂ ਉਨ੍ਹਾਂ ਨੇ ਵੇਖਿਆ ਕਿ ਭਿਖਾਰੀ ਤੇ ਉਸ ਦੀ ਪਤਨੀ ਦੋਵੇਂ ਜ਼ਮੀਨ ਤੇ ਪਏ ਹੋਏ ਹਨ। ਪਿੰਡ ਵਾਲਿਆਂ ਨੇ ਸਮਝਿਆ ਕਿ ਵਿਚਾਰੇ ਮਰ ਗਏ ਹਨ। ਕੁਝ ਆਦਮੀ ਉਨ੍ਹਾਂ ਨੂੰ ਚੁੱਕ ਕੇ ਸ਼ਮਸ਼ਾਨ ਲੈ ਗਏ। ਪਰ ਰੋਟੀਆਂ ਖਾਣ ਦੇ ਲਾਲਚ ਵਿੱਚ ਉਹ ਫੇਰ ਵੀ ਨਾ ਬੋਲੇ।

ਭਿਖਾਰੀ ਤੇ ਉਸ ਦੀ ਵਹੁਟੀ ਨੂੰ ਚਿਤਾ ਤੇ ਲਿਟਾ ਕੇ ਆਦਮੀਆਂ ਨੇ ਅੱਗ ਲਾ ਦਿੱਤੀ। ਉਹ ਫੇਰ ਵੀ ਨਾ ਉਠੇ। ਥੋੜੀ ਦੇਰ ਵਿਚ ਜਦੋਂ ਭਾਂਬੜ ਮਚਿਆ ਤੇ **ਲਾਟਾਂ** ਨਿਕਲੀਆਂ ਤਾਂ ਦੋਵੇਂ ਇਕ ਦਮ ਉਠ ਬਠੇ ਤੇ ਜ਼ੋਰ ਜ਼ੋਰ ਦੀ ਚੀਕਣ ਲੱਗੇ, "ਦੋ ਮੈਂ ਖਾਵਾਂਗਾ," ਭਿਖਾਰੀ ਕਹਿ ਰਿਹਾ ਸੀ ਤੇ ਭਿਖਾਰਨ ਸ਼ੋਰ ਮਚਾ ਰਹੀ ਸੀ, "ਦੋ ਮੈਂ ਖਾਵਾਂਗੀ।"

ਉਨ੍ਹਾਂ ਆਦਮੀਆਂ ਨੇ ਸਮਝਿਆ ਕਿ ਮਰਨ ਵਾਲੇ ਭੂਤ ਬਣ ਕੇ ਉਠ ਬੈਠੇ ਹਨ ਤੇ ਹੁਣ ਇਹ ਸਾਨੂੰ ਨਹੀਂ ਛਡਣਗੇ। ਉਹ ਉਥੋਂ ਉਠ ਭੱਜੇ ਤੇ ਪਿੰਡ ਵਿੱਚ ਪਹੁੰਚ ਕੇ ਹੀ ਦਮ ਲਿਆ।

ਪਿੰਡ ਦੇ ਲੋਕ ਇਹ ਅਜੀਬ ਖ਼ਬਰ ਸੁਣ ਕੇ ਬੜੇ ਹੈਰਾਨ ਹੋਏ। ਪਰ ਉਨ੍ਹਾਂ ਦੀ ਹੈਰਾਨੀ ਬਹੁਤ ਦੇਰ ਤਕ ਨਾ ਰਹੀ, ਕਿਉਂਕਿ ਛੇਤੀ ਹੀ ਭਿਖਾਰੀ ਤੇ ਉਸ ਦੀ ਵਹੁਟੀ ਆ ਪਹੁੰਚੇ ਤੇ ਉਨ੍ਹਾਂ ਨੇ ਸਾਰੀ ਗੱਲ ਕਹਿ ਸੁਣਾਈ।

ਅਭਿਆਸ

I. ਦੱਸੋ ਭਲਾ:—

1. ਬੁੱਢਾ ਭਿਖਾਰੀ ਤੇ ਉਸ ਦੀ ਵਹੁਟੀ ਆਪਣਾ ਗੁਜ਼ਾਰਾ ਕਿਸ ਤਰ੍ਹਾਂ ਕਰਦੇ ਸਨ?
2. ਭਿਖਾਰੀ ਤੇ ਭਿਖਾਰਨ ਵਿੱਚ ਝਗੜਾ ਕਿਉਂ ਹੋਇਆ?
3. ਉਨ੍ਹਾ ਨੇ ਕੀ ਫ਼ੈਸਲਾ ਕੀਤਾ?
4. ਪਿੰਡ ਦੇ ਲੋਕਾਂ ਨੇ ਕੀ ਕੀਤਾ?
5. ਜਦੋਂ ਚਿਤਾ ਨੂੰ ਅੱਗ ਲਾ ਦਿੱਤੀ ਗਈ ਤਾਂ ਕੀ ਹੋਇਆ?
6. ਆਦਮੀ ਕਿਉਂ ਭੱਜ ਉਠੇ?

II. ਵਾਕ ਬਣਾਓ:—

ਭਿਖਾਰੀ, ਝਗੜਾ, ਫ਼ੈਸਲਾ, ਦੁਪਹਿਰ, ਲਾਲਚ, ਭੂਤ, ਅਜੀਬ, ਖ਼ਬਰ, ਹੈਰਾਨੀ।

III. ਖ਼ਾਲੀ ਥਾਂਵਾਂ ਭਰੋ—

1. ਕਿਸੇ ਪਿੰਡ ਵਿੱਚ ਇਕ ਬੁੱਢਾ .... ਰਹਿੰਦਾ ਸੀ।
2. ਉਸ ਨੇ ਪਿੰਡ ਦੇ ਘਰਾਂ ਵਿੱਚੋਂ ਥੋੜਾ-ਥੋੜਾ .... ਤੇ .... ਇਕੱਠਾ ਕੀਤਾ।
3. ਉਸ ਦੀ ਵਹੁਟੀ ਨੇ ਤਿੰਨ .... ਰੋਟੀਆਂ ਪਕਾਈਆਂ।
4. ਉਨ੍ਹਾਂ ਦੋਹਾਂ ਵਿੱਚ .... ਹੋ ਗਿਆ।
5. ਦੋਵੇਂ ਇਹ .... ਕਰਕੇ ਸੌਂ ਗਏ ਕਿ ਜੋ ਪਹਿਲਾਂ ਉਠੇ ਉਹ .... ਰੋਟੀਆਂ ਖਾਏਗਾ।
6. ਪਿੰਡ ਦੇ ਲੋਕ ਉਨ੍ਹਾਂ ਨੂੰ .... ਹੋਏ ਸਮਝ ਕੇ ਸ਼ਮਸ਼ਾਨ ਲੈ ਗਏ।
7. ਅੱਗ ਦਾ ਸੇਕ ਲੱਗਣ ਤੇ ਉਹ .... ਬੈਠੇ।
8. ਵਹੁਟੀ ਕਹਿੰਦੀ ਸੀ ਦੋ ਮੈਂ .... ਤੇ ਭਿਖਾਰੀ ਕਹਿੰਦਾ ਸੀ .... ਮੈਂ ਖਾਵਾਂਗਾ।

ਮਿੱਟੀ ਦਾ ਤੇਲ

ਉਨ੍ਹਾਂ ਸਭ ਘਰਾਂ ਵਿੱਚ, ਜਿੱਥੇ ਬਿਜਲੀ ਨਹੀਂ, ਅਸੀਂ ਲੈਂਪਾਂ ਵਿੱਚ ਮਿੱਟੀ ਦਾ ਤੇਲ ਬਾਲ ਕੇ ਰੋਸ਼ਨੀ ਕਰਦੇ ਹਾਂ। ਇਹ ਤੇਲ ਜ਼ਮੀਨ ਵਿੱਚੋਂ ਨਿਕਲਦਾ ਹੈ। ਇਸ ਲਈ ਇਸ ਨੂੰ ਮਿੱਟੀ ਦਾ ਤੇਲ ਕਹਿੰਦੇ ਹਨ।

ਅਜ ਤੋਂ ਲੱਖਾਂ ਸਾਲ ਪਹਿਲਾਂ ਧਰਤੀ ਤੇ ਬੜੀਆਂ ਦਲਦਲਾਂ ਸਨ। ਇਨ੍ਹਾਂ ਵਿੱਚ ਵੱਡੇ ਵੱਡੇ ਦਰਖ਼ਤ ਤੇ ਪੌਦੇ ਉਗ ਉਗ ਕੇ ਡਿਗਦੇ ਰਹੇ। ਪੱਤੇ, ਮਰੇ ਹੋਏ ਪਸ਼ੂ ਤੇ ਮੱਛੀਆਂ ਵੀ ਇਨ੍ਹਾਂ ਵਿੱਚ ਮਿਲ ਕੇ ਗਲਦੇ ਸੜਦੇ ਰਹੇ।

ਉਸ ਜ਼ਮਾਨੇ ਵਿੱਚ ਬੜੇ ਭੁਚਾਲ ਆਉਂਦੇ ਰਹਿੰਦੇ ਸਨ ਤੇ ਧਰਤੀ ਉਲਟ-ਪੁਲਟ ਹੁੰਦੀ ਰਹਿੰਦੀ ਸੀ। ਇਨ੍ਹਾਂ ਭੁਚਾਲਾਂ ਵਿੱਚ ਇਹ ਗਲੇ ਸੜੇ ਪੱਤੇ, ਮਰੇ ਹੋਏ ਪਸ਼ੂ ਤੇ ਦਰਖ਼ਤ ਜ਼ਮੀਨ ਦੇ ਅੰਦਰ ਬਹੁਤ ਦੂਰ ਤਕ ਹੇਠਾਂ ਚਲੇ ਗਏ ਤੇ ਕਿਸੇ ਅਜੀਬ ਤਰੀਕੇ ਨਾਲ ਮਿੱਟੀ ਦੇ ਤੇਲ ਵਿੱਚ ਬਦਲ ਗਏ।

ਮਿੱਟੀ ਦਾ ਤੇਲ ਧਰਤੀ ਵਿੱਚ ਬਹੁਤ ਡੂੰਘਾਈ ਤੇ ਹੁੰਦਾ ਹੈ ਤੇ ਖੂਹ ਪੁੱਟਣ ਵਿੱਚ ਬਹੁਤ ਖ਼ਰਚ ਹੁੰਦਾ ਹੈ। ਇਸ ਲਈ ਖੂਹ ਪੁੱਟਣ ਤੋਂ ਪਹਿਲਾਂ ਇਹ ਪਤਾ ਲਗਾਉਣਾ ਬੜਾ ਜ਼ਰੂਰੀ ਹੁੰਦਾ ਹੈ ਕਿ ਕਿਸੇ ਜਗ੍ਹਾ ਤੇਲ ਹੈ ਵੀ ਜਾਂ ਨਹੀਂ।

ਜਿਸ ਧਰਤੀ ਵਿੱਚ ਤੇਲ ਹੁੰਦਾ ਹੈ ਉਥੇ ਆਮ ਤੌਰ ਤੇ ਅੱਗ ਦੀਆਂ ਲਪਟਾਂ ਉਠਦੀਆਂ ਰਹਿੰਦੀਆਂ ਹਨ। ਕਈ ਵਾਰੀ ਇਤਫ਼ਾਕ ਨਾਲ ਵੀ ਤੇਲ ਦੇ ਖੂਹ ਮਿਲ ਜਾਂਦੇ ਹਨ। ਤੇਲ ਦੀ ਜਾਨਕਾਰੀ ਰਖਣ ਵਾਲੇ ਸਿਆਣੇ ਲੋਕ ਕਈ ਦੂਜੇ ਤਰੀਕਿਆਂ ਨਾਲ ਵੀ ਪਤਾ ਲਗਾ ਲੈਂਦੇ ਹਨ ਕਿ ਕਿਸੇ ਜਗ੍ਹਾ ਤੇ ਤੇਲ ਮਿਲੇਗਾ ਜਾਂ ਨਹੀਂ। ਜਦੋਂ ਪੂਰਾ ਵਿਸ਼ਵਾਸ ਹੋ ਜਾਂਦਾ ਹੈ ਕਿ ਕਿਸੇ ਥਾਂ ਤੇ ਤੇਲ ਹੈ ਤਾਂ ਖੁਦਾਈ ਦਾ ਕੰਮ ਸ਼ੁਰੂ ਹੋ ਜਾਂਦਾ ਹੈ।

ਲੋਹੇ ਦੇ ਉੱਚੇ ਉੱਚੇ ਮੁਨਾਰੇ ਜਿਹੇ ਖੜੇ ਕੀਤੇ ਜਾਂਦੇ ਹਨ। ਇਨ੍ਹਾਂ ਨੂੰ ਡੈਰਿਕ ਕਹਿੰਦੇ ਹਨ। ਡੈਰਿਕ ਦੇ ਅੰਦਰ ਖੋਦਣ ਵਾਲੀ ਮਸ਼ੀਨ ਲੱਗੀ ਹੁੰਦੀ ਹੈ ਜੋ ਬਿਜਲੀ ਜਾਂ ਭਾਪ ਦੀ ਸ਼ਕਤੀ ਨਾਲ ਚਲਦੀ ਹੈ। ਲੋਹੇ ਦਾ ਇਕ ਵੱਡਾ ਵਰਮਾ ਘੁੰਮਦਾ ਹੈ ਤੇ ਇਸ ਨਾਲ ਧਰਤੀ ਵਿੱਚ ਅੱਧਾ ਮੀਟਰ ਚੌੜਾ ਸੁਰਾਖ ਹੁੰਦਾ ਚਲਾ ਜਾਂਦਾ ਹੈ। ਜਿਉਂ ਜਿਉਂ ਮਿੱਟੀ ਖੁਦਦੀ ਜਾਂਦੀ ਹੈ, ਇਕ ਦੂਜੀ ਮਸ਼ੀਨ ਉਸ ਨੂੰ ਬਾਹਰ ਕਢੀ ਜਾਂਦੀ ਹੈ ਤੇ ਇਕ ਮਜ਼ਬੂਤ ਲੋਹੇ ਦੀ ਨਾਲੀ ਨਾਲ ਨਾਲ ਹੇਠਾਂ ਉਤਰਦੀ ਜਾਂਦੀ ਹੈ।

ਖੁਦਾਈ ਦਾ ਕੰਮ ਬੜਾ ਮੁਸ਼ਕਲ ਹੁੰਦਾ ਹੈ। ਕਈ ਵਾਰੀ ਜ਼ਮੀਨ ਵਿੱਚ ਪੱਥਰ ਹੁੰਦੇ ਹਨ। ਵਰਮੇ ਦੇ ਦੰਦੇ ਟੁੱਟ ਜਾਂਦੇ ਹਨ ਤੇ ਪੱਥਰ ਬੜੀ ਮੁਸ਼ਕਲ ਨਾਲ ਕਟਿਆ ਜਾਂਦਾ ਹੈ। ਆਖ਼ਰ ਵਿੱਚ ਛੇਦ ਤੇਲ ਤਕ ਜਾ ਪਹੁੰਚਦਾ ਹੈ। ਇਸ ਵੇਲੇ ਬੜਾ ਖ਼ਤਰਾ ਹੁੰਦਾ ਹੈ, ਕਿਉਂਕਿ ਤੇਲ ਦੇ ਨਾਲ ਅਕਸਰ ਬਹੁਤ ਸਾਰੀ ਗੈਸ ਵੀ ਮਿਲੀ ਹੁੰਦੀ ਹੈ। ਜਦੋਂ ਉਸ ਨੂੰ ਬਾਹਰ ਨਿਕਲਣ ਦਾ ਮੌਕਾ ਮਿਲਦਾ ਹੈ ਤਾਂ ਉਹ ਇੰਨੀ ਜ਼ੋਰ ਦੀ ਬਾਹਰ ਨਿਕਲਦੀ ਹੈ ਕਿ ਲੋਹੇ ਦਾ ਭਾਰਾ ਡੈਰਿਕ ਤਿਨਕੇ ਦੀ ਤਰ੍ਹਾਂ ਉਡ ਜਾਂਦਾ ਹੈ ਤੇ ਤੇਲ ਦਾ ਝਰਨਾ ਫੁੱਟ ਪੈਂਦਾ ਹੈ। ਤੇਲ ਦੀ ਮੋਟੀ ਧਾਰ ਕਈ ਮੀਟਰ ਉੱਚੀ ਚਲੀ ਜਾਂਦੀ ਹੈ। ਜਿਥੇ ਜਿਥੇ ਤੇਲ ਪਹੁੰਚਦਾ ਹੈ, ਘਾਹ, ਸਬਜ਼ੀਆਂ ਤੇ ਹੋਰ ਹਰਿਆਲੀ ਸਭ ਨਸ਼ਟ ਹੋ ਜਾਂਦੀ ਹੈ ਤੇ ਕਈ ਸਾਲ ਤਕ ਉਥੇ ਕੁਝ ਪੈਦਾ ਨਹੀਂ ਹੁੰਦਾ।

ਪੂਰੀ ਤਾਕਤ ਨਾਲ ਬਾਹਰ ਨਿਕਲਣ ਵਾਲੀਆਂ ਗੈਸਾਂ ਤੇ ਤੇਲ ਨੂੰ ਕਈ ਵਾਰੀ ਅੱਗ ਲੱਗ ਜਾਂਦੀ ਹੈ। ਇਸ ਨਾਲ ਬੜਾ ਨੁਕਸਾਨ ਹੁੰਦਾ ਹੈ। ਅਕਸਰ ਕਈ ਆਦਮੀ ਵੀ ਇਸ ਅੱਗ ਦਾ ਸ਼ਿਕਾਰ ਹੋ ਜਾਂਦੇ ਹਨ। ਇਕ ਡੈਰਿਕ ਤੋਂ ਕੋਈ ਬਲਦਾ ਹੋਇਆ ਲਕੜੀ ਦਾ ਟੁਕੜਾ ਉਡ ਕੇ ਕਿਸੇ ਦੂਜੇ ਡੈਰਿਕ ਤੇ ਜਾ ਪਏ ਤਾਂ ਅੱਗ ਦੂਜੇ ਖੂਹਾਂ ਤਕ ਵੀ ਫੈਲ ਜਾਂਦੀ ਹੈ, ਤਾਂ ਹੋਰ ਵੀ ਮੁਸ਼ਕਲ ਹੋ ਜਾਂਦੀ ਹੈ। ਅੱਗ ਬੁਝਾਉਣ ਵਾਲੇ ਕਈ ਕਈ ਹਫਤੇ ਅੱਗ ਦੇ ਸ਼ੋਲ੍ਹਿਆਂ ਨੂੰ ਬੁਝਾਉਣ ਵਿੱਚ ਲੱਗੇ ਰਹਿੰਦੇ ਹਨ। ਤਦ ਬੜੀ ਮੁਸ਼ਕਲ ਨਾਲ ਅੱਗ ਤੇ ਕਾਬੂ ਪਾਇਆ ਜਾਂਦਾ ਹੈ। ਇੰਨੇ ਚਿਰ ਵਿੱਚ ਲੱਖਾਂ, ਕਰੋੜਾਂ ਰੁਪਏ ਦਾ ਨੁਕਸਾਨ ਹੋ ਜਾਂਦਾ ਹੈ ਤੇ ਉਹ ਅੱਧੇ ਮੀਟਰ ਦਾ ਸੁਰਾਖ਼, ਜੋ ਵਰਮੇ ਨਾਲ ਕਢਿਆ ਗਿਆ ਸੀ, ਡੇਢ ਦੋ ਸੌ ਮੀਟਰ ਚੌੜਾ ਤੇ ਦਸ ਪੰਦਰਾਂ ਮੀਟਰ ਡੂੰਘਾ ਟੋਇਆ ਬਣ ਚੁੱਕਾ ਹੁੰਦਾ ਹੈ।

ਇਹ ਨਹੀਂ ਸਮਝਣਾ ਚਾਹੀਦਾ ਕਿ ਅੱਗ ਕੰਮ ਕਰਨ ਵਾਲਿਆਂ ਦੀ ਲਾਪਰਵਾਹੀ ਕਰ ਕੇ ਲੱਗ ਜਾਂਦੀ ਹੈ। ਤੇਲ ਦੇ ਖੂਹਾਂ ਦੇ ਆਸ ਪਾਸ ਬਚਾਓ ਲਈ ਪੂਰਾ ਪ੍ਰਬੰਧ ਹੁੰਦਾ ਹੈ। ਕਿਸੇ ਨੂੰ ਸਿਗਰੇਟ ਪੀਣ ਦੀ ਆਗਿਆ ਨਹੀਂ ਹੁੰਦੀ, ਨਾ ਹੀ ਕੋਈ ਅੱਗ ਬਾਲਦਾ ਹੈ। ਤੇਲ ਨੂੰ ਅੱਗ ਲੱਗਣ ਦੇ ਕਾਰਨ ਕੁਝ ਹੋਰ ਹੀ ਹੁੰਦੇ ਹਨ। ਕਈ ਵਾਰੀ ਪੱਥਰਾਂ ਨਾਲ ਰਗੜ ਖਾ ਕੇ ਵਰਮਾ ਇੰਨਾ ਗਰਮ ਹੋ ਜਾਂਦਾ ਹੈ ਕਿ ਗੈਸ ਭੜਕ ਪੈਂਦੀ ਹੈ। ਕਦੇ ਬਿਜਲੀ ਦੀ ਅਚਾਨਕ ਚਮਕ ਨਾਲ ਵੀ ਅੱਗ ਲੱਗ ਜਾਂਦੀ ਹੈ।

ਸਾਰੇ ਖੂਹਾਂ ਵਿੱਚੋਂ ਤੇਲ ਇਸ ਤਰ੍ਹਾਂ ਨਹੀਂ ਨਿਕਲਦਾ। ਕਈ ਥਾਂਵਾਂ ਤੇ ਗੈਸ ਨਹੀਂ ਹੁੰਦੀ। ਦੂਜੇ ਖੂਹਾਂ ਵਿਚ ਵੀ ਗੈਸ ਦੀ ਸ਼ਕਤੀ ਕੁਝ ਚਿਰ ਦੇ ਬਾਦ ਖ਼ਤਮ ਹੋ ਜਾਂਦੀ ਹੈ। ਜਦੋਂ ਤੇਲ ਆਪਣੇ ਆਪ ਜ਼ਮੀਨ ਵਿੱਚੋਂ ਬਾਹਰ ਨਹੀਂ ਆ ਸਕਦਾ ਤਾਂ ਇਸ ਨੂੰ ਪੰਪਾਂ ਦੀ ਸਹਾਇਤਾ ਨਾਲ ਕੱਢਿਆ ਜਾਂਦਾ ਹੈ।

ਜੋ ਤੇਲ ਖੂਹਾਂ ਵਿੱਚੋਂ ਨਿਕਲਦਾ ਹੈ, ਉਹ ਮੈਲਾ ਕੁਚੈਲਾ ਹੁੰਦਾ ਹੈ ਤੇ ਉਸ ਵਿੱਚ ਮਿੱਟੀ, ਚਿਕੜ ਆਦਿ ਕਈ ਦੂਜੀਆਂ ਚੀਜ਼ਾਂ ਮਿਲੀਆਂ ਹੁੰਦੀਆਂ ਹਨ। ਇਸ ਤੇਲ ਨੂੰ ਲੋਹੇ ਦੀਆਂ ਵੱਡੀਆਂ ਵੱਡੀਆਂ ਨਾਲੀਆਂ ਰਾਹੀਂ ਕਾਰਖ਼ਾਨੇ ਤਕ ਪਹੁੰਚਾਇਆ ਜਾਂਦਾ ਹੈ, ਜੋ ਅਕਸਰ ਕਈ ਮੀਲ ਦੂਰ ਹੁੰਦਾ ਹੈ। ਇਥੇ ਤੇਲ ਸਾਫ਼ ਕੀਤਾ ਜਾਂਦਾ ਹੈ। ਇਸ ਵਿੱਚੋਂ ਮਿੱਟੀ ਦਾ ਤੇਲ, ਪੈਟਰੋਲ, ਪੁਰਜ਼ਿਆਂ ਨੂੰ ਲਾਣ ਵਾਲਾ ਤੇਲ, ਡੀਜ਼ਲ ਆਇਲ ਤੇ ਮੋਮ ਅਲਗ ਅਲਗ ਕੀਤੇ ਜਾਂਦੇ ਹਨ। ਪੈਟਰੋਲ ਨਾਲ ਮੋਟਰਾਂ ਤੇ ਹਵਾਈ ਜਹਾਜ਼ ਚਲਦੇ ਹਨ। ਡੀਜ਼ਲ ਆਇਲ ਟਰੈਕਟਰਾਂ ਤੇ ਹੋਰ ਭਾਰੀਆਂ ਮਸ਼ੀਨਾਂ ਚਲਾਉਣ ਦੇ ਕੰਮ ਆਉਂਦਾ ਹੈ ਤੇ ਮਿੱਟੀ ਦਾ ਤੇਲ ਅਸੀਂ ਘਰਾਂ ਵਿੱਚ ਰੋਸ਼ਨੀ ਕਰਨ ਤੇ ਸਟੋਵ ਜਲਾਉਣ ਲਈ ਵਰਤਦੇ ਹਾਂ।

ਅਭਿਆਸ

I. **ਦੱਸੋ ਭਲਾ**:—

1. ਮਿੱਟੀ ਦੇ ਤੇਲ ਦਾ ਨਾਂ ਇਹ ਕਿਉਂ ਹੈ?
2. ਮਿੱਟੀ ਦਾ ਤੇਲ ਜ਼ਮੀਨ ਦੇ ਅੰਦਰ ਕਿਸ ਤਰ੍ਹਾਂ ਬਣਿਆ?
3. ਇਹ ਕਿਸ ਤਰ੍ਹਾਂ ਪਤਾ ਲੱਗਦਾ ਹੈ ਕਿ ਕਿਸ ਥਾਂ ਤੇ ਮਿੱਟੀ ਦਾ ਤੇਲ ਹੈ?
4. ਮਿੱਟੀ ਦੇ ਤੇਲ ਦਾ ਖੂਹ ਕਿਸ ਤਰ੍ਹਾਂ ਖੋਦਿਆ ਜਾਂਦਾ ਹੈ?

5. ਜਦੋਂ ਤੇਲ ਦਾ ਖੂਹ ਖੁਦ ਜਾਂਦਾ ਹੈ ਤਾਂ ਉਸ ਵਕਤ ਕੀ ਡਰ ਹੁੰਦਾ ਹੈ?
6. ਮਿੱਟੀ ਦੇ ਤੇਲ ਨੂੰ ਅੱਗ ਕਿਸ ਤਰ੍ਹਾਂ ਲੱਗ ਜਾਂਦੀ ਹੈ?
7. ਮਿੱਟੀ ਦੇ ਤੇਲ ਤੇ ਉਸ ਤੋਂ ਮਿਲਣ ਵਾਲੀਆਂ ਹੋਰ ਚੀਜ਼ਾਂ ਸਾਡੇ ਕਿਸ ਕੰਮ ਆਉਂਦੀਆਂ ਹਨ?

II. ਵਾਕ ਬਣਾਓ:—

ਰੋਸ਼ਨੀ, ਦਲਦਲਾਂ, ਭੂਚਾਲ, ਡੂੰਘਾ, ਖੂਹ, ਲਪਟਾਂ, ਵਿਸ਼ਵਾਸ, ਖੁਦਾਈ, ਡੇਰਿਕ, ਸੁਰਾਖ਼, ਚਿੱਕੜ।

III. ਖ਼ਾਲੀ ਥਾਂਵਾਂ ਭਰੋ:—

1. ਅੱਜ ਤੋਂ ਲੱਖਾਂ ਸਾਲ ਪਹਿਲਾਂ ਧਰਤੀ ਤੇ ਬੜੀਆਂ .... ਸਨ।
2. ਮਿੱਟੀ ਦਾ ਤੇਲ ਧਰਤੀ ਵਿੱਚ ਬਹੁਤ .... ਤੇ ਹੁੰਦਾ ਹੈ।
3. ਲੋਹੇ ਦੇ ਉੱਚੇ ਉੱਚੇ ਮੁਨਾਰਿਆਂ ਨੂੰ .... ਕਹਿੰਦੇ ਹਨ।
4. ਤੇਲ ਨੂੰ ਅੱਗ ਲੱਗ ਜਾਣ ਤੇ ਕਈ .... ਇਸ ਅੱਗ ਦਾ .... ਹੋ ਜਾਂਦੇ ਹਨ।
5. ਜਦੋਂ ਤੇਲ ਜ਼ਮੀਨ ਵਿੱਚੋਂ ਆਪਣੇ ਆਪ ਬਾਹਰ ਨਹੀਂ ਨਿਕਲਦਾ ਤਾਂ ਇਸ ਨੂੰ .... ਦੀ ਸਹਾਇਤਾ ਨਾਲ ਕਢਿਆ ਜਾਂਦਾ ਹੈ।

ਸ਼ਕੁੰਤਲਾ

(1)

ਬੜੇ ਦਿਨਾਂ ਦੀ ਗੱਲ ਹੈ, ਜਮਨਾ ਨਦੀ ਦੇ ਕੰਢੇ ਹਸਤਨਾਪੁਰ ਨਾਂ ਦਾ ਸ਼ਹਿਰ ਸੀ। ਇਥੋਂ ਦਾ ਰਾਜਾ ਦੁਸ਼ੰਤ ਨੌਜਵਾਨ, ਖ਼ੂਬਸੂਰਤ ਤੇ ਬਹਾਦਰ ਸੀ। ਉਸ ਦੇ ਰਾਜ ਵਿਚ ਹਰ ਜਗ੍ਹਾ ਸ਼ਾਂਤੀ ਸੀ ਤੇ ਪਰਜਾ ਸੁਖੀ ਸੀ।

ਇਕ ਦਿਨ ਰਾਜਾ ਦੁਸ਼ੰਤ ਸ਼ਿਕਾਰ ਲਈ ਜੰਗਲ ਵਿੱਚ ਗਿਆ। ਉਸ ਨੇ ਆਪਣਾ ਰਥ ਇਕ ਹਿਰਨ ਦੇ ਪਿਛੇ ਦੌੜਾਇਆ। ਹਿਰਨ ਦੌੜਦਾ ਦੌੜਦਾ ਦੂਰ ਚਲਾ ਗਿਆ ਤੇ ਰਾਜਾ ਦੁਸ਼ੰਤ ਉਸ ਦਾ ਪਿੱਛਾ ਕਰਦਾ ਹੋਇਆ ਆਪਣੇ ਸਾਥੀਆਂ ਤੋਂ ਵਿਛੜ ਗਿਆ। ਜੰਗਲ ਵਿੱਚ ਇਕ ਬੜੀ ਖ਼ੂਬਸੂਰਤ ਜਗ੍ਹਾ ਦਿਖਾਈ ਦਿੱਤੀ ਤੇ ਦੁਸ਼ੰਤ ਨੇ ਵੇਖਿਆ ਕਿ ਉਹ ਇਕ ਬਾਗ਼ ਵਿੱਚ ਖੜਾ ਹੈ।

ਇਹ ਰਿਸ਼ੀ ਕਣਵ ਦਾ ਆਸ਼ਰਮ ਸੀ। ਚਾਰੇ ਪਾਸੇ ਉੱਚੇ ਉੱਚੇ ਦਰਖ਼ਤ ਸਨ। ਰੰਗ ਰੰਗ ਦੇ ਫੁੱਲ ਖਿੜੇ ਹੋਏ ਸਨ ਤੇ ਉਨ੍ਹਾਂ ਦੀ ਖੁਸ਼ਬੂ ਨਾਲ ਹਵਾ ਵੀ ਮਹਿਕ ਰਹੀ ਸੀ। ਨਿਰਮਲ ਜਲ ਦੇ ਝਰਨੇ ਸ਼ਰ ਸ਼ਰ ਕਰਦੇ ਵਗ ਰਹੇ ਸਨ। ਨਦੀ ਦੇ ਦੋਹਾਂ ਕਿਨਾਰਿਆਂ ਤੇ ਮਖ਼ਮਲ ਵਰਗਾ ਘਾਹ ਉਗਿਆ ਹੋਇਆ ਸੀ ਤੇ ਉਥੇ ਗਊਆਂ ਚਰ ਰਹੀਆਂ ਸਨ। ਹਿਰਨਾਂ ਦੇ ਝੁੰਡ ਬੜੀ ਬੇਫਿਕਰੀ ਨਾਲ ਇਧਰ ਉਧਰ ਫਿਰ ਰਹੇ ਸਨ। ਕੁਟੀਆ ਦੇ ਸਾਹਮਣੇ ਹੀ ਨਿਰਮਲ ਜਲ ਦਾ ਸਰੋਵਰ ਸੀ, ਜਿਸ ਵਿੱਚ ਚਿੱਟੇ ਕਮਲ ਦੇ ਫੁੱਲ ਬੜੇ ਚੰਗੇ

ਲੱਗ ਰਹੇ ਸਨ। ਸਰੋਵਰ ਦੇ ਕਿਨਾਰੇ ਫੁੱਲਾਂ ਦੀਆਂ ਕਿਆਰੀਆਂ ਸਨ ਤੇ ਇਕ ਸੁੰਦਰ ਲੜਕੀ ਉਨ੍ਹਾਂ ਵਿੱਚ ਪਾਣੀ ਪਾ ਰਹੀ ਸੀ।

ਰਾਜਾ ਦੁਸ਼ੰਤ ਇਸ ਤਰ੍ਹਾਂ ਜੰਗਲ ਵਿੱਚ ਇਕੱਲੀ ਲੜਕੀ ਨੂੰ ਵੇਖ ਕੇ ਬੜਾ ਹੈਰਾਨ ਹੋਇਆ। ਉਸ ਨੇ ਅਗੇ ਹੋ ਕੇ ਲੜਕੀ ਨੂੰ ਪੁਛਿਆ "ਤੂੰ ਕੌਣ ਹੈਂ?"

ਲੜਕੀ ਨੇ ਕਿਹਾ, "ਮੇਰਾ ਨਾਂ ਸ਼ਕੁੰਤਲਾ ਹੈ ਤੇ ਮੈਂ ਰਿਸ਼ੀ ਕਣਵ ਦੀ ਧੀ ਹਾਂ। ਮੇਰੇ ਪਿਤਾ ਕਿਸੇ ਦੂਜੇ ਰਿਸ਼ੀ ਨੂੰ ਮਿਲਣ ਬਾਹਰ ਗਏ ਹੋਏ ਹਨ। ਤੁਸੀਂ ਆਸ਼ਰਮ ਵਿੱਚ ਆਓ। ਪਿਤਾ ਜੀ ਦੇ ਆਉਣ ਤਕ ਇਥੇ ਹੀ ਠਹਿਰੋ। ਉਹ ਤੁਹਾਨੂੰ ਮਿਲ ਕੇ ਬਹੁਤ ਖੁਸ਼ ਹੋਣਗੇ।" ਫੇਰ ਸ਼ਕੁੰਤਲਾ ਨੇ ਕੁਝ ਤਾਜ਼ੇ ਫਲ, ਸ਼ਹਿਦ ਤੇ ਦੁਧ ਰਾਜੇ ਦੇ ਸਾਹਮਣੇ ਰਖਿਆ ਤੇ ਉਸ ਨੂੰ ਖਾਣ ਲਈ ਬੇਨਤੀ ਕੀਤੀ।

ਦੁਸ਼ੰਤ ਸ਼ਕੁੰਤਲਾ ਦੀ ਸੁੰਦਰਤਾ ਤੇ ਉਸ ਦੇ ਚੰਗੇ ਸੁਭਾਅ ਤੇ ਬੜਾ ਖੁਸ਼ ਹੋਇਆ। ਉਸ ਨੇ ਕਿਹਾ, "ਮੈਂ ਹਸਤਨਾਪੁਰ ਦਾ ਰਾਜਾ ਦੁਸ਼ੰਤ ਹਾਂ। ਮੈ ਤੈਨੂੰ ਆਪਣੀ ਰਾਣੀ ਬਣਾਉਣਾ ਚਾਹੁੰਦਾ ਹਾਂ ਤੇ ਜੇ ਤੇਰੀ ਮਰਜ਼ੀ ਹੋਵੇ ਤਾਂ ਅਸੀਂ ਅਜ ਹੀ ਇਸ ਆਸ਼ਰਮ ਵਿੱਚ ਵਿਆਹ ਕਰ ਲਈਏ।" ਇਹ ਕਹਿੰਦੇ ਕਹਿੰਦੇ ਰਾਜੇ ਨੇ ਆਪਣੀ ਅੰਗੂਠੀ ਉਤਾਰ ਕੇ ਸ਼ਕੁੰਤਲਾ ਦੀ ਉਂਗਲੀ ਵਿੱਚ ਪਾ ਦਿੱਤੀ।

ਰਾਜਾ ਦੁਸ਼ੰਤ ਕਈ ਦਿਨ ਆਸ਼ਰਮ ਵਿੱਚ ਰਿਹਾ। ਪਰ ਰਿਸ਼ੀ ਕਣਵ ਵਾਪਸ ਨਾ ਆਏ। ਰਾਜ ਪ੍ਰਬੰਧ ਲਈ ਰਾਜੇ ਦੁਸ਼ੰਤ ਦਾ ਵਾਪਸ ਜਾਣਾ ਬਹੁਤ ਜ਼ਰੂਰੀ ਸੀ। ਇਸ ਲਈ ਉਹ ਹੋਰ ਇੰਤਜ਼ਾਰ ਨਹੀਂ ਸੀ ਕਰ ਸਕਦਾ।

ਸ਼ਕੁੰਤਲਾ ਨੂੰ ਜਦੋਂ ਇਹ ਪਤਾ ਲੱਗਾ ਤਾਂ ਉਹ ਬੜੀ ਉਦਾਸ ਹੋ ਗਈ। ਪਰ ਦੁਸ਼ੰਤ ਨੇ ਕਿਹਾ, "ਮੈਂ ਜਲਦੀ ਹੀ ਵਾਪਸ ਆਵਾਂਗਾ ਤੇ ਤੇਰੇ ਪਿਤਾ ਤੋਂ ਆਗਿਆ ਲੈ ਕੇ ਤੈਨੂੰ ਆਪਣੇ ਨਾਲ ਹਸਤਨਾਪੁਰ ਲੈ ਜਾਵਾਂਗਾ।" ਸ਼ਕੁੰਤਲਾ ਨੂੰ ਇਹ ਗੱਲ ਮੰਨਣੀ ਪਈ।

ਹਸਤਨਾਪੁਰ ਪਹੁੰਚ ਕੇ ਰਾਜਾ ਦੁਸ਼ੰਤ ਆਪਣੇ ਰਾਜ ਦੇ ਕੰਮਾਂ ਵਿੱਚ ਰੁੱਝ ਗਿਆ। ਕਈ ਮਹੀਨੇ ਬੀਤ ਗਏ। ਇਧਰ ਵਿਚਾਰੀ ਸ਼ਕੁੰਤਲਾ ਦੀ ਹਾਲਤ ਵਿਗੜਦੀ ਜਾ ਰਹੀ ਸੀ। ਉਹ ਰਾਤ ਦਿਨ ਆਪਣੇ ਪਤੀ ਦੇ ਵਿਜੋਗ ਵਿੱਚ ਰੋਂਦੀ ਰਹਿੰਦੀ। ਉਸ ਦੀਆਂ ਸਹੇਲੀਆਂ ਉਸ ਦਾ ਹਰ ਤਰ੍ਹਾਂ ਦਿਲ ਪ੍ਰਚਾਉਣ ਦੀ ਕੋਸ਼ਿਸ਼ ਕਰਦੀਆਂ, ਪਰ ਸਭ ਬੇਕਾਰ।

ਇਕ ਦਿਨ ਸ਼ਕੁੰਤਲਾ ਆਪਣੀ ਕੁਟੀਆ ਵਿੱਚ ਉਦਾਸ ਬੈਠੀ ਸੀ। ਇਕ ਰਿਸ਼ੀ, ਜਿਨ੍ਹਾਂ ਦਾ ਨਾਂ ਦੁਰਵਾਸਾ ਸੀ, ਰਿਸ਼ੀ ਕਣਵ ਨੂੰ ਮਿਲਣ ਆਏ। ਉਨ੍ਹਾਂ ਨੇ ਬਾਹਰੋਂ ਆਵਾਜ਼ ਦਿੱਤੀ, ਪਰ ਸ਼ਕੁੰਤਲਾ ਆਪਣੇ ਪਤੀ ਦੇ ਧਿਆਨ ਵਿੱਚ ਇੰਨੀ ਡੁੱਬੀ ਹੋਈ ਸੀ ਕਿ ਉਸ ਨੇ ਆਵਾਜ਼ ਨਾ ਸੁਣੀ। ਦੁਰਵਾਸਾ ਬੜੇ ਕ੍ਰੋਧੀ ਸੁਭਾਅ ਦੇ ਸਨ। ਉਨ੍ਹਾਂ ਨੇ ਝਟ ਸਰਾਪ ਦੇ ਦਿੱਤਾ ਕਿ ਜਿਸ ਦੇ ਧਿਆਨ ਵਿੱਚ ਮਗਨ ਹੋ ਕੇ ਤੂੰ ਮੇਰਾ ਨਿਰਾਦਰ ਕੀਤਾ ਹੈ, ਉਹ ਤੈਨੂੰ ਬਿਲਕੁਲ ਭੁੱਲ ਜਾਏਗਾ।

ਸ਼ਕੁੰਤਲਾ ਨੇ ਦੁਰਵਾਸਾ ਰਿਸ਼ੀ ਦੀ ਇਹ ਗੁੱਸੇ ਭਰੀ ਆਵਾਜ਼ ਸੁਣੀ ਤਾਂ ਉਹ ਤ੍ਰਭ੍ਕ ਗਈ। ਰੋਂਦਿਆਂ ਰੋਂਦਿਆਂ ਉਸ ਨੇ ਆਪਣਾ ਸਿਰ ਰਿਸ਼ੀ ਦੇ ਚਰਨਾਂ ਤੇ ਰੱਖ ਦਿੱਤਾ ਤੇ ਮਾਫ਼ੀ ਮੰਗਣ ਲੱਗੀ। ਤਾਂ

ਰਿਸ਼ੀ ਨੂੰ ਤਰਸ ਆ ਗਿਆ ਤੇ ਉਨ੍ਹਾਂ ਨੇ ਕਿਹਾ, "ਮੇਰਾ ਬਚਨ ਤਾਂ ਅਟੱਲ ਹੈ। ਪਰ ਤੂੰ ਜਦੋਂ ਆਪਣੇ ਪਤੀ ਦੀ ਦਿੱਤੀ ਹੋਈ ਕੋਈ ਨਿਸ਼ਾਨੀ ਵਿਖਾਏਂਗੀ ਤਾਂ ਉਸ ਨੂੰ ਸਭ ਕੁਝ ਯਾਦ ਆ ਜਾਏਗਾ।"

ਕੁਝ ਹੀ ਦਿਨਾਂ ਵਿੱਚ ਰਿਸ਼ੀ ਕਣਵ ਵੀ ਆਸ਼ਰਮ ਵਾਪਸ ਆ ਗਏ। ਜਦੋਂ ਉਨ੍ਹਾਂ ਨੂੰ ਪਤਾ ਲੱਗਾ ਕਿ ਸ਼ਕੁੰਤਲਾ ਨੇ ਰਾਜੇ ਦੁਸ਼ੰਤ ਨਾਲ ਵਿਆਹ ਕਰ ਲਿਆ ਹੈ ਤਾਂ ਉਹ ਬੜੇ ਖੁਸ਼ ਹੋਏ। ਉਨ੍ਹਾਂ ਨੇ ਸ਼ਕੁੰਤਲਾ ਨੂੰ ਆਸ਼ੀਰਵਾਦ ਦਿੱਤਾ ਤੇ ਆਸ਼ਰਮ ਦੀ ਬੁੱਢੀ ਦੇਵੀ ਗੌਤਮੀ ਨੂੰ ਨਾਲ ਭੇਜ ਕੇ ਰਾਜੇ ਦੁਸ਼ੰਤ ਕੋਲ ਜਾਣ ਦੀ ਇਜਾਜ਼ਤ ਦੇ ਦਿੱਤੀ। ਰਿਸ਼ੀ ਕਣਵ ਦੀ ਆਗਿਆ ਲੈ ਕੇ ਉਨ੍ਹਾਂ ਦੇ ਕੁਝ ਹੋਰ ਚੇਲੇ ਵੀ ਨਾਲ ਜਾਣ ਲਈ ਤਿਆਰ ਹੋ ਗਏ ਤੇ ਉਹ ਸਾਰੇ ਹਸਤਨਾਪੁਰ ਵੱਲ ਚਲ ਪਏ।

ਅਭਿਆਸ

I. ਦੱਸੋ ਭਲਾ:—

1. ਸ਼ਕੁੰਤਲਾ ਕੌਣ ਸੀ?
2. ਉਸ ਦਾ ਰਾਜੇ ਦੁਸ਼ੰਤ ਨਾਲ ਮੇਲ ਕਿਸ ਤਰ੍ਹਾਂ ਹੋਇਆ?
3. ਦੁਰਵਾਸਾ ਰਿਸ਼ੀ ਨੇ ਸ਼ਕੁੰਤਲਾ ਨੂੰ ਕੀ ਸਰਾਪ ਦਿੱਤਾ ਤੇ ਕਿਉਂ ਦਿੱਤਾ?

II. ਵਾਕ ਬਣਾਓ:—

ਸ਼ਹਿਰ, ਸ਼ਾਂਤੀ, ਸ਼ਿਕਾਰ, ਦਰਖ਼ਤ, ਖ਼ੁਸ਼ਬੂ, ਝਰਨੇ, ਨਿਰਮਲ, ਸਰੋਵਰ, ਇੰਤਜ਼ਾਰ, ਵਿਜੋਗ, ਉਦਾਸ, ਤ੍ਰਬ੍ਹਕ, ਨਿਸ਼ਾਨੀ, ਆਸ਼ਰਮ, ਆਸ਼ੀਰਵਾਦ, ਇਜਾਜ਼ਤ।

III. ਖ਼ਾਲੀ ਥਾਂਵਾਂ ਭਰੋ:—

1. ਜਮਨਾ ਨਦੀ ਦੇ ਕੰਢੇ .... ਨਾਂ ਦਾ ਸ਼ਹਿਰ ਸੀ।
2. ਇਥੋਂ ਦਾ ਰਾਜਾ ਦੁਸ਼ੰਤ ਨੌਜਵਾਨ, ਖ਼ੂਬਸੂਰਤ ਤੇ .... ਸੀ।
3. ਰਾਜਾ ਦੁਸ਼ੰਤ ਰਿਸ਼ੀ .... ਦੇ ਆਸ਼ਰਮ ਵਿੱਚ ਪਹੁੰਚਿਆ।
4. ਉਸ ਨੇ .... ਨਾਲ ਵਿਆਹ ਕਰ ਲਿਆ।
5. ਸ਼ਕੁੰਤਲਾ ਰਾਤ ਦਿਨ ਆਪਣੇ ਪਤੀ ਦੇ .... ਵਿੱਚ ਰੋਂਦੀ ਰਹਿੰਦੀ।
6. ਦੁਰਵਾਸਾ ਨੇ ਸ਼ਕੁੰਤਲਾ ਨੂੰ .... ਦਿੱਤਾ।
7. ਰਿਸ਼ੀ ਕਣਵ ਨੇ ਸਕੁੰਤਲਾ ਨੂੰ .... ਦਿੱਤਾ।

ਸ਼ਕੁੰਤਲਾ

(2)

ਸ਼ਕੁੰਤਲਾ ਤੇ ਉਸ ਦੇ ਸਾਥੀ ਚਲਦੇ ਚਲਦੇ ਗੰਗਾ ਨਦੀ ਦੇ ਕਿਨਾਰੇ ਪਹੁੰਚੇ। ਇਥੇ ਇਕ ਮੰਦਰ ਸੀ। ਸ਼ਕੁੰਤਲਾ ਨੇ ਸੋਚਿਆ ਕਿ ਗੰਗਾ ਵਿੱਚ ਇਸ਼ਨਾਨ ਕਰ ਕੇ ਮੰਦਰ ਵਿੱਚ ਪੂਜਾ ਕਰ ਲਵਾਂ। ਜਦੋਂ ਉਹ ਇਸ਼ਨਾਨ ਕਰ ਰਹੀ ਸੀ ਤਾਂ ਦੁਸ਼ੰਤ ਦੀ ਦਿੱਤੀ ਹੋਈ ਅੰਗੂਠੀ ਪਾਣੀ ਵਿੱਚ ਡਿੱਗ ਪਈ, ਪਰ ਸ਼ਕੁੰਤਲਾ ਨੂੰ ਇਸ ਦਾ ਪਤਾ ਨਾ ਲੱਗਾ।

ਹਸਤਨਾਪੁਰ ਪਹੁੰਚ ਕੇ ਗੌਤਮੀ ਨੇ ਰਾਜਾ ਦੁਸ਼ੰਤ ਨੂੰ ਇਹ ਖ਼ਬਰ ਦਿੱਤੀ ਕਿ ਰਿਸ਼ੀ ਕਣਵ ਦੇ ਆਸ਼ਰਮ ਦੇ ਕੁਝ ਤਪਸਵੀ ਤੁਹਾਨੂੰ ਮਿਲਣਾ ਚਾਹੁੰਦੇ ਹਨ! ਰਿਸ਼ੀ ਕਣਵ ਦਾ ਸਾਰੇ ਦੇਸ ਵਿੱਚ ਬੜਾ ਮਾਣ ਸੀ। ਉਨ੍ਹਾਂ ਦਾ ਨਾਂ ਸੁਣਦਿਆਂ ਹੀ ਰਾਜੇ ਨੇ ਉਨ੍ਹਾਂ ਨੂੰ ਦਰਬਾਰ ਵਿੱਚ ਬੁਲਾ ਭੇਜਿਆ।

ਗੌਤਮੀ ਨੇ ਕਿਹਾ, "ਇਹ ਲੜਕੀ ਰਿਸ਼ੀ ਕਣਵ ਦੀ ਧੀ ਸ਼ਕੁੰਤਲਾ ਹੈ, ਜਿਸ ਨੂੰ ਕੁਝ ਮਹੀਨੇ ਪਹਿਲਾਂ ਤੁਸੀਂ ਜੰਗਲ ਵਿੱਚ ਮਿਲੇ ਸੀ ਤੇ ਇਸ ਨਾਲ ਵਿਆਹ ਕੀਤਾ ਸੀ। ਅਸੀਂ ਸ਼ਕੁੰਤਲਾ ਨੂੰ ਤੁਹਾਡੇ ਕੋਲ ਛੱਡਣ ਆਏ ਹਾਂ।"

ਦੁਸ਼ੰਤ ਨੇ ਹੈਰਾਨ ਹੋ ਕੇ ਆਪਣਾ ਸਿਰ ਚੁੱਕਿਆ। ਉਹ ਸ਼ਕੁੰਤਲਾ ਦੇ ਬਾਰੇ ਸਭ ਕੁਝ ਭੁਲ ਗਿਆ ਸੀ। ਉਸ ਨੇ ਸ਼ਕੁੰਤਲਾ ਵਲ ਵੇਖ ਕੇ ਕਿਹਾ, "ਮੈਂ ਇਸ ਲੜਕੀ ਨੂੰ ਨਹੀਂ ਜਾਣਦਾ।"

ਗੌਤਮੀ ਨੇ ਫੇਰ ਕਿਹਾ, "ਮਹਾਰਾਜ! ਕੁਝ ਮਹੀਨੇ ਪਹਿਲਾਂ ਤੁਸੀਂ ਸਾਡੇ ਆਸ਼ਰਮ ਵਿੱਚ ਆਏ ਸੀ। ਤੁਸੀਂ ਇਸ ਦੇ ਨਾਲ ਵਿਆਹ ਕੀਤਾ ਤੇ ਫੇਰ ਕਈ ਦਿਨ ਉਥੇ ਠਹਿਰੇ। ਤੁਸੀਂ ਬਚਨ ਦਿੱਤਾ ਸੀ ਕਿ ਤੁਸੀਂ ਸ਼ਕੁੰਤਲਾ ਨੂੰ ਲੈਣ ਆਓਗੇ। ਪਰ ਜਦੋਂ ਤੁਸੀਂ ਨਾ ਆਏ ਤਾਂ ਅਸੀਂ ਆਪ ਹੀ ਇਸ ਨੂੰ ਇਥੇ ਲੈ ਆਏ ਹਾਂ।"

ਦੁਸ਼ੰਤ ਨੇ ਗੁੱਸੇ ਵਿੱਚ ਆ ਕੇ ਕਿਹਾ, "ਤੁਸੀਂ ਇੰਨਾ ਝੂਠ ਬੋਲ ਕੇ ਮੇਰੀ ਬੇਇਜ਼ਤੀ ਕਰਨਾ ਚਾਹੁੰਦੇ ਹੋ। ਮੈਨੂੰ ਤੁਹਾਡੇ ਤੋਂ ਅਜਿਹੀ ਮਨਘੜਤ ਕਹਾਣੀ ਸੁਣਨ ਦੀ ਉਮੀਦ ਨਹੀਂ ਸੀ।"

ਤਾਂ ਅਚਾਨਕ ਸ਼ਕੁੰਤਲਾ ਨੂੰ ਦੁਰਵਾਸਾ ਰਿਸ਼ੀ ਦਾ ਸਰਾਪ ਯਾਦ ਆਇਆ। ਉਸ ਨੇ ਅੰਗੂਠੀ ਵਿਖਾਉਣ ਲਈ ਆਪਣਾ ਹੱਥ ਉੱਚਾ ਕੀਤਾ, ਪਰ ਜਦੋਂ ਉਸ ਨੇ ਆਪਣੀ ਉਂਗਲੀ ਖਾਲੀ ਵੇਖੀ ਤਾਂ ਉਹ ਹੈਰਾਨ ਰਹਿ ਗਈ। ਸ਼ਕੁੰਤਲਾ ਸ਼ਰਮਿੰਦੀ ਹੋ ਕੇ ਰਾਜ ਭਵਨ ਤੋਂ ਬਾਹਰ ਨਿਕਲ ਆਈ ਤੇ ਵਾਪਸ ਆਪਣੇ ਪਿਤਾ ਦੇ ਆਸ਼ਰਮ ਵਿੱਚ ਚਲੀ ਗਈ।

ਥੋੜੇ ਹੀ ਚਿਰ ਦੇ ਬਾਦ ਸ਼ਕੁੰਤਲਾ ਦੇ ਘਰ ਇਕ ਬੱਚੇ ਨੇ ਜਨਮ ਲਿਆ, ਜਿਸ ਦਾ ਨਾਂ ਉਸ ਨੇ ਭਰਤ ਰਖਿਆ। ਵਿਚਾਰੀ ਸ਼ਕੁੰਤਲਾ ਦਿਨ ਰਾਤ ਆਪਣੇ ਪਤੀ ਦੇ ਵਿਜੋਗ ਵਿੱਚ ਰੋਂਦੀ ਰਹਿੰਦੀ। ਉਸ

ਦੇ ਵਾਲ ਚਿੱਟੇ ਹੋਣ ਲੱਗੇ। ਉਸ ਦੀਆਂ ਅੱਖਾਂ ਅੰਦਰ ਧੱਸ ਗਈਆਂ। ਉਸ ਦਾ ਚਿਹਰਾ ਮੁਰਝਾ ਗਿਆ ਤੇ ਉਹ ਸੁਕ ਕੇ ਤੀਲਾ ਹੋ ਗਈ।

ਇਸ ਘਟਨਾ ਨੂੰ ਕਈ ਸਾਲ ਬੀਤ ਗਏ। ਇਕ ਦਿਨ ਇਕ ਮਾਛੀ ਨੇ ਨਦੀ ਵਿੱਚੋਂ ਇਕ ਮੱਛੀ ਫੜੀ। ਜਦੋਂ ਉਸ ਨੇ ਉਸ ਦਾ ਪੇਟ ਚੀਰਿਆ ਤਾਂ ਉਸ ਵਿੱਚੋਂ ਇਕ ਅੰਗੂਠੀ ਮਿਲੀ। ਇਸ ਤੇ ਦੁਸ਼ੰਤ ਦਾ ਨਾਂ ਖੁਦਿਆ ਹੋਇਆ ਸੀ। ਮਾਛੀ ਪੜ੍ਹਨਾ ਨਹੀਂ ਜਾਣਦਾ ਸੀ। ਉਹ ਅੰਗੂਠੀ ਵੇਚਣ ਲਈ ਇਕ ਸਰਾਫ਼ ਕੋਲ ਗਿਆ। ਜਦੋਂ ਸਰਾਫ਼ ਨੇ ਅੰਗੂਠੀ ਤੇ ਰਾਜੇ ਦਾ ਨਾਂ ਪੜ੍ਹਿਆ ਤਾਂ ਉਸ ਨੂੰ ਸ਼ੱਕ ਹੋਇਆ ਤੇ ਉਸ ਨੇ ਮਾਛੀ ਨੂੰ ਕੋਤਵਾਲ ਦੇ ਹਵਾਲੇ ਕਰ ਦਿੱਤਾ।

ਮਾਛੀ ਨੂੰ ਰਾਜੇ ਦੇ ਸਾਹਮਣੇ ਹਾਜ਼ਰ ਕੀਤਾ ਗਿਆ। ਜਿਉਂ ਹੀ ਰਾਜੇ ਨੇ ਅੰਗੂਠੀ ਵੇਖੀ, ਉਸ ਨੂੰ ਬੀਤੀ ਹੋਈ ਸਾਰੀ ਘਟਨਾ ਯਾਦ ਆ ਗਈ। ਸ਼ਰਮ ਤੇ ਦੁਖ ਨਾਲ ਉਸ ਦਾ ਸਿਰ ਝੁਕ ਗਿਆ। ਉਸ ਨੇ ਸੋਚਿਆ ਕਿ ਮੈਂ ਕਿੰਨਾ ਭਾਰਾ ਗੁਨਾਹ ਕੀਤਾ ਹੈ। ਪਤਾ ਨਹੀਂ ਸ਼ਕੁੰਤਲਾ ਤੇ ਕੀ ਬੀਤੀ ਹੋਵੇਗੀ। ਉਹ ਜੀਉਂਦੀ ਹੈ ਜਾਂ ਚਿੰਤਾ ਵਿੱਚ ਘੁਲ ਘੁਲ ਕੇ ਮਰ ਗਈ ਹੈ।

ਰਾਜੇ ਦੁਸ਼ੰਤ ਨੇ ਉਸੇ ਵੇਲੇ ਰਥ ਤਿਆਰ ਕਰਨ ਦੀ ਆਗਿਆ ਦਿਤੀ ਤੇ ਫ਼ੌਰਨ ਰਿਸ਼ੀ ਕਣਵ ਦੇ ਆਸ਼ਰਮ ਵਲ ਤੁਰ ਪਿਆ। ਜਦੋਂ ਰਾਜਾ ਦੁਸ਼ੰਤ ਆਸ਼ਰਮ ਕੋਲ ਪਹੁੰਚਿਆ ਤਾਂ ਉਸ ਨੇ ਵੇਖਿਆ ਕਿ ਇਕ ਛੋਟਾ ਜਿਹਾ ਬੱਚਾ ਸ਼ੇਰਨੀ ਦੇ ਬੱਚੇ ਨਾਲ ਖੇਡ ਰਿਹਾ ਹੈ। ਬੱਚੇ ਦੀ ਉਮਰ ਲਗਭਗ ਛੇ ਸਾਲ ਸੀ। ਉਹ ਬੜਾ

ਖ਼ੂਬਸੂਰਤ ਸੀ ਤੇ ਉਸ ਦੀ ਸ਼ਕਲ ਦੁਸ਼ੰਤ ਨਾਲ ਮਿਲਦੀ-ਜੁਲਦੀ ਸੀ। ਦੁਸ਼ੰਤ ਨੂੰ ਇਸ ਤਰ੍ਹਾਂ ਲਗਿਆ ਕਿ ਉਹ ਉਸੇ ਦਾ ਪੁੱਤਰ ਸੀ। ਉਸ ਦੇ ਦਿਲ ਵਿੱਚ ਉਸ ਲਈ ਪਿਆਰ ਉਠਿਆ। ਉਸ ਨੇ ਅੱਗੇ ਵੱਧ ਕੇ ਬੱਚੇ ਨੂੰ ਆਪਣੀ ਗੋਦੀ ਵਿੱਚ ਚੁੱਕ ਲਿਆ ਤੇ ਉਸ ਨੂੰ ਪਿਆਰ ਕਰਨ ਲੱਗ ਪਿਆ।

ਥੋੜੀ ਦੇਰ ਦੇ ਬਾਦ ਸ਼ਕੁੰਤਲਾ ਵੀ ਉਥੇ ਆ ਗਈ। ਇਕ ਭੋਲੀ ਭਾਲੀ ਸੁੰਦਰ ਲੜਕੀ ਦੀ ਥਾਂ ਉਹ ਇਕ ਮੁਰਝਾਈ ਹੋਈ ਅਧੇੜ ਔਰਤ ਲੱਗ ਰਹੀ ਸੀ। ਦੁਸ਼ੰਤ ਉਸ ਦੇ ਪੈਰਾਂ ਤੇ ਡਿੱਗ ਪਿਆ ਤੇ ਉਸ ਦੀਆਂ ਅੱਖਾਂ ਵਿੱਚ ਅੱਥਰੂ ਆ ਗਏ। ਦੁਸ਼ੰਤ ਨੇ ਕਿਹਾ, "ਸ਼ਕੁੰਤਲਾ, ਮੈਨੂੰ ਮਾਫ਼ ਕਰ ਦੇ। ਮੇਰੇ ਤੋਂ ਬਹੁਤ ਭਾਰਾ ਗੁਨਾਹ ਹੋ ਗਿਆ ਹੈ। ਹੁਣ ਤੂੰ ਮੇਰੇ ਰਾਜ ਮਹੱਲ ਚਲ ਤੇ ਮੇਰੀ ਰਾਣੀ ਬਣ ਕੇ ਰਾਜ ਕਰ।"

ਸ਼ਕੁੰਤਲਾ ਪਤੀ ਨੂੰ ਮਿਲ ਕੇ ਸਾਰੇ ਦੁੱਖ ਭੁੱਲ ਗਈ। ਥੋੜੇ ਦਿਨ ਆਸ਼ਰਮ ਵਿੱਚ ਰਹਿਣ ਦੇ ਬਾਅਦ ਦੁਸ਼ੰਤ ਉਸ ਨੂੰ ਹਸਤਨਾਪੁਰ ਲੈ ਗਿਆ ਤੇ ਉਹ ਸੁਖੀ ਜੀਵਨ ਬਿਤਾਉਣ ਲੱਗੇ।

ਭਰਤ ਵੱਡਾ ਹੋ ਕੇ ਬੜਾ ਬਲਵਾਨ ਰਾਜਾ ਬਣਿਆ। ਉਸ ਨੇ ਸਾਰੇ ਹਿੰਦੁਸਤਾਨ ਨੂੰ ਜਿੱਤ ਲਿਆ ਤੇ ਇਸ ਦਾ ਨਾਂ ਭਾਰਤ ਵਰਸ਼ ਰਖਿਆ। ਮਹਾਭਾਰਤ ਦੀ ਲੜਾਈ ਲੜਨ ਵਾਲੇ ਕੌਰਵ ਤੇ ਪਾਂਡਵ ਇਸੇ ਦੀ ਸੰਤਾਨ ਸਨ।

ਅਭਿਆਸ

I. ਦੱਸੋ ਭਲਾ :—

1. ਸ਼ਕੁੰਤਲਾ ਦੀ ਅੰਗੂਠੀ ਕਿਸ ਤਰ੍ਹਾਂ ਗੁਆਚ ਗਈ?
2. ਰਾਜਾ ਦੁਸ਼ੰਤ ਨੇ ਸ਼ਕੁੰਤਲਾ ਨੂੰ ਕੀ ਕਿਹਾ?
3. ਉਸ ਨੇ ਸ਼ਕੁੰਤਲਾ ਨੂੰ ਕਿਉਂ ਨਾ ਪਹਿਚਾਣਿਆ?
4. ਦੁਸ਼ੰਤ ਨੂੰ ਸ਼ਕੁੰਤਲਾ ਦੁਬਾਰਾ ਕਿਸ ਤਰ੍ਹਾਂ ਯਾਦ ਆਈ?
5. ਦੁਸ਼ੰਤ ਤੇ ਸ਼ਕੁੰਤਲਾ ਦਾ ਮੇਲ ਕਿਸ ਤਰ੍ਹਾਂ ਹੋਇਆ?

II. ਵਾਕ ਬਣਾਓ :—

ਨਦੀ, ਮੰਦਰ, ਅੰਗੂਠੀ, ਦਰਬਾਰ, ਬਚਨ, ਮਨਘੜਤ, ਮੁਰਝਾ, ਕੋਤਵਾਲ, ਖ਼ੂਬਸੂਰਤ, ਨੌਜਵਾਨ, ਗੁਨਾਹ।

III. ਖ਼ਾਲੀ ਥਾਂਵਾਂ ਭਰੋ :—

1. ਸ਼ਕੁੰਤਲਾ ਤੇ ਉਸ ਦੇ ਸਾਥੀ .... ਨਦੀ ਦੇ ਕਿਨਾਰੇ ਪਹੁੰਚੇ।
2. ਇਸ਼ਨਾਨ ਕਰਦਿਆਂ ਦੁਸ਼ੰਤ ਦੀ ਦਿੱਤੀ ਹੋਈ .... ਸ਼ਕੁੰਤਲਾ ਦੇ ਹੱਥੋਂ ਡਿੱਗ ਪਈ।
3. ਰਾਜਾ ਦੁਸ਼ੰਤ .... ਦੇ ਬਾਰੇ ਸਭ ਕੁਝ ਭੁੱਲ ਚੁੱਕਾ ਸੀ।
4. ਸ਼ਕੁੰਤਲਾ .... ਹੋ ਕੇ ਰਾਜ ਭਵਨ ਤੋਂ ਬਾਹਰ ਆ ਗਈ।
5. ਸ਼ਕੁੰਤਲਾ ਨੇ ਆਪਣੇ ਬੱਚੇ ਦਾ ਨਾਂ .... ਰਖਿਆ।
6. ਭਰਤ ਵੱਡਾ ਹੋ ਕੇ ਬੜਾ .... ਰਾਜਾ ਬਣਿਆ।

IV. ਇਸ ਕਹਾਣੀ ਨੂੰ ਜ਼ਬਾਨੀ ਸੁਣਾਓ।

ਚਿੜੀਆਂ ਦੀ ਮੌਤ

ਮੁੰਡੇ ਖੇਡਣ ਸੜਕ ਵਿਚਾਲੇ, ਖੇਡਣ ਹੱਸਣ ਹੋ ਮਤਵਾਲੇ।
ਝੱਟ ਸੁਝੀ ਇਕ ਨਵੀਂ ਸ਼ਤਾਨੀ, ਵੱਟੇ ਫੜ ਢਾਣੀ ਦੀ ਢਾਣੀ।
ਜਾਨਵਰਾਂ ਦੇ ਕਰਨ ਨਿਸ਼ਾਨੇ, ਘਾਬਰ ਕੇ ਉਡ ਪਏ ਨਿਮਾਣੇ।
ਰੁਖੀਂ ਕਈਆਂ ਫੜਫੜ ਲਾਈ, ਚੀਂ ਚੀਂ ਕਰਦੇ ਦੇਣ ਦੁਹਾਈ।
ਕਈ ਆਲ੍ਹਣੇ ਛੱਡ ਉਡੱ ਚੱਲੇ, ਜ਼ਖ਼ਮੀ ਹੋ ਕਈ ਆ ਪਏ ਥੱਲੇ।
ਕਾੜ ਕਾੜ ਵਜਣ ਪਏ ਰੋੜੇ, ਮੁੜਨ ਨਾ ਬਾਲ ਕਿਸੇ ਦੇ ਹੋੜੇ।
ਓੜਕ ਜੀ ਕੱਢ, ਇਕ ਮਮੋਲਾ, ਵਿੱਚੋਂ ਬੋਲ ਪਿਆ ਮਿੱਠ-ਬੋਲਾ:
"ਬਚਣ ਅਸਾਡਾ ਨਾ ਇਸ ਹਾਲੇ, ਭੈਣ, ਭਰਾ, ਮਾਂ, ਪਿਓ, ਘਰ ਵਾਲੇ।
ਬਾਲੋ! ਤਰਸ ਕਰੋ ਇਕ ਮਾਸਾ, ਚਿੜੀਆਂ ਮੌਤ, ਗਵਾਰਾਂ ਹਾਸਾ।"

—ਬ੍ਰਿਜ ਲਾਲ ਸ਼ਾਸਤ੍ਰੀ

ਉਡਣਾ

(1)

ਸ਼ੁਰੂ ਤੋਂ ਹੀ ਆਦਮੀ ਦੇ ਦਿਲ ਵਿੱਚ ਇਕ ਇੱਛਾ ਰਹੀ ਹੈ ਕਿ ਉਹ ਪੰਛੀਆਂ ਵਾਂਗ ਉਡ ਸਕੇ। ਆਦਮੀ ਜੋ ਗੱਲ ਪੂਰੀ ਨਾ ਹੋ ਸਕੇ, ਉਸ ਦੇ ਬਾਰੇ ਵਿੱਚ ਅਕਸਰ ਉਹ ਕਹਾਣੀਆਂ ਬਣਾ ਕੇ ਆਪਣੇ ਦਿਲ ਨੂੰ ਖ਼ੁਸ਼ ਕਰ ਲੈਂਦਾ ਹੈ। ਹਰ ਦੇਸ ਵਿੱਚ ਉਡਣ ਦੀਆਂ ਤੇ ਹਵਾਈ ਜਹਾਜ਼ਾਂ ਦੀਆਂ ਕਹਾਣੀਆਂ ਮਸ਼ਹੂਰ ਹਨ। ਇਨ੍ਹਾਂ ਵਿੱਚ ਯੂਨਾਨ ਦੇ ਡੈਡਾਲਸ ਦੀ ਕਹਾਣੀ ਬੜੀ ਪ੍ਰਸਿੱਧ ਹੈ।

ਡੈਡਾਲਸ ਬੜਾ ਬੁਧੀਮਾਨ ਆਦਮੀ ਸੀ। ਉਹ ਕਈ ਤਰ੍ਹਾਂ ਦੀਆਂ ਅਜੀਬ ਚੀਜ਼ਾਂ ਬਣਾ ਸਕਦਾ ਸੀ। ਯੂਨਾਨ ਦੇ ਰਾਜੇ ਨੇ ਡੈਡਾਲਸ ਨੂੰ ਬੁਲਾਇਆ ਤੇ ਉਸ ਨੂੰ ਇਕ ਅਜਿਹਾ ਗੋਰਖ ਧੰਧਾ ਬਣਾਉਣ ਦਾ ਹੁਕਮ ਦਿੱਤਾ ਕਿ ਜਿਸ ਵਿੱਚ ਜੇ ਕੋਈ ਆਦਮੀ ਚਲਾ ਜਾਏ ਤਾਂ ਉਸ ਨੂੰ ਬਾਹਰ ਨਿਕਲਣ ਦਾ ਰਸਤਾ ਨਾ ਮਿਲ ਸਕੇ।

ਡੈਡਾਲਸ ਨੇ ਪੇਚਦਾਰ ਗਲੀਆਂ ਵਾਲੀ ਇਕ ਬੜੀ ਵੱਡੀ ਇਮਾਰਤ ਤਿਆਰ ਕੀਤੀ। ਪਰ ਜਦੋਂ ਉਹ ਆਪਣੇ ਪੁੱਤਰ ਇਕਾਰਸ ਨੂੰ ਲੈ ਕੇ ਉਸ ਦੀ ਪਰੀਖਿਆ ਲਈ ਗਿਆ ਤਾਂ ਆਪ ਹੀ ਉਸ ਵਿੱਚ ਰਸਤਾ ਭੁਲ ਗਿਆ। ਆਖ਼ਰ ਉਸ ਨੇ ਆਪਣੇ ਪੁੱਤਰ ਨੂੰ ਕਿਹਾ, ''ਇਕਾਰਸ, ਘਬਰਾ ਨਹੀਂ। ਅਸੀਂ ਟੁਰ ਕੇ ਬਾਹਰ

ਨਹੀਂ ਜਾ ਸਕਦੇ ਤਾਂ ਕੀ ਹੋਇਆ। ਅਸੀਂ ਇਥੇ ਭੁੱਖੇ ਪਿਆਸੇ ਨਹੀਂ ਮਰਾਂਗੇ, ਬਲਕਿ ਉਡ ਕੇ ਬਾਹਰ ਚਲੇ ਜਾਵਾਂਗੇ।''

ਡੈਡਾਲਸ ਨੇ ਪੰਛੀਆਂ ਦੇ ਪਰਾਂ ਨੂੰ ਮੋਮ ਨਾਲ ਜੋੜ ਕੇ ਦੋ ਪਰ ਤਿਆਰ ਕੀਤੇ। ਇਕਾਰਸ ਨੂੰ ਪਰ ਪੁਆਂਦਿਆਂ ਉਸ ਨੇ ਕਿਹਾ, ''ਬੇਟਾ, ਤੂੰ ਉਡ ਕੇ ਬਾਹਰ ਚਲਾ ਜਾ। ਮੈਂ ਛੇਤੀ ਹੀ ਹੋਰ ਪਰ ਬਣਾ ਕੇ ਤੈਨੂੰ ਆ ਮਿਲਾਂਗਾ। ਪਰ ਯਾਦ ਰੱਖ, ਨਾ ਜ਼ਿਆਦਾ ਉੱਚਾ ਉਡੀਂ ਤੇ ਨਾ ਜ਼ਿਆਦਾ ਨੀਵਾਂ। ਬਹੁਤ ਨੀਵਾਂ ਉਡੇਂਗਾ ਤਾਂ ਇਹ ਨਾ ਹੋਏ ਕਿ ਸਮੁੰਦਰ ਦੀ ਧੁੰਦ ਵਿੱਚ ਪਰ ਗਿੱਲੇ ਹੋ ਕੇ ਭਾਰੇ ਹੋ ਜਾਣ ਤੇ ਤੂੰ ਉਡ ਨਾ ਸਕੇਂ। ਤੇ ਜੇ ਜ਼ਿਆਦਾ ਉੱਚਾ ਉਡੇਂਗਾ ਤਾਂ ਇਹ ਨਾ ਹੋਏ ਕਿ ਸੂਰਜ ਦੀ ਗਰਮੀ ਨਾਲ ਮੋਮ ਪਿਘਲ ਜਾਏ ਤੇ ਤੂੰ ਸਮੁੰਦਰ ਵਿੱਚ ਡਿੱਗ ਪਏਂ।''

ਇਕਾਰਸ ਪਰ ਪਾ ਕੇ ਬੜਾ ਖ਼ੁਸ਼ ਹੋਇਆ। ਪਰ ਬੜੇ ਹਲਕੇ ਤੇ ਮਜ਼ਬੂਤ ਸਨ। ਉਹ ਉਪਰ ਥੱਲੇ ਉਡਦਾ ਹੋਇਆ ਬਹੁਤ ਦੂਰ ਚਲਾ ਗਿਆ। ਉਹ ਆਪਣੇ ਪਿਤਾ ਦੀ ਹਿਦਾਇਤ ਭੁੱਲ ਗਿਆ। ਉਹ ਬੜੇ ਉਤਸ਼ਾਹ ਨਾਲ ਉਡਦਾ ਹੋਇਆ ਬਹੁਤ ਉੱਚਾ ਚਲਾ ਗਿਆ। ਸੂਰਜ ਦੀ ਗਰਮੀ ਨਾਲ ਪਰਾਂ ਦਾ ਮੋਮ ਪਿਘਲ ਗਿਆ। ਉਹ ਸਮੁੰਦਰ ਵਿੱਚ ਡਿੱਗਾ ਤੇ ਡੁੱਬ ਕੇ ਮਰ ਗਿਆ।

ਸਮੁੰਦਰ ਵਿੱਚ ਜਲ ਪਰੀਆਂ ਖੇਡ ਰਹੀਆਂ ਸਨ। ਉਨ੍ਹਾਂ ਨੇ ਇਕਾਰਸ ਨੂੰ ਵੇਖਿਆ। ਉਹ ਉਸ ਦੀ ਖ਼ੂਬਸੂਰਤੀ ਤੇ ਮੋਹਤ ਹੋ ਗਈਆਂ ਤੇ ਉਸ ਨੂੰ ਸਮੁੰਦਰ ਦੇ ਥੱਲੇ ਆਪਣੀ ਗੁਫ਼ਾ ਵਿੱਚ ਲੈ ਗਈਆਂ। ਉਨ੍ਹਾਂ ਨੇ ਇਕਾਰਸ ਨੂੰ ਫੇਰ ਜ਼ਿੰਦਾ ਕਰ ਲਿਆ ਤੇ ਉਹ ਪਰੀਆਂ ਕੋਲ ਹੀ ਰਹਿਣ ਲੱਗ ਪਿਆ।

ਇਸੇ ਤਰ੍ਹਾਂ ਰਾਮਾਇਣ ਵਿੱਚ ਵੀ ਵਰਣਨ ਹੈ ਕਿ ਸ੍ਰੀ ਰਾਮ ਚੰਦਰ ਜੀ ਨੇ ਜਦੋਂ ਲੰਕਾ ਨੂੰ ਫ਼ਤਹ ਕਰ ਲਿਆ ਤਾਂ ਉਹ ਇਕ ਉਡਨ ਖਟੋਲੇ ਤੇ ਬੈਠ ਕੇ ਸਿਰਫ਼ ਕੁਝ ਦਿਨਾਂ ਵਿੱਚ ਹੀ ਅਯੋਧਿਆ ਪਹੁੰਚ ਗਏ।

ਆਧੁਨਿਕ ਉਡਣ ਦੇ ਤਰੀਕਿਆਂ ਦੇ ਤਜਰਬੇ ਸਭ ਤੋਂ ਪਹਿਲਾਂ ਫ਼ਰਾਂਸ ਵਿੱਚ ਸ਼ੁਰੂ ਹੋਏ। ਸਰਦੀ ਦੀ ਇਕ ਰਾਤ ਨੂੰ ਦੋ ਭਰਾ ਬੈਠੇ ਅੱਗ ਸੇਕ ਰਹੇ ਸਨ। ਜਦੋਂ ਅੱਗ ਦੀ ਲਾਟ ਕੁਝ ਘੱਟ ਹੋਣ ਲੱਗਦੀ ਤਾਂ ਉਹ ਕੁਝ ਹੋਰ ਰੱਦੀ ਕਾਗ਼ਜ਼ ਤੇ ਸੁੱਕੀਆਂ ਲਕੜੀਆਂ ਪਾ ਦੇਂਦੇ। ਉਨ੍ਹਾਂ ਨੇ ਧੂੰਏਂ ਦੇ ਨਾਲ ਸੜੇ ਹੋਏ ਕਾਗ਼ਜ਼ ਦੇ ਟੁਕੜਿਆਂ ਨੂੰ ਵੀ ਉਡਦਿਆਂ ਵੇਖਿਆ ਤਾਂ ਉਨ੍ਹਾਂ ਦੇ ਦਿਲ ਵਿੱਚ ਗੁਬਾਰਾ ਬਣਾਉਣ ਦਾ ਧਿਆਨ ਆਇਆ।

ਇਨ੍ਹਾਂ ਦੋਹਾਂ ਨੌਜਵਾਨਾਂ ਨੇ ਕਾਗ਼ਜ਼ ਦੇ ਛੋਟੇ ਛੋਟੇ ਗੁਬਾਰੇ ਬਣਾ ਕੇ ਤਜਰਬੇ ਸ਼ੁਰੂ ਕੀਤੇ। ਗਰਮ ਹਵਾ ਠੰਡੀ ਹਵਾ ਤੋਂ ਬਹੁਤ ਹਲਕੀ ਹੁੰਦੀ ਹੈ। ਇਸ ਲਈ ਜਦੋਂ ਉਹ ਗੁਬਾਰੇ ਦੇ ਥੱਲੇ ਛੇਕ ਕਰ ਕੇ ਉਸ ਨੂੰ ਅੱਗ ਤੇ ਰਖਦੇ ਤਾਂ ਉਹ ਉਡ ਕੇ ਉਪਰ ਚਲਾ ਜਾਂਦਾ ਤੇ ਥੋੜ੍ਹੀ ਦੂਰ ਪਰੇ ਜਾ ਡਿੱਗਦਾ। ਫੇਰ ਉਨ੍ਹਾਂ ਨੇ ਮੋਮੀ ਕਪੜੇ ਦਾ ਇਕ ਬਹੁਤ ਵੱਡਾ ਗੁਬਾਰਾ ਬਣਾਇਆ, ਜਿਸ ਦਾ ਘੇਰਾ ਤੀਹ ਫੁੱਟ ਸੀ। ਇਸ ਦੇ ਥੱਲੇ ਹਵਾ ਨੂੰ ਗਰਮ ਰੱਖਣ ਲਈ ਅੰਗੀਠੀ ਬੰਨ੍ਹੀ ਗਈ। ਇਸ ਤਰ੍ਹਾਂ ਇਸ ਗੁਬਾਰੇ ਨੇ ਬੜੀ ਦੂਰ ਤਕ ਉਡਾਰੀ ਕੀਤੀ।

ਸ਼ੁਰੂ ਵਿੱਚ ਜਦੋਂ ਇਕ ਅਜਿਹਾ ਗੁਬਾਰਾ ਛਡਿਆ ਗਿਆ ਤਾਂ ਉਹ ਸ਼ਹਿਰ ਤੋਂ ਦੂਰ ਖੇਤਾਂ ਵਿੱਚ ਜਾ ਕੇ ਡਿੱਗਾ। ਕਿਸਾਨ ਲੋਕ ਦੌੜੇ ਦੌੜੇ ਉਥੇ ਪਹੁੰਚੇ। ਉਨ੍ਹਾਂ ਨੇ ਸਮਝਿਆ ਕਿ ਇਹ ਕੋਈ ਬਹੁਤ ਵੱਡੀ ਬਲਾ ਹੈ ਤੇ ਲਾਠੀਆਂ ਮਾਰ ਮਾਰ ਕੇ ਉਸ ਨੂੰ ਤਾਰ ਤਾਰ ਕਰ ਦਿੱਤਾ।

ਥੋੜੇ ਚਿਰ ਪਿਛੋਂ ਦੋਹਾਂ ਭਰਾਵਾਂ ਨੇ ਇਕ ਹੋਰ ਗੁਬਾਰਾ ਬਣਾਇਆ। ਜਿਸ ਦੇ ਥੱਲੇ ਇਕ ਪੰਘੂੜਾ ਬੰਨ੍ਹਿਆ ਗਿਆ। ਇਸ ਵਿੱਚ ਇਕ ਭੇਡ, ਇਕ ਸੂਰ ਤੇ ਇਕ ਕੁੱਕੜ ਬਿਠਾ ਕੇ ਛਡਿਆ ਗਿਆ। ਇਹ ਗੁਬਾਰਾ ਕੁਝ ਮੀਲਾਂ ਦੀ ਉਡਾਰੀ ਦੇ ਬਾਅਦ ਠੀਕ-ਠਾਕ ਥੱਲੇ ਆ ਗਿਆ ਤੇ ਉਸ ਵਿੱਚ ਬੈਠੇ ਜਾਨਵਰਾਂ ਨੂੰ ਕੋਈ ਨੁਕਸਾਨ ਨਾ ਹੋਇਆ। ਇਸ ਦੇ ਬਾਅਦ ਦੋਵੇਂ ਭਰਾ ਪੰਘੂੜੇ ਵਿੱਚ ਬੈਠ ਕੇ ਉਡੇ।

ਗੁਬਾਰਾ ਬਣਾਉਣ ਵਿੱਚ ਹੌਲੀ ਹੌਲੀ ਤਰੱਕੀ ਹੁੰਦੀ ਗਈ। ਕਪੜੇ ਦੀ ਥਾਂ ਐਲੀਮੀਨਿਅਮ ਦੇ ਗੁਬਾਰੇ ਬਣਾਏ ਗਏ। ਇਨ੍ਹਾਂ ਵਿੱਚ ਗਰਮ ਹਵਾ ਦੀ ਥਾਂ ਹਾਈਡਰੋਜਨ ਗੈਸ ਭਰੀ ਗਈ ਤੇ ਲੋਕ ਇਨ੍ਹਾਂ ਵਿੱਚ ਸਫ਼ਰ ਕਰਨ ਲੱਗੇ।

ਅਭਿਆਸ

I. **ਦੱਸੋ ਭਲਾ** :—

1. ਡੈਡਾਲਸ ਕੌਣ ਸੀ?
2. ਉਸ ਨੇ ਕਿਹੋ ਜਿਹਾ ਗੋਰਖ ਧੰਧਾ ਬਣਾਇਆ?
3. ਗੋਰਖ ਧੰਧੇ ਵਿੱਚੋਂ ਨਿਕਲਣ ਲਈ ਉਸ ਨੇ ਕੀ ਕੀਤਾ?
4. ਇਕਾਰਸ ਸਮੁੰਦਰ ਵਿੱਚ ਕਿਸ ਤਰ੍ਹਾਂ ਡਿੱਗ ਪਿਆ?
5. ਪਰੀਆਂ ਨੇ ਮਰੇ ਹੋਏ ਇਕਾਰਸ ਨੂੰ ਕੀ ਕੀਤਾ?
6. ਆਧੁਨਿਕ ਸਮੇਂ ਵਿੱਚ ਉਡਾਰੀ ਦੀ ਸਭ ਤੋਂ ਪਹਿਲੀ ਕੋਸ਼ਿਸ਼ ਕਿਸ ਤਰ੍ਹਾਂ ਸ਼ੁਰੂ ਹੋਈ?
7. ਗੁਬਾਰਾ ਕਿਸ ਸਿਧਾਂਤ ਤੇ ਉਡਦਾ ਹੈ?

II. **ਵਾਕ ਬਣਾਓ** :—

ਇੱਛਾ, ਪੰਛੀ, ਗੋਰਖ-ਧੰਧਾ, ਪੇਚਦਾਰ, ਇਮਾਰਤ, ਪਰੀਖਿਆ, ਸਮੁੰਦਰ, ਮਜ਼ਬੂਤ, ਪਰੀਆਂ, ਫ਼ਤਹ, ਤਜਰਬੇ, ਘੇਰਾ, ਉਡਾਰੀ, ਪੰਘੂੜਾ, ਤਰੱਕੀ, ਸਫ਼ਰ।

ਉਡਣਾ

(2)

ਹਵਾ ਤੋਂ ਹਲਕੇ ਜਹਾਜ਼ ਬਣਾਉਣ ਤੋਂ ਇਲਾਵਾ ਬੁਧੀਮਾਨ ਆਦਮੀ ਇਹ ਵੀ ਸੋਚ ਰਹੇ ਸਨ ਕਿ ਪੰਛੀ ਹਵਾ ਤੋਂ ਭਾਰੇ ਹੁੰਦੇ ਹੋਏ ਵੀ ਉਡ ਸਕਦੇ ਹਨ, ਤਾਂ ਕੀ ਇਸੇ ਸਿਧਾਂਤ ਤੇ ਹਵਾ ਤੋਂ ਭਾਰੇ ਜਹਾਜ਼ ਨਹੀਂ ਬਣ ਸਕਦੇ।

ਪਤੰਗ ਉਡਾਉਣ ਦਾ ਰਿਵਾਜ਼ ਪੁਰਾਣੇ ਜ਼ਮਾਨੇ ਤੋਂ ਚਲਾ ਆ ਰਿਹਾ ਹੈ। ਪਤੰਗ ਜੋ ਕਾਗ਼ਜ਼ ਤੇ ਲਕੜੀ ਦੀ ਬਣੀ ਹੋਈ ਹੁੰਦੀ ਹੈ, ਹਵਾ ਤੋਂ ਭਾਰੀ ਹੁੰਦੀ ਹੈ। ਸੋ ਇਨ੍ਹਾਂ ਲੋਕਾਂ ਨੇ ਪਤੰਗ ਦੇ ਸਿਧਾਂਤ ਤੇ ਹਵਾਈ ਜਹਾਜ਼ ਬਣਾ ਕੇ ਤਜਰਬੇ ਸ਼ੁਰੂ ਕੀਤੇ।

ਅਗਰ ਅਸੀਂ ਇਕ ਥਾਲੀ ਜਾਂ ਲਕੜੀ ਦੇ ਚੌੜੇ ਤਖ਼ਤੇ ਨੂੰ ਟੇਢਾ ਕਰ ਕੇ ਹਵਾ ਤੋਂ ਉਲਟੇ ਰੁਖ ਵਲ ਦੌੜੀਏ ਤਾਂ ਤਖ਼ਤਾ ਉਪਰ ਵੱਲ ਹੋਣ ਲੱਗ ਜਾਂਦਾ ਹੈ। ਪਤੰਗ ਇਸੇ ਤਰ੍ਹਾਂ ਉਡਦੀ ਹੈ ਤੇ ਉਡਣ ਦੀਆਂ ਸਭ ਤੋਂ ਪਹਿਲੀਆਂ ਮਸ਼ੀਨਾਂ ਵੀ ਇਸੇ ਤਰ੍ਹਾਂ ਬਣਾਈਆਂ ਗਈਆਂ। ਪਰਾਂ ਵਰਗੇ ਵੱਡੇ-ਵੱਡੇ ਚੌੜੇ ਲਕੜੀ ਦੇ ਤਖ਼ਤਿਆਂ ਨੂੰ ਤਿਰਛਾ ਕਰ ਕੇ ਜੋੜਿਆ ਗਿਆ। ਇਸ ਨੂੰ ਥੱਲੇ ਵਾਲੇ ਪਾਸਿਓਂ ਫੜ ਕੇ ਜਦੋਂ ਕੋਈ

ਆਦਮੀ ਕਿਸੇ ਉੱਚੀ ਪਹਾੜੀ ਤੋਂ ਥੱਲੇ ਵਲ ਦੌੜਦਾ ਤਾਂ ਤਖ਼ਤੇ ਉਪਰ ਹੋ ਜਾਂਦੇ ਤੇ ਉਹ ਆਦਮੀ ਉਡ ਕੇ ਥੋੜ੍ਹੀ ਦੂਰ ਚਲਾ ਜਾਂਦਾ।

ਐਸੀ ਮਸ਼ੀਨ ਨੂੰ ਗਲਾਈਡਰ ਕਹਿੰਦੇ ਹਨ। ਗਲਾਈਡਰ ਅਜ ਕਲ੍ਹ ਵੀ ਸਾਰੇ ਦੇਸਾਂ ਵਿੱਚ ਉਡਣਾ ਸਿਖਾਉਣ ਲਈ ਇਕ ਖੇਡ ਦੀ ਤਰ੍ਹਾਂ ਇਸਤੇਮਾਲ ਕੀਤੇ ਜਾਂਦੇ ਹਨ। ਪਰ ਅਜ ਕਲ੍ਹ ਦੇ ਗਲਾਈਡਰ ਬਹੁਤ ਚੰਗੇ ਬਣ ਚੁੱਕੇ ਹਨ, ਇਸ ਸੱਠ ਸੱਠ ਮੀਲ ਤਕ ਬਿਨਾ ਕਿਸੇ ਇੰਜਨ ਦੇ ਉਡ ਸਕਦੇ ਹਨ ਤੇ ਇਨ੍ਹਾਂ ਨੂੰ ਚਲਾਉਣ ਲਈ ਨਾਲ ਨਾਲ ਦੌੜਨਾ ਵੀ ਨਹੀਂ ਪੈਂਦਾ।

ਹਵਾ ਤੋਂ ਭਾਰੇ ਹਵਾਈ ਜਹਾਜ਼ ਬਣਾਉਣ ਦੇ ਤਜਰਬੇ ਯੂਰਪ ਤੇ ਅਮਰੀਕਾ ਵਿੱਚ ਕਈ ਥਾਂਵਾਂ ਤੇ ਹੋ ਰਹੇ ਸਨ। ਪਰ ਸਭ ਤੋਂ ਪਹਿਲਾ ਹਵਾਈ ਜਹਾਜ਼ ਬਣਾਉਣ ਦੀ ਮਾਨਤਾ ਤਾਂ ਦੋ ਭਰਾਵਾਂ ਵਿਲਬਰ ਰਾਈਟ ਤੇ ਆਰਵਿਲੀ ਰਾਈਟ ਨੂੰ ਹੈ, ਜਿਹੜੇ ਅਮਰੀਕਾ ਦੇ ਇਕ ਛੋਟੇ ਜਿਹੇ ਸ਼ਹਿਰ ਡੇਟਨ ਵਿੱਚ ਬਾਈਸਿਕਲ ਬਣਾਉਣ ਦਾ ਕੰਮ ਕਰਦੇ ਸਨ।

ਦੋਵੇਂ ਭਰਾ ਆਪਣੀ ਦੁਕਾਨ ਵਿੱਚ ਗਲਾਈਡਰ ਤਿਆਰ ਕਰਦੇ ਤੇ ਤਜਰਬੇ ਕਰਨ ਲਈ ਕੋਲ ਦੇ ਇਕ ਪਿੰਡ ਕਿੱਟੀਹਾਕ ਵਿੱਚ ਚਲੇ ਜਾਂਦੇ। ਇਥੇ ਆਸ ਪਾਸ ਬਹੁਤ ਦੂਰ ਤਕ ਰੇਤ ਫੈਲੀ ਹੋਈ ਸੀ ਤੇ ਉੱਚੇ ਟਿੱਬੇ ਸਨ, ਜਿਨ੍ਹਾਂ ਤੋਂ ਥੱਲੇ ਵਲ ਦੌੜ ਕੇ ਉਹ ਗਲਾਈਡਰ ਚਲਾਂਦੇ। ਰੇਤ ਹੋਣ ਕਰ ਕੇ ਡਿੱਗ ਕੇ ਸੱਟ ਲੱਗਣ ਦਾ ਵੀ ਡਰ ਨਹੀਂ ਸੀ। ਤਿੰਨ ਚਾਰ ਸਾਲਾਂ ਦੀ ਸਖ਼ਤ ਮਿਹਨਤ ਦੇ ਬਾਅਦ ਦੋਹਾਂ ਭਰਾਵਾਂ ਨੇ ਇਕ ਅਜਿਹਾ ਹਵਾਈ ਜਹਾਜ਼ ਬਣਾ ਲਿਆ, ਜਿਸ ਦੇ ਉਪਰ ਥੱਲੇ ਦੋ ਪਰ ਸਨ ਤੇ ਇਸ ਦੇ ਵਿੱਚ ਮੋਟਰ

ਇੰਜਨ ਲੱਗਿਆ ਹੋਇਆ ਸੀ। 17 ਦਸੰਬਰ 1903 ਨੂੰ ਕਿੱਟੀਹਾਕ ਦੇ ਛੋਟੇ ਜਿਹੇ ਪਿੰਡ ਵਿੱਚ ਇਸ ਹਵਾਈ ਜਹਾਜ਼ ਨੇ ਲਗਭਗ ਇਕ ਮਿੰਟ ਹਵਾ ਵਿੱਚ ਰਹਿ ਕੇ 8.52 ਫੁੱਟ ਲੰਮੀ ਉਡਾਰੀ ਮਾਰੀ।

ਇਸ ਸਫ਼ਲਤਾ ਤੇ ਦੋਹਾਂ ਭਰਾਵਾਂ ਦੀ ਖ਼ੁਸ਼ੀ ਦਾ ਅੰਦਾਜ਼ਾ ਲਗਾਉਣਾ ਮੁਸ਼ਕਲ ਸੀ। ਪਰ ਅਮਰੀਕਾ ਦੀ ਸਰਕਾਰ ਨੇ ਉਨ੍ਹਾਂ ਦੀ ਇਸ ਕਾਢ ਦੀ ਕੋਈ ਤਾਰੀਫ਼ ਨਾ ਕੀਤੀ। ਆਖ਼ਰ ਪੰਜ ਸਾਲਾਂ ਦੇ ਬਾਅਦ ਉਨ੍ਹਾਂ ਨੇ ਆਪਣੇ ਹਵਾਈ ਜਹਾਜ਼ ਦਾ ਪਰਦਰਸ਼ਨ ਪੈਰਿਸ ਵਿੱਚ ਕੀਤਾ। ਇਸ ਦੌਰਾਨ ਹੋਰ ਲੋਕਾਂ ਨੇ ਵੀ ਹਵਾਈ ਜਹਾਜ਼ ਤਿਆਰ ਕਰ ਲਏ ਸਨ। ਪਰ ਜਦੋਂ ਵਿਲਬਰ ਤੇ ਆਰਵਿਲੀ ਨੇ ਦੋ ਘੰਟੇ ਵੀਹ ਮਿੰਟ ਵਿੱਚ ਨੱਬੇ ਮੀਲ ਦੀ ਉਡਾਰੀ ਕੀਤੀ ਤਾਂ ਸਭ ਹੈਰਾਨ ਰਹਿ ਗਏ।

ਇਸ ਦੇ ਬਾਅਦ ਹਵਾਈ ਜਹਾਜ਼ ਬਣਾਉਣ ਵਿੱਚ ਬੜੀ ਤੇਜ਼ੀ ਨਾਲ ਤਰੱਕੀ ਹੋਣ ਲੱਗੀ। ਅਜ ਦੁਨੀਆਂ ਦੇ ਸਾਰੇ ਵੱਡੇ ਸ਼ਹਿਰਾਂ ਵਿੱਚ ਠੀਕ ਵਕਤ ਤੇ ਡਾਕ ਤੇ ਮੁਸਾਫ਼ਰ ਲੈ ਜਾਣ ਵਾਲੇ ਹਵਾਈ ਜ਼ਹਾਜ ਚਲਣ ਲੱਗੇ ਹਨ। ਸਾਡੇ ਦੇਸ਼ ਦੇ ਅੰਦਰ ਵੀ ਬਹੁਤ ਸਾਰੀ ਡਾਕ ਹਵਾਈ ਜਹਾਜ਼ ਰਾਹੀਂ ਹੀ ਜਾਂਦੀ ਹੈ।

ਹਵਾਈ ਜਹਾਜ਼ ਨੇ ਸੰਸਾਰ ਨੂੰ ਬਹੁਤ ਛੋਟਾ ਬਣਾ ਦਿੱਤਾ ਹੈ। ਮਹੀਨਿਆਂ ਦਾ ਸਫ਼ਰ ਦਿਨਾਂ ਵਿੱਚ ਹੋ ਜਾਂਦਾ ਹੈ। ਅਜ ਅਸੀਂ ਕੁਝ ਹੀ ਘੰਟਿਆਂ ਵਿੱਚ ਦਿੱਲੀ ਤੋਂ ਬੰਬਈ ਪਹੁੰਚ ਸਕਦੇ ਹਾਂ। ਭਾਰਤ ਦੇ ਫਲ ਇੰਗਲੈਂਡ ਤੇ ਹੋਰ ਦੂਜੇ ਦੇਸ਼ਾਂ ਵਿੱਚ ਜਾ ਕੇ ਵਿਕਦੇ ਹਨ।

ਅਭਿਆਸ

I. ਦੱਸੋ ਭਲਾ:—

1. ਹਵਾਈ ਜਹਾਜ਼ ਕਿਸ ਸਿਧਾਂਤ ਤੇ ਉਡਦਾ ਹੈ?
2. ਪਹਿਲਾ ਹਵਾਈ ਜਹਾਜ਼ ਕਿਸ ਨੇ ਤਿਆਰ ਕੀਤਾ?
3. ਹਵਾਈ ਜਹਾਜ਼ ਨਾਲ ਸਾਡੀ ਰੋਜ਼ ਦੀ ਜ਼ਿੰਦਗੀ ਤੇ ਕੀ ਅਸਰ ਪਿਆ?

II. ਵਾਕ ਬਣਾਓ:—

ਬੁਧੀਮਾਨ, ਤਜਰਬੇ, ਤਖ਼ਤੇ, ਤਿਰਛਾ, ਗਲਾਈਡਰ, ਇੰਜਨ, ਮਿਹਨਤ, ਪਰਦਰਸ਼ਨ, ਹਵਾਈ ਜਹਾਜ਼।

III. ਖ਼ਾਲੀ ਥਾਂਵਾਂ ਭਰੋ:—

1. ਪਤੰਗ ਉਡਾਉਣ ਦਾ ਰਿਵਾਜ ਪੁਰਾਣੇ .... ਤੋਂ ਚਲਾ ਆ ਰਿਹਾ ਹੈ।
2. ਅਜ ਕਲ੍ਹ ਸਭ ਦੇਸਾਂ ਵਿੱਚ ਉਡਣਾ ਸਿਖਾਉਣ ਲਈ .... ਇਸਤੇਮਾਲ ਕੀਤਾ ਜਾਂਦਾ ਹੈ।
3. ਹਵਾਈ ਜਹਾਜ਼ ਬਣਾਉਣ ਦੀ ਸਭ ਤੋਂ ਪਹਿਲੀ ਮਾਨਤਾ ਦੋ ਭਰਾਵਾਂ .... ਤੇ .... ਨੂੰ ਮਿਲੀ।
4. ਜਹਾਜ਼ ਬਣਾਉਣ ਦੀ ਸਫ਼ਲਤਾ ਤੇ ਦੋਹਾਂ ਭਰਾਵਾਂ ਦੀ .... ਦਾ ਟਿਕਾਣਾ ਨਹੀਂ ਸੀ।
5. ਅਮਰੀਕਾ ਸਰਕਾਰ ਨੇ ਉਨ੍ਹਾਂ ਦੀ ਇਸ .... ਦੀ ਕੋਈ ਤਾਰੀਫ਼ ਨਾ ਕੀਤੀ।

ਘੁਮਿਆਰ

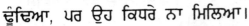

ਇਕ ਰਾਤ ਬੜੀ ਜ਼ੋਰ ਦੀ ਬਾਰਸ਼ ਹੋ ਰਹੀ ਸੀ। ਇਕ ਸ਼ੇਰ ਬਾਰਸ਼ ਤੋਂ ਬਚਣ ਲਈ ਕੋਈ ਸੁਰਖਿਅਤ ਥਾਂ ਢੂੰਢ ਰਿਹਾ ਸੀ। ਚਲਦੇ ਚਲਦੇ ਉਹ ਇਕ ਪਿੰਡ ਵਿੱਚ ਜਾ ਪਹੁੰਚਿਆ ਤੇ ਇਕ ਝੌਂਪੜੀ ਦੇ ਬਾਹਰ ਦੀਵਾਰ ਨਾਲ ਢਾਸਣਾ ਲਾ ਕੇ ਸੌਂ ਗਿਆ।

ਇਹ ਝੌਂਪੜੀ ਇਕ ਘੁਮਿਆਰ ਦੀ ਸੀ। ਉਸ ਦਾ ਖੋਤਾ ਗੁਆਚ ਗਿਆ ਸੀ। ਉਸ ਨੇ ਖੋਤੇ ਨੂੰ ਬੜਾ ਢੂੰਢਿਆ, ਪਰ ਉਹ ਕਿਧਰੇ ਨਾ ਮਿਲਿਆ।

ਆਖ਼ਰ ਘੁਮਿਆਰ ਘਰ ਵਾਪਸ ਆ ਗਿਆ। ਉਸ ਨੇ ਝੌਂਪੜੀ ਦੇ ਬਾਹਰ ਸ਼ੇਰ ਛੁਪਿਆ ਹੋਇਆ ਵੇਖਿਆ। ਘੁਮਿਆਰ ਨੇ ਸਮਝਿਆ ਕਿ ਇਹ ਉਸ ਦਾ ਖੋਤਾ ਹੈ।

ਉਸ ਨੇ ਸ਼ੇਰ ਨੂੰ ਦੋ ਤਿੰਨ ਡਾਂਗਾਂ ਮਾਰੀਆਂ ਤੇ ਉਸ ਦਾ ਕੰਨ ਫੜ ਕੇ ਕਹਿਣ ਲੱਗਾ, "ਕਮਬਖ਼ਤ ਕਿੱਥੇ ਚਲਾ ਗਿਆ ਸੀ? ਅਜ ਤੂੰ ਮੈਨੂੰ ਬਾਰਸ਼ ਵਿੱਚ ਬਹੁਤ ਸਤਾਇਆ ਹੈ।"

ਘੁਮਿਆਰ ਸ਼ੇਰ ਨੂੰ ਫੜ ਕੇ ਅੰਦਰ ਲੈ ਗਿਆ ਤੇ ਉਸ ਦੇ ਗਲ ਵਿੱਚ ਰੱਸੀ ਪਾ ਕੇ ਕਿੱਲੇ ਨਾਲ ਬੰਨ੍ਹ ਦਿੱਤਾ।

ਸਵੇਰੇ ਜਦੋਂ ਸਾਰੇ ਪਾਸੇ ਚਾਨਣ ਹੋਇਆ ਤਾਂ ਘੁਮਿਆਰ ਇਹ ਵੇਖ ਕੇ ਹੈਰਾਨ ਰਹਿ ਗਿਆ ਕਿ ਰਾਤ ਦੇ ਹਨੇਰੇ ਵਿੱਚ ਜਿਸ ਨੂੰ ਉਹ ਖੋਤਾ ਸਮਝੀ ਬੈਠਾ ਸੀ, ਅਸਲ ਵਿੱਚ ਉਹ ਸ਼ੇਰ ਸੀ।

ਪਿੰਡ ਦੇ ਲੋਕ ਇਕੱਠੇ ਹੋ ਗਏ ਤੇ ਘੁਮਿਆਰ ਦੀ ਬਹਾਦਰੀ ਦੀ ਤਾਰੀਫ਼ ਕਰਨ ਲੱਗੇ।

ਹੌਲੀ ਹੌਲੀ ਇਹ ਗੱਲ ਰਾਜੇ ਤਕ ਪਹੁੰਚੀ ਕਿ ਘੁਮਿਆਰ ਨੇ ਜੀਉਂਦਾ ਸ਼ੇਰ ਫੜਿਆ ਹੋਇਆ ਹੈ। ਰਾਜਾ ਘੁਮਿਆਰ ਦੀ ਬਹਾਦਰੀ ਤੇ ਬੜਾ ਖੁਸ਼ ਹੋਇਆ ਤੇ ਉਸ ਨੂੰ ਆਪਣਾ ਸੈਨਾਪਤੀ ਬਣਾ ਲਿਆ। ਅਜੇ ਥੋੜੇ ਹੀ ਦਿਨ ਬੀਤੇ ਸਨ ਕਿ ਇਕ ਦੁਸ਼ਮਣ ਨੇ ਰਾਜੇ ਦੇ ਦੇਸ ਤੇ ਹਮਲਾ ਕਰ ਦਿੱਤਾ। ਰਾਜੇ ਨੂੰ ਦੁਸ਼ਮਣ ਦੇ ਹਮਲੇ ਦੀ ਖ਼ਬਰ ਮਿਲੀ ਤਾਂ ਉਸ ਨੇ ਫ਼ੌਰਨ ਸੈਨਾਪਤੀ ਨੂੰ ਬੁਲਾਇਆ ਤੇ ਉਸ ਨੂੰ ਹੁਕਮ ਦਿੱਤਾ ਕਿ ਛੇਤੀ ਹੀ ਜਾ ਕੇ ਉਹ ਦੁਸ਼ਮਣਾਂ ਦਾ ਮੁਕਾਬਲਾ ਕਰੇ।

ਘੁਮਿਆਰ ਨੇ ਇਹ ਹੁਕਮ ਸੁਣਿਆ ਤਾਂ ਡਰ ਦੇ ਮਾਰੇ ਥਰ ਥਰ ਕੰਬਣ ਲੱਗਾ। ਪਰ ਇਨਕਾਰ ਕਿਸ ਤਰ੍ਹਾਂ ਕਰ ਸਕਦਾ ਸੀ। ਉਸ ਨੇ ਜਿਉਂ ਤਿਉਂ ਹੌਂਸਲਾ ਕਰ ਕੇ ਕਿਹਾ, "ਮਹਾਰਾਜ, ਤੁਸੀਂ ਫ਼ਿਕਰ ਨਾ ਕਰੋ, ਮੈਂ ਇਕੱਲਾ ਹੀ ਦੁਸ਼ਮਣ ਨਾਲ ਨਿਪਟ ਲਵਾਂਗਾ।"

ਰਾਜੇ ਨੇ ਇਕ ਨੌਕਰ ਦੇ ਹੱਥ ਆਪਣਾ ਸਭ ਤੋਂ ਚੰਗਾ ਘੋੜਾ ਉਸ ਦੀ ਸਵਾਰੀ ਲਈ ਭੇਜਿਆ। ਵਿਚਾਰਾ ਘੁਮਿਆਰ ਪਹਿਲਾਂ ਕਦੇ ਘੋੜੇ ਤੇ ਸਵਾਰ ਨਹੀਂ ਹੋਇਆ ਸੀ। ਉਸ ਨੇ ਆਪਣੀ ਵਹੁਟੀ ਨੂੰ ਕਿਹਾ, "ਤੂੰ ਮੈਨੂੰ ਕੱਸ ਕੇ ਘੋੜੇ ਨਾਲ ਬੰਨ੍ਹ ਦੇ ਤਾਂ ਜੋ ਇਹ ਮੈਨੂੰ ਡੇਗ ਨਾ ਸਕੇ। ਮੈਂ ਛੇਤੀ ਹੀ ਦੁਸ਼ਮਣ ਦੀ ਫ਼ੌਜ ਦਾ ਪਤਾ ਲਗਾ ਕੇ ਵਾਪਸ ਆ ਜਾਵਾਂਗਾ।"

ਘੁਮਿਆਰ ਘੋੜੇ ਤੇ ਬੈਠ ਗਿਆ ਤੇ ਉਸ ਦੀ ਵਹੁਟੀ ਨੇ ਮੋਟੇ ਰੱਸੇ ਨਾਲ ਖ਼ੂਬ ਚੰਗੀ ਤਰ੍ਹਾਂ ਉਸ ਨੂੰ ਬੰਨ੍ਹ ਦਿੱਤਾ। ਘੋੜੇ ਨੇ ਇਸ ਤੋਂ ਪਹਿਲਾਂ ਅਜਿਹਾ ਹੁਸ਼ਿਆਰ ਸਵਾਰ ਨਹੀਂ ਸੀ ਵੇਖਿਆ। ਉਹ ਡਰ ਕੇ

ਬੜੀ ਤੇਜ਼ੀ ਨਾਲ ਭੱਜ ਉਠਿਆ। ਘੁਮਿਆਰ ਨੇ ਘੋੜੇ ਨੂੰ ਬਥੇਰਾ ਪਿਆਰ ਦਿੱਤਾ, ਪਰ ਰੁਕਣ ਦੀ ਬਜਾਏ ਉਹ ਹੋਰ ਤੇਜ਼ ਹੀ ਤੇਜ਼ ਹੁੰਦਾ ਗਿਆ।

ਦੁਸ਼ਮਣ ਦਾ ਪੜਾਅ ਹੁਣ ਸਾਹਮਣੇ ਨਜ਼ਰ ਆ ਰਿਹਾ ਸੀ। ਘੁਮਿਆਰ ਨੂੰ ਡਰ ਨਾਲ ਪਸੀਨਾ ਆਉਣ ਲੱਗ ਪਿਆ। ਆਖ਼ਰ ਇਕ ਛੋਟੇ ਜਿਹੇ ਦਰਖ਼ਤ ਦੇ ਥਲਿਓਂ ਜਦੋਂ ਘੋੜਾ ਦੌੜਦਾ ਹੋਇਆ ਨਿਕਲਿਆ ਤਾਂ ਘੁਮਿਆਰ ਨੇ ਦਰਖ਼ਤ ਦੇ ਮੁੱਢ ਨੂੰ ਦੋਹਾਂ ਹੱਥਾਂ ਨਾਲ ਫੜ ਲਿਆ, ਪਰ ਘੋੜੇ ਨੇ ਜ਼ੋਰ ਲਾਇਆ ਤਾਂ ਦਰਖ਼ਤ ਜੜ੍ਹਾਂ ਸਮੇਤ ਉਖੜ ਗਿਆ।

ਦੁਸ਼ਮਣ ਦੀ ਫ਼ੌਜ ਦੇ ਸਿਪਾਹੀ ਦੂਰੋਂ ਘੁਮਿਆਰ ਨੂੰ ਆਂਦਿਆਂ ਵੇਖ ਰਹੇ ਸਨ। ਜਦੋਂ ਉਨ੍ਹਾਂ ਨੇ ਵੇਖਿਆ ਕਿ ਘੁਮਿਆਰ ਨੇ ਜੜ੍ਹਾਂ ਸਮੇਤ ਦਰਖ਼ਤ ਨੂੰ ਉਖਾੜ ਦਿੱਤਾ ਹੈ ਤਾਂ ਉਹ ਡਰ ਕੇ ਨਸ ਗਏ।

ਘੁਮਿਆਰ ਦਾ ਘੋੜਾ ਬਿਲਕੁਲ ਥੱਕ ਗਿਆ ਸੀ, ਪੜਾਅ ਦੇ ਕੋਲ ਪਹੁੰਚ ਕੇ ਉਹ ਰੁਕ ਗਿਆ। ਹੁਣ ਉਹ ਰੱਸੀਆਂ ਵੀ ਢਿੱਲੀਆਂ ਹੋ ਗਈਆਂ ਸਨ, ਜਿਨ੍ਹਾਂ ਨਾਲ ਘੁਮਿਆਰ ਜਕੜਿਆ ਹੋਇਆ ਸੀ। ਉਹ ਥੱਲੇ ਉਤਰਿਆ ਤੇ ਖਾਲੀ ਪਏ ਤੰਬੂਆਂ ਵਿੱਚੋਂ ਕੀਮਤੀ ਚੀਜ਼ਾਂ ਚੁੱਕ ਕੇ ਉਸ ਨੇ ਘੋੜੇ ਤੇ ਲੱਦ ਲਈਆਂ।

ਉਸ ਨੇ ਹੁਣ ਘੋੜੇ ਤੇ ਚੜ੍ਹਨ ਦੀ ਕੋਸ਼ਿਸ਼ ਹੀ ਨਹੀਂ ਕੀਤੀ, ਬਲਕਿ ਉਸ ਨੂੰ ਨਾਲ ਲੈ ਕੇ ਉਹ ਪੈਦਲ ਹੀ ਸ਼ਹਿਰ ਵੱਲ ਟੁਰ ਪਿਆ।

ਰਾਜਾ ਉਸ ਦੀ ਬਹਾਦਰੀ ਤੇ ਬੜਾ ਖੁਸ਼ ਹੋਇਆ ਤੇ ਉਸ ਨੇ ਘੁਮਿਆਰ ਨੂੰ ਬੜੇ ਇਨਾਮ ਦਿੱਤੇ। ਪਰ ਘੁਮਿਆਰ ਨੇ ਬੇਨਤੀ ਕੀਤੀ ਕਿ ਮਹਾਰਾਜ ਹੁਣ ਮੈਨੂੰ ਨੌਕਰੀ ਤੋਂ ਛੁੱਟੀ ਦੇ ਦਿਓ। ਮੈਂ ਘਰ ਜਾ ਕੇ ਆਰਾਮ ਦੀ ਜ਼ਿੰਦਗੀ ਬਿਤਾਉਣਾ ਚਾਹੁੰਦਾ ਹਾਂ।''

ਸੋ ਘੁਮਿਆਰ ਆਪਣੇ ਪਿੰਡ ਚਲਾ ਗਿਆ ਤੇ ਇਕ ਸ਼ਾਨਦਾਰ ਮਹੱਲ ਬਣਵਾ ਕੇ ਆਰਾਮ ਨਾਲ ਰਹਿਣ ਲੱਗ ਪਿਆ।

ਅਭਿਆਸ

I. **ਦੱਸੋ ਭਲਾ :—**

1. ਘੁਮਿਆਰ ਨੇ ਸ਼ੇਰ ਕਿਸ ਤਰ੍ਹਾਂ ਫੜਿਆ?
2. ਘੁਮਿਆਰ ਦੀ ਇਸ ਬਹਾਦਰੀ ਦੀ ਖ਼ਬਰ ਰਾਜੇ ਤਕ ਕਿਸ ਤਰ੍ਹਾਂ ਪਹੁੰਚੀ?
3. ਰਾਜੇ ਨੇ ਉਸ ਨੂੰ ਸੈਨਾਪਤੀ ਕਿਉਂ ਬਣਾ ਦਿੱਤਾ?
4. ਘੁਮਿਆਰ ਦੁਸ਼ਮਣ ਦਾ ਮੁਕਾਬਲਾ ਕਰਨ ਲਈ ਇਕੱਲਾ ਹੀ ਕਿਉਂ ਜਾਣਾ ਚਾਹੁੰਦਾ ਸੀ?
5. ਉਹ ਦੁਸ਼ਮਣ ਦਾ ਮੁਕਾਬਲਾ ਕਰਨ ਕਿਸ ਤਰ੍ਹਾਂ ਗਿਆ?
6. ਦਰਖ਼ਤ ਜੜ੍ਹ ਤੋਂ ਕਿਸ ਤਰ੍ਹਾਂ ਉਖੜ ਗਿਆ?
7. ਦੁਸ਼ਮਣ ਡਰ ਕੇ ਕਿਉਂ ਭੱਜ ਗਏ?
8. ਉਸ ਨੇ ਨੌਕਰੀ ਤੋਂ ਛੁਟਕਾਰਾ ਕਿਵੇਂ ਪਾਇਆ?

II. **ਵਾਕ ਬਣਾਓ :—**

ਫਾਸਣਾ, ਡਾਂਗਾਂ, ਬਹਾਦਰੀ, ਤਾਰੀਫ਼, ਸੈਨਾਪਤੀ, ਮੁਕਾਬਲਾ, ਦੁਸ਼ਮਣ, ਸਵਾਰੀ, ਹੁਸ਼ਿਆਰ, ਪੜਾਅ, ਮਹੱਲ।

III. **ਇਸ ਕਹਾਣੀ ਨੂੰ ਆਪਣੇ ਸ਼ਬਦਾਂ ਵਿੱਚ ਲਿਖੋ।**

ਪਾਦਰੀ ਦਾ ਕੈਂਡਲ ਸਟੈਂਡ

ਦ੍ਰਿਸ਼

(ਪਾਦਰੀ ਦਾ ਘਰ। ਖਾਣੇ ਦੀ ਮੇਜ਼ ਕੋਲ ਪਾਦਰੀ ਤੇ ਉਸ ਦੀ ਭੈਣ ਜੀਨ। ਮੇਜ਼ ਤੇ ਇਕ ਬਹੁਤ ਸੁਹਣਾ ਕੈਂਡਲ ਸਟੈਂਡ ਪਿਆ ਹੋਇਆ ਹੈ।)

ਜੀਨ   — ਵੀਰ ਜੀ, ਤੁਸੀਂ ਨਾ ਆਪਣਾ ਤੇ ਨਾ ਆਪਣਿਆਂ ਦਾ ਕੁਝ ਖਿਆਲ ਰਖਦੇ ਹੋ। ਦੂਜਿਆਂ ਲਈ ਆਪਣਾ ਸਾਰਾ ਧਨ ਲੁਟਾ ਰਹੇ ਹੋ। ਇੰਨੀ ਸੁਹਣੀ ਚਾਂਦੀ ਦੀ ਨਮਕਦਾਨੀ ਤੁਸੀਂ ਉਸ ਬੁੱਢੀ ਦੇ ਕਮਰੇ ਦਾ ਕਰਾਇਆ ਅਦਾ ਕਰਨ ਲਈ ਵੇਚ ਛੱਡੀ। ਤੁਹਾਡੇ ਭੋਲੇਪਨ ਦਾ ਫ਼ਾਇਦਾ ਉਠਾ ਕੇ ਇਹ ਲੋਕ ਝੂਠ ਬੋਲ ਕੇ ਤੁਹਾਨੂੰ ਠੱਗ ਲੈਂਦੇ ਹਨ।

ਪਾਦਰੀ   — ਜੇ ਲੋਕ ਝੂਠ ਬੋਲਦੇ ਹਨ ਤਾਂ ਆਪਣਾ ਹੀ ਕੁਝ ਨੁਕਸਾਨ ਕਰਦੇ ਹਨ। ਮੈਂ ਤਾਂ ਇਹ ਸੋਚਦਾ ਹਾਂ ਕਿ ਦੁਨੀਆਂ ਵਿੱਚ ਚਾਰੇ ਪਾਸੇ ਦੁਖ ਹੀ ਦੁਖ ਹੈ ਤੇ ਮੇਰੇ ਕੋਲ ਲੋਕਾਂ ਦੀ ਮਦਦ ਕਰਨ ਲਈ ਕੁਝ ਵੀ ਨਹੀਂ।

ਜੀਨ   — ਮੈਨੂੰ ਤਾਂ ਡਰ ਲਗਦਾ ਹੈ ਕਿ ਕਿਧਰੇ ਤੁਸੀਂ ਕਿਸੇ ਦਾ ਕਰਾਇਆ ਅਦਾ ਕਰਨ ਲਈ ਇਹ ਕੈਂਡਲ ਸਟੈਂਡ ਵੀ ਨਾ ਵੇਚ ਦਿਓ।

ਪਾਦਰੀ   — ਇਹ ਕੈਂਡਲ ਸਟੈਂਡ? ਨਹੀਂ ਭੈਣ, ਇਹ ਮੈਂ ਨਹੀਂ ਵੇਚ ਸਕਦਾ। ਮੇਰੀ ਮਾਂ ਨੇ ਮਰਦੇ

ਵਕਤ ਇਹ ਮੈਨੂੰ ਇਕ ਨਿਸ਼ਾਨੀ ਦੇ ਤੌਰ ਤੇ ਦਿੱਤਾ ਸੀ। ਉਸ ਨੇ ਮੈਨੂੰ ਕਿਹਾ ਸੀ ਕਿ ਮੈਂ ਇਸ ਨੂੰ ਇਕ ਯਾਦਗਾਰ ਦੀ ਤਰ੍ਹਾਂ ਸੰਭਾਲ ਕੇ ਰਖਾਂ। ਇਸ ਲਈ ਇਸ ਨੂੰ ਸੰਭਾਲ ਕੇ ਰਖਾਂਗਾ। ਪਰ ਸ਼ਾਇਦ ਕਿਸੇ ਚੀਜ਼ ਲਈ ਇੰਨਾ ਮੋਹ ਕਰਨਾ ਪਾਪ ਹੈ।

ਜੀਨ — ਬਸ ਵੀਰ ਜੀ, ਬਸ! ਇਸ ਤਰ੍ਹਾਂ ਗੱਲਾਂ ਕਰ ਕੇ ਮੇਰਾ ਦਿਲ ਹੋਰ ਨਾ ਦੁਖਾਓ। ਹੱਛਾ, ਹੁਣ ਮੈਂ ਸੌਣ ਜਾ ਰਹੀ ਹਾਂ।

(ਅਲਮਾਰੀ ਬੰਦ ਕਰ ਕੇ ਆਪਣੇ ਸੌਣ ਵਾਲੇ ਕਮਰੇ ਵਿੱਚ ਚਲੀ ਜਾਂਦੀ ਹੈ। ਜਾਂਦਿਆਂ ਜਾਂਦਿਆਂ)

ਦੇਰ ਤਕ ਨਾ ਪੜ੍ਹਦੇ ਰਹਿਣਾ, ਜਲਦੀ ਸੌਂ ਜਾਣਾ।

ਪਾਦਰੀ — ਨਹੀਂ ਭੈਣ! ਜਾ ਤੂੰ ਸੌਂ ਜਾ।

(ਪਾਦਰੀ ਮੇਜ਼ ਕੋਲ ਆ ਕੇ ਇਕ ਕਿਤਾਬ ਖੋਲ੍ਹ ਕੇ ਪੜ੍ਹਦਿਆਂ ਕੈਂਡਲ ਸਟੈਂਡ ਵੱਲ ਵੇਖਦਾ ਹੈ।)

ਇਸ ਨੂੰ ਵੇਚ ਕੇ ਕਿਸੇ ਦਾ ਕਰਾਇਆ ਅਦਾ ਕੀਤਾ ਜਾ ਸਕਦਾ ਹੈ। ਮੇਰੀ ਭੈਣ ਕਿੰਨੀ ਚੰਗੀ ਹੈ, ਜਿਸ ਨੇ ਮੇਰੇ ਦਿਲ ਵਿੱਚ ਇਹ ਵਿਚਾਰ ਪੈਦਾ ਕੀਤਾ।

(ਪਾਦਰੀ ਲੈਂਪ ਦੀ ਬੱਤੀ ਠੀਕ ਕਰ ਕੇ ਠੰਡ ਨਾਲ ਕੰਬਦਿਆਂ ਹੋਇਆਂ ਕੁਰਸੀ ਤੇ ਬੈਠ ਕੇ ਕਿਤਾਬ ਪੜ੍ਹਨ ਲਗਦਾ ਹੈ। ਇਕ ਚੋਰ ਚੁਪਚਾਪ ਪਿਛੋਂ ਦੀ ਆਉਂਦਾ ਹੈ। ਉਸ ਦੇ ਹੱਥ ਵਿੱਚ ਇਕ ਲੰਮਾ ਚਾਕੂ ਹੈ। ਉਹ ਪਿਛੋਂ ਦੀ ਪਾਦਰੀ ਨੂੰ ਗਲ ਤੋਂ ਫੜ ਲੈਂਦਾ ਹੈ।)

ਚੋਰ — ਜੇ ਤੂੰ ਜ਼ਰਾ ਵੀ ਸ਼ੋਰ ਮਚਾਇਆ ਤਾਂ ਜਾਨ ਤੋਂ ਮਾਰ ਦਿਆਂਗਾ।

ਪਾਦਰੀ — ਮੇਰੇ ਦੋਸਤ! ਤੂੰ ਵੇਖ ਰਿਹਾ ਹੈਂ ਕਿ ਮੈਂ ਬੈਠਾ ਪੜ੍ਹ ਰਿਹਾ ਹਾਂ। ਮੈਂ ਕਿਉਂ ਸ਼ੋਰ ਮਚਾਵਾਂਗਾ। ਕੀ ਮੈਂ ਤੇਰੀ ਕੁਝ ਮਦਦ ਕਰ ਸਕਦਾ ਹਾਂ?

ਚੋਰ — ਮੈਨੂੰ ਭੁੱਖ ਲੱਗੀ ਹੈ। ਮੈਂ ਤਿੰਨ ਦਿਨਾਂ ਤੋਂ ਕੁਝ ਨਹੀਂ ਖਾਧਾ। ਛੇਤੀ ਨਾਲ ਮੈਨੂੰ ਕੁਝ ਖਾਣ ਲਈ ਦੇ।

ਪਾਦਰੀ — ਦੋਸਤ! ਤੈਨੂੰ ਜ਼ਰੂਰ ਖਾਣ ਨੂੰ ਕੁਝ ਮਿਲੇਗਾ। ਮੈਂ ਹੁਣੇ ਆਪਣੀ ਭੈਣ ਤੋਂ ਅਲਮਾਰੀ ਦੀ ਚਾਬੀ ਲੈ ਕੇ ਆਉਂਦਾ ਹਾਂ।

ਚੋਰ — ਚੁਪਚਾਪ ਬੈਠਾ ਰਹਿ। ਉਠਣ ਦੀ ਕੋਸ਼ਿਸ਼ ਨਾ ਕਰੀਂ। ਇਸ ਚਲਾਕੀ ਨਾਲ ਤੂੰ ਮੈਨੂੰ ਫੜਵਾ ਨਹੀਂ ਸਕਦਾ। ਮੈਂ ਸਭ ਸਮਝਦਾ ਹਾਂ। ਤੂੰ ਚਾਬੀ ਲਿਆਉਣ ਦੇ ਬਹਾਨੇ ਘਰ ਦੇ ਸਾਰੇ ਲੋਕਾਂ ਨੂੰ ਜਗਾ ਦੇਵੇਂਗਾ। ਬੜਾ ਚੰਗਾ ਤਰੀਕਾ ਸੋਚਿਆ ਹੈ। ਮੈਨੂੰ ਦਸ ਖਾਣਾ ਕਿੱਥੇ ਪਿਆ ਹੈ। ਭੁੱਖ ਨਾਲ ਮੇਰੀ ਜਾਨ ਨਿਕਲ ਰਹੀ ਹੈ।

ਪਾਦਰੀ — ਘਬਰਾ ਨਹੀਂ ਮੇਰੇ ਦੋਸਤ! ਇਸ ਘਰ ਵਿੱਚ ਮੈਂ ਤੇ ਮੇਰੀ ਭੈਣ ਦੇ ਸਿਵਾ ਹੋਰ ਕੋਈ ਨਹੀਂ।

ਚੋਰ — ਮੈਨੂੰ ਕੀ ਪਤਾ?

ਪਾਦਰੀ — ਕਿਉਂ, ਮੈਂ ਝੂਠ ਤਾਂ ਨਹੀਂ ਕਹਿ ਰਿਹਾ।

ਚੋਰ — (ਪਾਦਰੀ ਨੂੰ ਘੂਰਦੇ ਹੋਏ) ਚਲੋ ਇੰਨਾ ਖ਼ਤਰਾ ਤਾਂ ਲੈਣਾ ਹੀ ਪਵੇਗਾ। ਪਰ ਯਾਦ ਰੱਖ, ਜੇ ਥੋੜ੍ਹੀ ਵੀ ਚਲਾਕੀ ਕਰਨ ਦੀ ਕੋਸ਼ਿਸ਼ ਕੀਤੀ ਤਾਂ ਇਹ ਚਾਕੂ ਤੇਰੀ ਛਾਤੀ ਦੇ ਆਰ ਪਾਰ ਹੋਵੇਗਾ। ਮੇਰਾ ਕੀ ਜਾਏਗਾ।

ਪਾਦਰੀ — ਤੇਰੇ ਕੋਲ ਗੁਆਉਣ ਲਈ ਤੇਰੀ ਆਤਮਾ ਜੋ ਹੈ, ਜੋ ਮੇਰੇ ਸਰੀਰ ਤੋਂ ਜ਼ਿਆਦਾ ਕੀਮਤੀ ਹੈ।

(ਪਾਦਰੀ ਦਰਵਾਜ਼ੇ ਕੋਲ ਜਾਂਦਾ ਹੈ ਤੇ ਚੋਰ ਉਸ ਦੇ ਪਿਛੇ ਚਾਕੂ ਲੈ ਕੇ ਖੜਾ ਹੋ ਜਾਂਦਾ ਹੈ।)

ਪਾਦਰੀ — ਜੀਨ! ਜੀਨ!

ਜੀਨ — (ਅੰਦਰੋਂ ਹੀ) ਹਾਂ ਜੀ, ਵੀਰ ਜੀ!

ਪਾਦਰੀ — ਇਥੇ ਇਕ ਗ਼ਰੀਬ ਰਾਹਗੀਰ ਭੁੱਖਾ ਬੈਠਾ ਹੈ। ਇਸ ਨੂੰ ਅਲਮਾਰੀ ਵਿੱਚੋਂ ਕੁਝ ਖਾਣ ਨੂੰ ਕੱਢ ਕੇ ਦੇ।

ਜੀਨ — (ਅੰਦਰੋਂ ਹੀ) ਇੰਨੀ ਰਾਤ ਗਏ? ਕੀ ਮੁਸੀਬਤ ਹੈ! ਕੀ ਅਸੀਂ ਰਾਤ ਨੂੰ ਚੈਨ ਨਾਲ ਸੌਂ ਵੀ ਨਹੀਂ ਸਕਦੇ? ਹਰ ਵਕਤ ਆਏ ਗਏ ਦੀ ਸੇਵਾ ਵਿੱਚ ਹੀ ਲੱਗੇ ਰਹਿਣਾ ਪਏਗਾ?

ਪਾਦਰੀ — ਪਰ ਭੈਣ ਉਹ ਰਾਹਗੀਰ ਭੁੱਖਾ ਹੈ।

ਜੀਨ — (ਅੰਦਰੋਂ ਹੀ) ਚਲੋ ਆਉਂਦੀ ਹਾਂ।(ਜੀਨ ਅੰਦਰੋਂ ਆਉਂਦੀ ਹੈ ਤੇ ਚੋਰ ਕੋਲ ਚਾਕੂ ਵੇਖ ਕੇ ਡਰ ਜਾਂਦੀ ਹੈ।) ਇਹ ਇਸ ਤਰ੍ਹਾਂ ਚਾਕੂ ਲੈ ਕੇ ਕਿਉਂ ਖੜਾ ਹੈ?

ਪਾਦਰੀ — ਚਾਕੂ! ਇਸ ਨੇ ਸ਼ਾਇਦ ਸੋਚਿਆ ਹੋਵੇਗਾ ਕਿ ਅਸੀਂ ਆਪਣਾ ਚਾਕੂ ਵੇਚ ਦਿੱਤਾ ਹੈ। (ਮੁਸਕਰਾਂਦਾ ਹੈ।)

ਜੀਨ — ਵੀਰ ਜੀ, ਮੈਨੂੰ ਡਰ ਲੱਗਦਾ ਹੈ। ਉਹ ਸਾਨੂੰ ਖ਼ੂੰਨਖ਼ਾਰ ਜਾਨਵਰ ਵਾਂਗ ਘੂਰ ਰਿਹਾ ਹੈ।

ਚੋਰ — ਜਲਦੀ ਕਰੋ। ਨਹੀਂ ਤਾਂ ਦੋਹਾਂ ਦਾ ਕੰਮ ਤਮਾਮ ਕਰ ਕੇ ਮੈਂ ਆਪ ਖਾਣਾ ਲੈ ਲਵਾਂਗਾ।

ਪਾਦਰੀ — ਚਾਬੀ ਮੈਨੂੰ ਦੇ ਜੀਨ। ਮੈਂ ਇਸ ਨੂੰ ਖਾਣਾ ਕੱਢ ਕੇ ਦਿਆਂ! ਤੂੰ ਜਾ ਕੇ ਸੌਂ ਜਾ। (ਜੀਨ ਜਾਣ ਲਈ ਮੁੜਦੀ ਹੈ ਤੇ ਚੋਰ ਕੁੱਦ ਕੇ ਉਸ ਦੇ ਸਾਹਮਣੇ ਚਾਕੂ ਤਾਣ ਕੇ ਖੜਾ ਹੋ ਜਾਂਦਾ ਹੈ।)

ਚੋਰ — ਮੇਰੇ ਜਾਣ ਤੋਂ ਪਹਿਲਾਂ ਤੁਹਾਡੇ ਦੋਹਾਂ ਵਿੱਚੋਂ ਕੋਈ ਵੀ ਇਸ ਕਮਰੇ ਤੋਂ ਬਾਹਰ ਨਹੀਂ ਜਾਏਗਾ।

ਪਾਦਰੀ — ਜੀਨ, ਇਸ ਦੇ ਰੋਟੀ ਖਾਣ ਤਕ ਤੂੰ ਇਥੇ ਹੀ ਬੈਠ ਜਾ। ਇਸ ਦੀ ਇਹੋ ਹੀ ਮਰਜ਼ੀ ਹੈ।

ਜੀਨ — ਜਿਸ ਤਰ੍ਹਾਂ ਤੁਸੀਂ ਕਹੋ, ਵੀਰ ਜੀ।

ਪਾਦਰੀ — ਇਹ ਲੈ ਰੋਟੀ, ਮਾਸ ਤੇ ਸ਼ਰਾਬ ਦੀ ਇਕ ਬੋਤਲ।

ਚੋਰ — ਇਥੇ ਮੇਜ਼ ਤੇ ਸਾਰੀਆਂ ਚੀਜ਼ਾਂ ਰੱਖ ਦਿਓ ਤੇ ਕੋਲ ਹੀ ਖੜੇ ਰਹੋ, ਤਾਂ ਜੋ ਮੈਂ ਨਿਗਰਾਨੀ ਕਰ ਸਕਾਂ।

(ਪਾਦਰੀ ਮੇਜ਼ ਦੀ ਦਰਾਜ਼ ਵਿੱਚੋਂ ਕਾਂਟਾ ਤੇ ਛੁਰੀ ਕੱਢ ਕੇ ਚੋਰ ਨੂੰ ਦੇਂਦਾ ਹੈ।)

ਚੋਰ — ਮੇਰਾ ਚਾਕੂ ਤੁਹਾਡੇ ਚਾਕੂ ਤੋਂ ਤੇਜ਼ ਹੈ ਤੇ ਕਾਂਟਾ ਤਾਂ ਸਾਨੂੰ ਜੇਲ੍ਹ ਵਿੱਚ ਇਸਤੇਮਾਲ ਕਰਨ ਨੂੰ ਮਿਲਦਾ ਹੀ ਨਹੀਂ।

ਜੀਨ — ਜੇਲ੍ਹ!

ਚੋਰ — (ਮਾਸ ਦਾ ਇਕ ਵੱਡਾ ਟੁਕੜਾ ਤੋੜ ਕੇ ਮੂੰਹ ਵਿੱਚ ਪਾਂਦੇ ਹੋਏ) ਤੁਸੀਂ ਖਿੜਕੀਆਂ ਦਰਵਾਜ਼ੇ ਖੁਲ੍ਹੇ ਕਿਉਂ ਰਖਦੇ ਹੋ? ਇਸ ਤਰ੍ਹਾਂ ਤਾਂ ਕੋਈ ਵੀ ਅੰਦਰ ਆ ਸਕਦਾ ਹੈ। (ਜਾ ਕੇ ਖਿੜਕੀਆਂ ਤੇ ਦਰਵਾਜ਼ੇ ਬੰਦ ਕਰ ਕੇ ਕੁੰਡੀ ਲਾ ਦੇਂਦਾ ਹੈ।)

ਪਾਦਰੀ — ਇਸੇ ਲਈ ਤਾਂ ਇਨ੍ਹਾਂ ਨੂੰ ਖੁਲ੍ਹਾ ਰਖਦਾ ਹਾਂ, ਕਿ ਜਦੋਂ ਜੋ ਚਾਹੇ ਅੰਦਰ ਆ ਸਕੇ।

ਚੋਰ — ਚਲੋ ਹੁਣ ਬੰਦ ਹਨ।

ਪਾਦਰੀ — ਤੀਹ ਸਾਲਾਂ ਵਿੱਚ ਪਹਿਲੀ ਵਾਰ।

ਚੋਰ — ਤੁਹਾਨੂੰ ਚੋਰਾਂ ਤੋਂ ਡਰ ਨਹੀਂ ਲੱਗਦਾ?

ਪਾਦਰੀ — ਮੈਨੂੰ ਤਾਂ ਉਨ੍ਹਾਂ ਤੇ ਤਰਸ ਆਉਂਦਾ ਹੈ।

ਚੋਰ — (ਬੋਤਲ ਨਾਲ ਸ਼ਰਾਬ ਪੀਂਦੇ ਹੋਏ।) ਹਾ! ਹਾ! ਉਨ੍ਹਾਂ ਤੇ ਤਰਸ ਆਉਂਦਾ ਹੈ! ਤੁਸੀਂ ਕੌਣ ਹੋ?

ਪਾਦਰੀ — ਮੈਂ ਇਕ ਪਾਦਰੀ ਹਾਂ।

ਚੋਰ — ਇਕ ਪਾਦਰੀ! ਹਾ! ਹਾ! ਹਾ! ਤਦ ਤਾਂ ਮੇਰਾ ਸਤਿਆਨਾਸ ਹੋ ਜਾਏਗਾ।

ਪਾਦਰੀ — ਨਹੀਂ ਮੇਰੇ ਦੋਸਤ! ਤੂੰ ਬਰਬਾਦੀ ਤੋਂ ਬਚ ਸਕਦਾ ਹੈਂ। ਜੀਨ ਤੂੰ ਜਾ, ਅਸੀਂ ਆਪਸ ਵਿੱਚ ਖੁਲ੍ਹ ਕੇ ਗੱਲਾਂ ਕਰਾਂਗੇ।

ਚੋਰ — ਜਾ ਜਾ! ਮੈਂ ਪਾਦਰੀ ਨਾਲ ਗੱਲਾਂ ਕਰਨਾ ਚਾਹੁੰਦਾ ਹਾਂ!

(ਪਾਦਰੀ ਵੱਲ ਵੇਖ ਕੇ ਹਾ! ਹਾ! ਹਾ! ਕਰ ਕੇ ਖੰਘਦਾ ਹੈ ਤੇ ਹਿਚਕੀਆਂ ਲੈਂਦਾ ਹੈ, ਜਿਸ ਤੋਂ ਪਤਾ ਲੱਗਦਾ ਹੈ ਕਿ ਉਸ ਤੇ ਸ਼ਰਾਬ ਦਾ ਨਸ਼ਾ ਚੜ੍ਹ ਰਿਹਾ ਹੈ।)

(ਜੀਨ ਚਲੀ ਜਾਂਦੀ ਹੈ।)

ਚੋਰ — ਤੁਸੀਂ ਜਾਣਦੇ ਹੋ ਮੈਂ ਕੌਣ ਹਾਂ?

ਪਾਦਰੀ — ਤੂੰ ਇਕ ਐਸਾ ਇਨਸਾਨ ਹੈਂ, ਜਿਸ ਨੇ ਬੜੇ ਦੁਖ ਉਠਾਏ ਹਨ।

ਚੋਰ — ਮੈਂ ਇਨਸਾਨ ਸੀ, ਹਾਂ ਨਹੀਂ। ਹੁਣ ਤਾਂ ਮੈਂ ਬਸ ਇਕ ਨੰਬਰ ਹਾਂ। ਨੰਬਰ 1510 ਤੇ ਮੈਂ ਨਰਕ ਵਿੱਚ ਦੋ ਸਾਲ ਗੁਜ਼ਾਰੇ ਹਨ।

ਪਾਦਰੀ — ਮੈਨੂੰ ਉਸ ਨਰਕ ਦੇ ਬਾਰੇ ਦੱਸ।

ਚੋਰ — ਹੱਛਾ! ਤਾਂ ਤੁਸੀਂ ਸਭ ਕੁਝ ਪੁਛ ਕੇ ਮੇਰੇ ਪਿਛੇ ਪੁਲਿਸ ਲਗਾਉਣਾ ਚਾਹੁੰਦੇ ਹੋ।

ਪਾਦਰੀ — ਨਹੀਂ, ਮੈਂ ਪੁਲਿਸ ਨੂੰ ਕੁਝ ਨਹੀਂ ਦੱਸਾਂਗਾ।

ਚੋਰ — ਪਤਾ ਨਹੀਂ ਕਿਉਂ ਮੈਨੂੰ ਤੁਹਾਡੀਆਂ ਗੱਲਾਂ ਤੇ ਵਿਸ਼ਵਾਸ ਹੈ।

ਪਾਦਰੀ — ਜੇਲ੍ਹ ਜਾਣ ਤੋਂ ਪਹਿਲਾਂ ਦੀ ਆਪਣੀ ਜ਼ਿੰਦਗੀ ਦੇ ਬਾਰੇ ਦੱਸ।

ਚੋਰ — ਬਹੁਤ ਦਿਨ ਹੋਏ। ਸਭ ਕੁਝ ਭੁੱਲ ਗਿਆ ਹੈ। ਮੇਰਾ ਇਕ ਛੋਟਾ ਜਿਹਾ ਘਰ ਸੀ, ਅੰਗੂਰ ਦੀਆਂ ਵੇਲਾਂ ਨਾਲ ਢਕਿਆ ਹੋਇਆ। ਸ਼ਾਮ ਦੀ ਚਮਕਦੀ ਧੁੱਪ ਵਿੱਚ ਬੜਾ ਸੁਹਣਾ ਨਜ਼ਾਰਾ ਲਗਦਾ ਸੀ। ਉਸ ਘਰ ਵਿੱਚ ਮੈਂ ਆਪਣੀ ਪਤਨੀ ਨਾਲ ਰਹਿੰਦਾ ਸਾਂ। ਇਕ ਵਾਰੀ ਉਹ ਬੀਮਾਰ ਹੋਈ। ਮੈਂ ਬੇਕਾਰ ਸਾਂ। ਘਰ ਵਿੱਚ ਖਾਣ ਨੂੰ ਕੁਝ ਸੀ ਨਹੀਂ। ਇਸ ਲਈ ਮੈਂ ਚੋਰੀ ਕੀਤੀ। ਚੋਰੀ ਕਰਦਿਆਂ ਮੈਂ ਫੜਿਆ ਗਿਆ। ਮੈਂ ਉਨ੍ਹਾਂ ਦੇ ਬੜੇ ਤਰਲੇ ਕੀਤੇ, ਉਨ੍ਹਾਂ ਦੇ ਪੈਰ ਫੜੇ। ਆਪਣੀ ਮਜਬੂਰੀ ਦੱਸੀ। ਪਰ ਕਿਸੇ ਨੇ ਮੇਰੀ ਇਕ ਨਾ ਸੁਣੀ। ਮੈਨੂੰ ਚੋਰੀ ਕਰਨ ਦੇ ਜੁਰਮ ਵਿੱਚ ਦੋ ਸਾਲ ਦੀ ਸਖ਼ਤ ਸਜ਼ਾ ਹੋ ਗਈ। ਜਿਸ ਰਾਤ ਮੈਨੂੰ ਜੇਲ੍ਹ ਲਿਜਾਇਆ ਗਿਆ ਤਾਂ ਜੇਲਰ ਨੇ ਮੈਨੂੰ ਦੱਸਿਆ ਕਿ ਮੇਰੀ ਪਤਨੀ ਮਰ ਗਈ। ਮੈਂ ਲੁਟਿਆ ਗਿਆ। ਪਰਮਾਤਮਾ ਇਨ੍ਹਾਂ ਸਾਰਿਆਂ ਨੂੰ ਨਰਕ ਦੀ ਅੱਗ ਵਿੱਚ ਸੁੱਟੇ। ਸਾਰਿਆਂ ਦਾ ਸਤਿਆਨਾਸ ਹੋਏ।

ਪਾਦਰੀ — ਹੁਣ ਮੈਨੂੰ ਆਪਣੀ ਜੇਲ੍ਹ ਦੀ ਜ਼ਿੰਦਗੀ ਬਾਰੇ ਦੱਸ।

ਚੋਰ — ਜੇਲ੍ਹ ਦੀ ਜ਼ਿੰਦਗੀ ਬਾਰੇ ਇੰਨਾ ਦਸਣਾ ਕਾਫ਼ੀ ਹੈ ਕਿ ਪਹਿਲਾਂ ਮੈਂ ਆਦਮੀ ਸਾਂ ਤੇ ਹੁਣ ਇਕ ਜੰਗਲੀ ਜਾਨਵਰ। ਜੇਲ੍ਹ ਵਿੱਚ ਮੈਂ ਐਸਾ ਬਣਿਆ। ਉਨ੍ਹਾਂ ਨੇ ਮੈਨੂੰ ਜ਼ੰਜੀਰਾਂ ਵਿੱਚ ਜਕੜ ਕੇ ਰਖਿਆ, ਜਿਸ ਤਰ੍ਹਾਂ ਕਿਸੇ ਜਾਨਵਰ ਨੂੰ ਰਖਿਆ ਜਾਂਦਾ ਹੈ। ਮੈਨੂੰ ਕੋਰੜਿਆਂ ਨਾਲ ਮਾਰਿਆ ਗਿਆ। ਖਰਾਬ ਤੋਂ ਖਰਾਬ ਖਾਣਾ ਦਿੱਤਾ। ਮੈਲੇ ਕੁਚੈਲੇ ਕਪੜਿਆਂ ਵਿੱਚ ਮੈਂ ਪਿਆ ਰਹਿੰਦਾ। ਜਦੋਂ ਵੀ ਕਿਸੇ ਗੱਲ ਦੀ ਸ਼ਿਕਾਇਤ ਕੀਤੀ, ਮੈਨੂੰ ਕੋਰੜਿਆਂ ਨਾਲ ਮਾਰਿਆ ਗਿਆ। ਤਕਰੀਬਨ ਦੋ ਸਾਲਾਂ ਤਕ ਇਹ ਹੀ ਹੁੰਦਾ ਰਿਹਾ। ਹੇ ਪਰਮਾਤਮਾ! ਉਨ੍ਹਾਂ ਨੇ ਮੇਰਾ ਨਾਂ ਹੀ ਖੋਹ ਲਿਆ, ਮੇਰੀ ਆਤਮਾ ਖੋਹ ਲਈ। ਤੇ ਉਸ ਦੇ ਬਦਲੇ ਮੇਰੇ ਦਿਲ ਵਿੱਚ ਇਕ ਸ਼ੈਤਾਨ ਬਿਠਾ ਦਿੱਤਾ। ਪਰ ਇਕ ਦਿਨ ਉਹ ਕੁਝ ਢਿੱਲੇ ਹੋ ਗਏ ਤੇ ਮੈਂ

ਉਸ ਦਾ ਫ਼ਾਇਦਾ ਉਠਾ ਕੇ ਉਥੋਂ ਭੱਜ ਗਿਆ। ਅੱਜ ਤੋਂ ਛੇ ਹਫ਼ਤੇ ਪਹਿਲਾਂ ਮੈਂ ਉਸ ਨਰਕ ਵਿੱਚੋਂ ਭੱਜ ਕੇ ਨਿਕਲ ਗਿਆ।

ਪਾਦਰੀ — ਹੇ ਭਗਵਾਨ! ਸੱਚਮੁਚ ਤੂੰ ਬੜਾ ਦੁੱਖ ਉਠਾਇਆ ਹੈ। ਮੇਰੇ ਦੋਸਤ! ਪਰ ਪਰਮਾਤਮਾ ਸਭ ਨੂੰ ਬਰਾਬਰ ਸਮਝਦਾ ਹੈ। ਅਜੇ ਵੀ ਤੇਰੇ ਬਚਣ ਦੀ ਉਮੀਦ ਹੈ!

ਚੋਰ — ਤੁਸੀਂ ਮੇਰੇ ਤੇ ਇੰਨਾ ਤਰਸ ਕਿਉਂ ਕਰ ਰਹੇ ਹੋ? ਕੀ ਤੁਸੀਂ ਮੇਰਾ ਦਿਲ ਬਦਲਣਾ ਚਾਹੁੰਦੇ ਹੋ? ਮੈਨੂੰ ਧਾਰਮਿਕ ਬਣਾਉਣਾ ਚਾਹੁੰਦੇ ਹੋ? ਮੈਂ ਧਰਮ ਧੁਰਮ ਕੁਝ ਨਹੀਂ ਜਾਣਦਾ। ਮੈਨੂੰ ਪਰਮਾਤਮਾ ਤੋਂ ਨਫ਼ਰਤ ਹੈ।

ਪਾਦਰੀ — ਪਰ ਪਰਮਾਤਮਾ ਨੂੰ ਤਾਂ ਤੇਰੇ ਤੋਂ ਨਫ਼ਰਤ ਨਹੀਂ। ਉਹ ਤਾਂ ਹੁਣ ਵੀ ਤੈਨੂੰ ਆਪਣੀ ਸ਼ਰਨ ਵਿੱਚ ਲੈਣਾ ਚਾਹੁੰਦਾ ਹੈ।

ਚੋਰ — ਬਕਵਾਸ ਬੰਦ ਕਰੋ।

ਪਾਦਰੀ — ਤੂੰ ਥਕਿਆ ਹੋਇਆ ਹੈਂ। ਥੋੜੀ ਦੇਰ ਆਰਾਮ ਕਰ ਲੈ।

ਚੋਰ — ਠੀਕ ਹੈ। ਪਰ ਮੈਨੂੰ ਜ਼ਿਆਦਾ ਸਿਖਿਆ ਦੇਣ ਦੀ ਲੋੜ ਨਹੀਂ। ਮੇਰੇ ਸੌਂ ਜਾਣ ਤੇ ਕੋਈ ਆ ਤੇ ਨਹੀਂ ਜਾਏਗਾ?

ਪਾਦਰੀ — ਤੂੰ ਦਰਵਾਜ਼ੇ ਖਿੜਕੀਆਂ ਆਪਣੇ ਹੱਥ ਨਾਲ ਬੰਦ ਕੀਤੇ ਹਨ।

ਚੋਰ — (ਜਾ ਕੇ ਦਰਵਾਜ਼ੇ ਤੇ ਖਿੜਕੀਆਂ ਦੀਆਂ ਕੁੰਡੀਆਂ ਵੇਖ ਕੇ) ਠੀਕ ਹੈ! ਠੀਕ ਹੈ! ਤੁਸੀਂ ਵੀ ਜਾ ਕੇ ਸੌਂ ਜਾਓ! ਤੁਸੀਂ ਜਾਂਦੇ ਕਿਉਂ ਨਹੀਂ?

ਪਾਦਰੀ — ਅੱਛਾ ਮੈਂ ਵੀ ਚਲ ਕੇ ਸੌਂ ਜਾਂਦਾ ਹਾਂ।

(ਪਾਦਰੀ ਦੇ ਜਾਣ ਮਗਰੋਂ ਚੋਰ ਫੇਰ ਦਰਵਾਜ਼ਾ ਵੇਖਦਾ ਹੈ। ਫੇਰ ਕੈਂਡਲ ਸਟੈਂਡ ਕੋਲ ਆ ਕੇ ਖੜਾ ਹੋ ਜਾਂਦਾ ਹੈ।)

ਚੋਰ — ਹੂੰ! ਸੈਂਕੜੇ ਰੁਪਏ ਦੀ ਕੀਮਤ ਦਾ ਹੋਵੇਗਾ। ਇਸ ਨੂੰ ਵੇਚ ਕੇ ਮੈਂ ਚੰਗੀ ਤਰ੍ਹਾਂ ਨਵੀਂ ਜ਼ਿੰਦਗੀ ਸ਼ੁਰੂ ਕਰ ਸਕਦਾ ਹਾਂ। ਪਰ ਪਾਦਰੀ ਨੂੰ ਇਸ ਨਾਲ ਖਾਸ ਪਿਆਰ ਹੈ। ਉਸ ਨੇ ਕਿਹਾ ਸੀ ਕਿ ਇਹ ਕੈਂਡਲ ਸਟੈਂਡ ਉਸ ਦੀ ਮਾਂ ਨੇ ਉਸ ਨੂੰ ਦਿੱਤਾ ਸੀ। ਪਰ ਮੈਨੂੰ ਇਸ ਦੀ ਕੋਈ ਪਰਵਾਹ ਨਹੀਂ। ਮੇਰੀ ਮਾਂ ਦੇ ਬਾਰੇ ਕਦੇ ਕਿਸੇ ਨੇ ਨਹੀਂ ਸੋਚਿਆ। ਪਾਦਰੀ ਲਈ ਇਸ ਤਰ੍ਹਾਂ ਦੇ ਵਿਚਾਰ ਮੇਰੇ ਦਿਲ ਵਿੱਚ ਕਿਉਂ ਆਏ? ਜੇ ਮੇਰੇ ਤੇ ਉਸ ਨੇ ਤਰਸ ਕੀਤਾ ਹੈ ਤਾਂ ਇਹ ਉਸ ਦਾ ਕੰਮ ਸੀ।

(ਚੋਰ ਕੈਂਡਲ ਸਟੈਂਡ ਲੈ ਕੇ ਚੁਪਚਾਪ ਦਰਵਾਜ਼ਾ ਖੋਲ੍ਹ ਕੇ ਬਾਹਰ ਚਲਾ ਜਾਂਦਾ ਹੈ। ਦੂਜੇ ਪਾਸਿਉਂ ਜੀਨ ਅੰਦਰ ਆਉਂਦੀ ਹੈ। ਕਿਸੇ ਨੂੰ ਉਥੇ ਨਾ ਵੇਖ ਕੇ ਤੇ ਕੈਂਡਲ ਸਟੈਂਡ ਗ਼ਾਇਬ ਵੇਖ ਕੇ ਸ਼ੋਰ ਮਚਾਂਦੀ ਹੈ।)

ਜੀਨ — ਵੀਰ ਜੀ! ਵੀਰ ਜੀ! ਬਾਹਰ ਆਓ, ਕੈਂਡਲ ਸਟੈਂਡ ਚੋਰੀ ਹੋ ਗਿਆ। ਚੋਰ! ਚੋਰ!

(ਪਾਦਰੀ ਅੰਦਰ ਆਉਂਦਾ ਹੈ।)

ਪਾਦਰੀ — ਕੀ ਹੈ ਜੀਨ! ਕੀ ਹੋਇਆ? ਕੀ ਹੋਇਆ?

ਜੀਨ — ਉਹ ਭੱਜ ਗਿਆ। ਉਹ ਭੁੱਖੀਆਂ ਅੱਖਾਂ ਵਾਲਾ ਤੁਹਾਡਾ ਕੈਂਡਲ ਸਟੈਂਡ ਲੈ ਕੇ ਭੱਜ ਗਿਆ ਹੈ।

ਪਾਦਰੀ — ਨਹੀਂ ਨਹੀਂ! ਉਹ ਕੈਂਡਲ ਸਟੈਂਡ ਲੈ ਕੇ ਨਹੀਂ ਜਾ ਸਕਦਾ। ਹੇ ਭਗਵਾਨ! ਇਹ ਕੈਸਾ ਅਨਿਆਂ ਹੈ! ਉਸ ਕੈਂਡਲ ਸਟੈਂਡ ਤੋਂ ਸਿਵਾ ਮੇਰੇ ਕੋਲ ਹੋਰ ਕੁਝ ਸੀ ਵੀ ਤਾਂ ਨਹੀਂ।

ਜੀਨ — ਵੀਰ ਜੀ, ਪੁਲਿਸ ਨੂੰ ਜਾ ਕੇ ਖ਼ਬਰ ਕਰੋ। ਉਹ ਅਜੇ ਦੂਰ ਨਹੀਂ ਗਿਆ ਹੋਵੇਗਾ। ਪੁਲਿਸ ਉਸ ਨੂੰ ਫੜ ਲਏਗੀ। ਤੁਹਾਡਾ ਕੈਂਡਲ ਸਟੈਂਡ ਤੁਹਾਨੂੰ ਵਾਪਸ ਮਿਲ ਜਾਏਗਾ। ਪਰ ਸੱਚ ਪੁੱਛੋ ਤਾਂ ਤੁਸੀਂ ਉਹ ਕੈਂਡਲ ਸਟੈਂਡ ਰਖਣ ਦੇ ਕਾਬਲ ਹੀ ਨਹੀਂ ਸੀ। ਤੁਸੀਂ ਉਸ ਨੂੰ ਚੋਰ ਦੇ ਕਮਰੇ ਵਿੱਚ ਹੀ ਛੱਡ ਦਿੱਤਾ ਤਾਂ ਫੇਰ ਉਹ ਚੋਰੀ ਨਾ ਹੁੰਦਾ ਤਾਂ ਕੀ ਹੁੰਦਾ।

ਪਾਦਰੀ — ਤੂੰ ਠੀਕ ਕਹਿੰਦੀ ਹੈਂ। ਮੈਂ ਹੀ ਉਸ ਨੂੰ ਚੋਰੀ ਕਰਨ ਦਾ ਲਾਲਚ ਦਿੱਤਾ। ਇਹ ਮੇਰੀ ਗ਼ਲਤੀ ਸੀ।

ਜੀਨ — ਤੁਸੀਂ ਕੀ ਲਾਲਚ ਦਿੱਤਾ? ਤੁਹਾਡੀ ਕੀ ਗ਼ਲਤੀ ਸੀ? ਉਹ ਚੋਰ ਸੀ, ਉਸ ਨੇ ਚੋਰੀ ਕੀਤੀ। ਹੁਣ ਜੇ ਤੁਸੀਂ ਪੁਲਿਸ ਨੂੰ ਖ਼ਬਰ ਕਰਨ ਨਹੀਂ ਜਾਂਦੇ ਤਾਂ ਮੈਂ ਜਾਂਦੀ ਹਾਂ।

ਪਾਦਰੀ — (ਜੀਨ ਨੂੰ ਰੋਕਦੇ ਹੋਏ) ਨਹੀਂ! ਨਹੀਂ! ਮੈਂ ਉਸ ਨੂੰ ਫੇਰ ਤੋਂ ਉਸ ਜੇਲ੍ਹ ਦੇ ਨਰਕ ਵਿੱਚ ਨਹੀਂ ਭੇਜ ਸਕਦਾ। ਉਸ ਕੈਂਡਲ ਸਟੈਂਡ ਲਈ ਮੇਰੇ ਦਿਲ ਵਿੱਚ ਬੜਾ ਮੋਹ ਹੋ ਗਿਆ ਸੀ। ਇੰਨਾ ਮੋਹ ਕਰਨਾ ਪਾਪ ਦੇ ਬਰਾਬਰ ਹੈ। ਇਸੇ ਲਈ ਪਰਮਾਤਮਾ ਨੇ ਮੈਨੂੰ ਇਹ ਸਜ਼ਾ ਦਿੱਤੀ ਹੈ। ਇਹ ਬੜੀ ਸਖ਼ਤ ਸਜ਼ਾ ਹੈ ਭਗਵਾਨ, ਬੜੀ ਸਖ਼ਤ ਪਰੀਖਿਆ ਹੈ।

(ਆਪਣੇ ਹੱਥਾਂ ਵਿੱਚ ਆਪਣਾ ਮੂੰਹ ਛੁਪਾ ਲੈਂਦਾ ਹੈ।)

ਜੀਨ — ਤੁਸੀਂ ਗ਼ਲਤੀ ਕਰ ਰਹੇ ਹੋ। ਮੈਨੂੰ ਜਾਣ ਦਿਓ। ਮੈਂ ਪੁਲਿਸ ਨੂੰ ਖ਼ਬਰ ਕਰ ਕੇ ਹੀ ਦਮ ਲਵਾਂਗੀ।

ਪਾਦਰੀ — ਨਹੀਂ ਜੀਨ! ਉਹ ਕੈਂਡਲ ਸਟੈਂਡ ਮੇਰਾ ਸੀ। ਹੁਣ ਉਸ ਦਾ ਹੈ। ਉਸ ਨੂੰ ਉਸ ਦੀ ਜ਼ਿਆਦਾ ਜ਼ਰੂਰਤ ਹੈ। ਜੇ ਮੇਰੀ ਮਾਂ ਜੀਉਂਦੀ ਹੁੰਦੀ ਤਾਂ ਉਹ ਵੀ ਇਹ ਹੀ ਕਹਿੰਦੀ।

ਹਵਲਦਾਰ— (ਬਾਹਰੋਂ) ਸ੍ਰੀ ਮਾਨ ਜੀ! ਸ੍ਰੀ ਮਾਨ ਜੀ! ਤੁਹਾਡੇ ਨਾਲ ਕੁਝ ਜ਼ਰੂਰੀ ਕੰਮ ਹੈ। ਕੀ ਅਸੀਂ ਅੰਦਰ ਆ ਸਕਦੇ ਹਾਂ?

(ਹਵਲਦਾਰ ਆਪਣੇ ਸਿਪਾਹੀ ਤੇ ਚੋਰ ਨਾਲ ਅੰਦਰ ਆਉਂਦਾ ਹੈ। ਹਵਲਦਾਰ ਦੇ ਹੱਥ ਵਿੱਚ ਕੈਂਡਲ ਸਟੈਂਡ ਹੈ।)

ਜੀਨ — ਅੱਛਾ, ਤਾਂ ਇਨ੍ਹਾਂ ਨੇ ਇਸ ਬਦਮਾਸ਼ ਨੂੰ ਫੜ ਹੀ ਲਿਆ।

ਹਵਲਦਾਰ— ਹਾਂ ਭੈਣ! ਇਸ ਬਦਮਾਸ਼ ਨੂੰ ਅਸੀਂ ਸੜਕ ਦੇ ਕਿਨਾਰੇ ਛੁਪ ਛੁਪ ਕੇ ਭਜਦਿਆਂ ਵੇਖਿਆ ਤੇ ਫੜ ਲਿਆ। ਕਈ ਵਾਰੀ ਪੁੱਛਣ ਤੇ ਵੀ ਇਸ ਨੇ ਆਪਣੇ ਬਾਰੇ ਕੁਝ ਨਹੀਂ ਦੱਸਿਆ। ਸਾਨੂੰ ਸ਼ੱਕ ਹੋਇਆ ਤੇ ਅਸੀਂ ਇਸ ਨੂੰ ਫੜ ਲਿਆ। ਜਦੋਂ ਇਸ ਦੀ ਤਲਾਸ਼ੀ ਲਈ ਤਾਂ ਇਹ ਕੈਂਡਲ ਸਟੈਂਡ ਇਸ ਦੇ ਕੋਲੋਂ ਮਿਲਿਆ।

(ਜੀਨ ਹਵਲਦਾਰ ਤੋਂ ਕੈਂਡਲ ਸਟੈਂਡ ਲੈ ਕੇ ਉਸ ਨੂੰ ਬੜੇ ਪਿਆਰ ਨਾਲ ਸਾਫ਼ ਕਰਦੀ ਹੈ।)

ਹਵਲਦਾਰ— ਇਸ ਕੈਂਡਲ ਸਟੈਂਡ ਨੂੰ ਵੇਖਦਿਆਂ ਹੀ ਮੈਂ ਪਹਿਚਾਣ ਗਿਆ ਕਿ ਇਹ ਪਾਦਰੀ ਜੀ ਦਾ ਹੀ ਹੈ। ਇਸੇ ਲਈ ਮੈਂ ਇਸ ਵਕਤ ਤੁਹਾਨੂੰ ਤਕਲੀਫ਼ ਦਿੱਤੀ ਹੈ। ਤੁਸੀਂ ਆਪਣੀ ਚੀਜ਼ ਪਹਿਚਾਣ ਲਓ ਤੇ ਫੇਰ ਅਸੀਂ ਇਸ ਨੂੰ ਹਵਾਲਾਤ ਵਿੱਚ ਬੰਦ ਕਰ ਦੇਈਏ।

(ਪਾਦਰੀ ਤੇ ਚੋਰ ਇਕ ਦੂਜੇ ਵਲ ਵੇਖਦੇ ਹਨ।)

ਪਾਦਰੀ — ਪਰ ਇਹ ਆਦਮੀ ਤਾਂ ਮੇਰਾ ਚੰਗਾ ਦੋਸਤ ਹੈ।

ਹਵਲਦਾਰ— ਤੁਹਾਡਾ ਦੋਸਤ! ਤੁਸੀਂ ਕੀ ਕਹਿ ਰਹੇ ਹੋ? ਪਾਦਰੀ ਜੀ!

ਪਾਦਰੀ — ਜੀ ਹਾਂ, ਇਹ ਮੇਰਾ ਦੋਸਤ ਹੈ। ਇਸ ਨੇ ਅਜ ਰਾਤ ਦਾ ਖਾਣਾ ਮੇਰੇ ਨਾਲ ਹੀ ਖਾਧਾ ਤੇ ਜਾਣ ਲਗਿਆਂ ਮੈਂ ਆਪਣਾ ਕੈਂਡਲ ਸਟੈਂਡ ਇਸ ਨੂੰ ਦਿੱਤਾ ਸੀ।

ਹਵਲਦਾਰ— ਤੁਸੀਂ ਆਪ ਇਸ ਨੂੰ ਦਿੱਤਾ ਸੀ, ਇਹ ਕੈਂਡਲ ਸਟੈਂਡ?

ਪਾਦਰੀ — ਹਾਂ ਜੀ, ਮੈਂ ਹੀ ਦਿੱਤਾ ਸੀ। ਹੁਣ ਤਾਂ ਆਪਣੇ ਕੈਦੀ ਨੂੰ ਛੱਡ ਦਿਓ।

ਹਵਾਲਦਾਰ— ਪਰ ਇਹ ਤਾਂ ਕੁਝ ਨਹੀਂ ਦਸਦਾ ਕਿ ਇਹ ਕੌਣ ਹੈ?

ਪਾਦਰੀ — ਮੈਂ ਕਿਹਾ ਹੈ ਨਾ ਕਿ ਇਹ ਮੇਰਾ ਦੋਸਤ ਹੈ।

ਹਵਲਦਾਰ— ਲੇਕਿਨ ਫਿਰ ਵੀ.....

ਪਾਦਰੀ — ਕੀ ਇਹ ਕਾਫ਼ੀ ਨਹੀਂ ਕਿ ਉਹ ਤੁਹਾਡੇ ਪਾਦਰੀ ਦਾ ਦੋਸਤ ਹੈ।

ਹਵਲਦਾਰ— ਜੀ ਹਾਂ ਪਰ.....

ਪਾਦਰੀ   — ਫੇਰ?

ਹਵਲਦਾਰ— ਅੱਛਾ! (ਆਪਣੇ ਆਦਮੀਆਂ ਨੂੰ) ਛੱਡ ਦਿਓ ਇਸ ਨੂੰ। (ਹਵਲਦਾਰ ਤੇ ਸਿਪਾਹੀ ਚਲੇ ਜਾਂਦੇ ਹਨ।)

ਚੋਰ   — ਇਹ ਕੀ! ਤੁਸੀਂ ਉਨ੍ਹਾਂ ਨੂੰ ਕਹਿ ਦਿੱਤਾ ਕਿ ਇਹ ਕੈਂਡਲ ਸਟੈਂਡ ਤੁਸੀਂ ਆਪ ਮੈਨੂੰ ਦਿੱਤਾ ਸੀ!

ਜੀਨ   — ਹਾਂ ਬਦਮਾਸ਼! ਤੇ ਤੂੰ ਜਿਸ ਘਰ ਵਿੱਚ ਰੋਟੀ ਖਾਧੀ, ਆਰਾਮ ਕੀਤਾ, ਆਸਰਾ ਲਿਆ, ਉਸੇ ਘਰ ਵਿੱਚ ਚੋਰੀ ਕੀਤੀ। ਬੇਸ਼ਰਮ! ਕਮੀਨੇ!

ਪਾਦਰੀ   — ਜੀਨ! ਤੂੰ ਆਪਣੇ ਕਮਰੇ ਵਿੱਚ ਜਾ। ਤੂੰ ਥੱਕੀ ਹੋਈ ਹੈਂ। ਮੈਂ ਕਹਿੰਦਾ ਹਾਂ ਜਾ।
(ਜੀਨ ਪਾਦਰੀ ਨੂੰ ਘੂਰਦੀ ਹੋਈ ਅੰਦਰ ਜਾਂਦੀ ਹੈ।)

ਚੋਰ   — ਪਾਦਰੀ ਜੀ! ਚੰਗਾ ਹੋਇਆ ਜੋ ਮੈਂ ਆਪਣੇ ਇਸ ਭੈੜੇ ਕੰਮ ਵਿੱਚ ਕਾਮਯਾਬ ਨਹੀਂ ਹੋਇਆ। ਤੁਸੀਂ ਮੈਨੂੰ ਮਾਰੋ ਤੇ ਸਖ਼ਤ ਤੋਂ ਸਖ਼ਤ ਸਜ਼ਾ ਦਿਓ। ਮੈਂ ਬੜਾ ਖ਼ੁਸ਼ ਹੋਵਾਂਗਾ।

ਪਾਦਰੀ   — ਕੀ ਤੂੰ ਆਰਾਮ ਨਹੀਂ ਕਰੇਂਗਾ? ਵੇਖ ਇਹ ਬਿਸਤਰਾ ਤੇਰੇ ਲਈ ਉਸੇ ਤਰ੍ਹਾਂ ਪਿਆ ਹੈ।

ਚੋਰ   — ਨਹੀਂ ਪਾਦਰੀ ਜੀ ਨਹੀਂ। ਮੈਂ ਆਰਾਮ ਨਹੀਂ ਕਰ ਸਕਦਾ। ਹੁਣ ਮੇਰੇ ਵਿੱਚ ਹਿੰਮਤ ਨਹੀਂ। ਇਸ ਦੇ ਇਲਾਵਾ ਮੈਂ ਰਾਤੋਂ ਰਾਤ ਦਿੱਲੀ ਪਹੁੰਚਣਾ ਹੈ। ਮੈਂ ਦਿਨ ਵਿੱਚ ਸਫ਼ਰ ਨਹੀਂ ਕਰ ਸਕਦਾ। ਤੁਸੀਂ ਜਾਣਦੇ ਹੋ ਕਿ ਮੈਂ ਰਾਤ ਦੇ ਹਨੇਰੇ ਵਿੱਚ ਹੀ ਜਾ ਸਕਦਾ ਹਾਂ।

ਪਾਦਰੀ — ਅੱਛਾ ਅੱਛਾ! ਤੈਨੂੰ ਰਾਤੀਂ ਹੀ ਸਫ਼ਰ ਕਰਨਾ ਪਵੇਗਾ।

ਚੋਰ — ਜੀ ਹਾਂ—ਪਹਿਲਾਂ ਮੈਨੂੰ ਬਿਲਕੁਲ ਇਹ ਵਿਸ਼ਵਾਸ ਨਹੀਂ ਸੀ ਕਿ ਦੁਨੀਆਂ ਵਿੱਚ ਚੰਗੀ ਵੀ ਕੋਈ ਚੀਜ਼ ਹੈ। ਪਰ ਅਜ ਮਹਿਸੂਸ ਹੋ ਰਿਹਾ ਹੈ ਕਿ ਤੁਸੀਂ ਬੜੇ ਚੰਗੇ ਹੋ। ਇਹ ਬੜਾ ਅਜੀਬ ਲੱਗ ਰਿਹਾ ਹੈ। ਕੀ ਜਾਣ ਤੋਂ ਪਹਿਲਾਂ ਤੁਸੀਂ ਮੈਨੂੰ ਆਸ਼ੀਰਵਾਦ ਨਹੀਂ ਦਿਓਗੇ। ਮੈਨੂੰ ਇਸ ਨਾਲ ਬੜੀ ਮਦਦ ਮਿਲੇਗੀ, ਐਸਾ ਮਹਿਸੂਸ ਹੋ ਰਿਹਾ ਹੈ।

(ਪਾਦਰੀ ਕਰਾਸ ਦਾ ਨਿਸ਼ਾਨ ਬਣਾਂਦੇ ਹੋਏ ਆਪਣੇ ਸਾਹਮਣੇ ਸ਼ਰਮ ਨਾਲ ਝੁਕੇ ਹੋਏ ਚੋਰ ਨੂੰ ਆਸ਼ੀਰਵਾਦ ਦੇਂਦਾ ਹੈ। ਪਾਦਰੀ ਬੋਲਣ ਦੀ ਕੋਸ਼ਿਸ਼ ਕਰਦਾ ਹੈ, ਪਰ ਉਸ ਦਾ ਗਲਾ ਭਰ ਆਉਂਦਾ ਹੈ ਤੇ ਉਹ ਕੁਝ ਬੋਲ ਨਹੀਂ ਸਕਦਾ।)

ਚੋਰ — **(ਦਰਵਾਜ਼ੇ ਵਲ ਜਾਂਦੇ ਹੋਏ)** ਚੰਗਾ ਹੁਣ ਮੈਂ ਚਲਦਾ ਹਾਂ। **(ਪਾਦਰੀ ਕੈਂਡਲ ਸਟੈਂਡ ਉਸ ਨੂੰ ਦੇਂਦੇ ਹੋਏ)**

ਪਾਦਰੀ — ਠਹਿਰੋ ਦੋਸਤ, ਤੂੰ ਭੁੱਲ ਕੇ ਇਥੇ ਕੁਝ ਛੱਡ ਕੇ ਜਾ ਰਿਹਾ ਹੈਂ।

ਚੋਰ — ਕੀ ਤੁਸੀਂ ਚਾਹੁੰਦੇ ਹੋ..... ਇਹ ਮੈਨੂੰ ਦੇ ਰਹੇ ਹੋ?

ਪਾਦਰੀ — ਤੂੰ ਇਹ ਲੈ ਲੈ। ਤੈਨੂੰ ਇਸ ਕੈਂਡਲ ਸਟੈਂਡ ਨਾਲ ਬੜੀ ਮਦਦ ਮਿਲੇਗੀ।

(ਚੋਰ ਕੈਂਡਲ ਸਟੈਂਡ ਲੈ ਲੈਂਦਾ ਹੈ।)

ਪਾਦਰੀ — ਬੇਟਾ, ਇਸ ਕੁਟੀਆ ਦੇ ਪਿਛੇ ਜੋ ਜੰਗਲ ਹੈ, ਉਸ ਵਿੱਚੋਂ ਇਕ ਰਸਤਾ ਦਿੱਲੀ ਨੂੰ ਜਾਂਦਾ ਹੈ। ਉਸ ਰਸਤੇ ਵਲੋਂ ਕੋਈ ਆਂਦਾ ਜਾਂਦਾ ਨਹੀਂ। ਤੂੰ ਉਸੇ ਰਸਤੇ ਵੱਲੋਂ ਨਿਕਲ ਜਾ।

ਚੋਰ — ਧੰਨਵਾਦ, ਪਾਦਰੀ ਜੀ! ਧੰਨਵਾਦ! ਮੈਂ ਮੈਂ..... (ਰੋਂਦੇ ਹੋਏ) ਪਤਾ ਨਹੀਂ ਕਿਉਂ ਮਹਿਸੂਸ ਕਰਨ ਲੱਗਾ ਹਾਂ ਕਿ ਮੈਂ ਫੇਰ ਤੋਂ ਆਦਮੀ ਬਣ ਗਿਆ ਹਾਂ। ਮੈਂ ਹੁਣ ਜਾਨਵਰ ਨਹੀਂ ਰਿਹਾ।

ਪਾਦਰੀ — **(ਦਰਵਾਜ਼ੇ ਤਕ ਨਾਲ ਜਾਂਦੇ ਹੋਏ)** ਹਮੇਸ਼ਾਂ ਯਾਦ ਰਖੀਂ ਬੇਟਾ, ਇਸ ਸਰੀਰ ਵਿੱਚ ਪਰਮਾਤਮਾ ਵਸਦਾ ਹੈ।

ਚੋਰ — ਸਰੀਰ ਵਿੱਚ ਪਰਮਾਤਮਾ ਵਸਦਾ ਹੈ, ਇਹ ਮੈਂ ਹਮੇਸ਼ਾਂ ਯਾਦ ਰਖਾਂਗਾ।

(ਚੋਰ ਚਲਾ ਜਾਂਦਾ ਹੈ। ਪਾਦਰੀ ਦਰਵਾਜ਼ਾ ਬੰਦ ਕਰ ਕੇ ਬਾਰੀ ਦੇ ਕੋਲ ਲੱਗੇ ਕਰਾਸ ਦੇ ਸਾਹਮਣੇ ਆ ਕੇ ਸਿਰ ਝੁਕਾ ਕੇ ਪ੍ਰਾਰਥਨਾ ਵਿੱਚ ਲੀਨ ਹੋ ਜਾਂਦਾ ਹੈ।)

ਅਭਿਆਸ

I. **ਦੱਸੋ ਭਲਾ:—**

1. ਪਾਦਰੀ ਦੁਖੀਆਂ ਤੇ ਗਰੀਬਾਂ ਦੀ ਕਿਸ ਤਰ੍ਹਾਂ ਮਦਦ ਕਰਦਾ ਸੀ?
2. ਚੋਰ ਜਦੋਂ ਪਾਦਰੀ ਦੇ ਘਰ ਆਇਆ ਤਾਂ ਪਾਦਰੀ ਕੀ ਕਰ ਰਿਹਾ ਸੀ?
3. ਚੋਰ ਕੋਲ ਚਾਕੂ ਵੇਖ ਕੇ ਜੀਨ ਨੇ ਕੀ ਕਿਹਾ?
4. ਪਾਦਰੀ ਨੇ ਜੀਨ ਨੂੰ ਕੀ ਕਿਹਾ?

5. ਚੋਰ ਜੇਲ੍ਹ ਤੋਂ ਕਿਸ ਤਰ੍ਹਾਂ ਭੱਜ ਗਿਆ?
6. ਉਸ ਨੇ ਕੈਂਡਲ ਸਟੈਂਡ ਕਿਉਂ ਚੋਰੀ ਕੀਤਾ?
7. ਚੋਰ ਦੇ ਫੜੇ ਜਾਣ ਤੇ ਪਾਦਰੀ ਨੇ ਹਵਲਦਾਰ ਨੂੰ ਕੀ ਕਿਹਾ?
8. ਪਾਦਰੀ ਦੀਆਂ ਗੱਲਾਂ ਦਾ ਚੋਰ ਤੇ ਕੀ ਅਸਰ ਪਿਆ?

II. ਇਸ ਡਰਾਮੇ ਨੂੰ ਆਪਣੀ ਜਮਾਤ ਵਿੱਚ ਖੇਡੋ।

III. ਵਾਕ ਬਣਾਓ :—

ਚਲਾਕੀ, ਖ਼ਤਰਾ, ਰਾਹਗੀਰ, ਖ਼ੂੰਨਖ਼ਾਰ, ਨਿਗਰਾਨੀ, ਇਸਤੇਮਾਲ, ਤਰਸ, ਬਰਬਾਦੀ, ਵਿਸ਼ਵਾਸ, ਕੋਰੜਾ, ਹਵਲਦਾਰ, ਤਲਾਸ਼ੀ, ਸਫ਼ਰ, ਕੋਸ਼ਿਸ਼।

ਸਿਖਿਆ

ਫੁੱਲਾਂ ਤੋਂ ਤੁਸੀਂ ਹੱਸਣਾ ਸਿੱਖੋ, ਭੌਰਿਆਂ ਤੋਂ ਨਿਤ ਗਾਣਾ।
ਰੁੱਖ ਦੀਆਂ ਨਿੱਕੀਆਂ ਡਾਲੀਆਂ ਤੋਂ, ਨਿੱਤ ਸਿੱਖੋ ਸੀਸ ਝੁਕਾਣਾ।
ਸਿੱਖ ਹਵਾ ਦੇ ਬੁਲਿਆਂ ਤੋਂ ਲਓ, ਹਿਲਣਾ ਜਗਤ ਹਿਲਾਣਾ।
ਦੁੱਧ ਅਤੇ ਪਾਣੀ ਤੋਂ ਸਿੱਖ ਲਓ, ਮਿਲਣਾ ਨਾਲ ਮਿਲਾਣਾ।

ਸੂਰਜ ਦੀਆਂ ਕਿਰਨਾਂ ਤੋਂ ਸਿੱਖੋ, ਜਗਣਾ ਅਤੇ ਜਗਾਣਾ।
ਵੇਲਾਂ ਤੇ ਰੁੱਖਾਂ ਤੋਂ ਸਿੱਖੋ, ਸਭ ਨੂੰ ਗਲੇ ਲਗਾਣਾ।
ਪਤਝੜ ਵਿੱਚ ਰੁੱਖਾਂ ਤੋਂ ਸਿੱਖੋ, ਦੁੱਖ ਵਿੱਚ ਧੀਰਜ ਧਰਨਾ।
ਦੀਵੇ ਤੋਂ ਸਿੱਖੋ ਜਿਤਨਾ ਹੋਵੇ, ਦੂਰ ਹਨੇਰਾ ਕਰਨਾ।

—ਗਿ: ਗੁਰਦਿੱਤ ਸਿੰਘ

ਤਾਰੇ

ਸ਼ਾਮ ਨੂੰ ਜਦੋਂ ਸੂਰਜ ਛੁਪ ਜਾਂਦਾ ਹੈ ਤੇ ਹਨੇਰਾ ਹੋਣ ਲੱਗਦਾ ਹੈ ਤਾਂ ਅਸਮਾਨ ਤੇ ਟਿਮਟਿਮ ਕਰਦੇ ਤਾਰੇ ਨਿਕਲਣੇ ਸ਼ੁਰੂ ਹੋ ਜਾਂਦੇ ਹਨ। ਥੋੜੀ ਦੇਰ ਵਿੱਚ ਹਨੇਰਾ ਛਾ ਜਾਂਦਾ ਹੈ ਤੇ ਅਸਮਾਨ ਤਾਰਿਆਂ ਨਾਲ ਭਰ ਜਾਂਦਾ ਹੈ। ਤੁਸੀਂ ਕਈ ਵਾਰੀ ਹੈਰਾਨ ਹੁੰਦੇ ਹੋਵੋਗੇ ਕਿ ਇਹ ਤਾਰੇ ਕੀ ਚੀਜ਼ ਹਨ!

ਹਜ਼ਾਰਾਂ ਸਾਲਾਂ ਤੋਂ ਆਦਮੀ ਤਾਰਿਆਂ ਨੂੰ ਬੜੇ ਧਿਆਨ ਨਾਲ ਵੇਖਦਾ ਆ ਰਿਹਾ ਹੈ। ਉਸ ਨੇ ਮਾਲੂਮ ਕੀਤਾ ਕਿ ਕੁਝ ਤਾਰੇ ਚਲਦੇ ਹਨ। ਕਦੇ ਕਿਸੇ ਥਾਂ ਹੁੰਦੇ ਹਨ ਤੇ ਕਦੇ ਕਿਸੇ ਥਾਂ। ਇਨ੍ਹਾਂ ਚਲਣ ਵਾਲੇ ਤਾਰਿਆਂ ਨੂੰ ਗ੍ਰਹਿ ਕਹਿੰਦੇ ਹਨ। ਪਰ ਜ਼ਿਆਦਾ ਤਰ ਤਾਰੇ ਆਪਣੀ ਥਾਂ ਨਹੀਂ ਬਦਲਦੇ। ਉਹ ਕਈ ਸਾਲ ਗੁਜ਼ਰ ਜਾਣ ਮਗਰੋਂ ਵੀ ਉਥੇ ਦੇ ਉਥੇ ਹੀ ਹੁੰਦੇ ਹਨ।

ਆਪਣੀ ਬੇਸਮਝੀ ਦੇ ਕਾਰਨ ਆਦਮੀ ਸਮਝਦਾ ਰਿਹਾ ਕਿ ਸਾਡੀ ਜ਼ਮੀਨ ਇਹੀ ਹੈ ਤੇ ਸਾਰੇ ਬ੍ਰਹਿਮੰਡ ਦਾ ਕੇਂਦਰ ਹੈ। ਤੇ ਪਰਮਾਤਮਾ ਨੇ ਇਸ ਜ਼ਮੀਨ ਨੂੰ ਸਾਰਿਆਂ ਤੋਂ ਵਿਸ਼ੇਸ਼ ਦਰਜਾ ਬਖਸ਼ਿਆ ਹੈ। ਆਦਮੀ ਨੇ ਚੰਦਰਮਾ ਤੇ ਗ੍ਰਹਿਆਂ ਦੇ ਬਾਰੇ ਵਿੱਚ ਕਈ ਗੱਲਾਂ ਮਾਲੂਮ ਕੀਤੀਆਂ, ਲੇਕਿਨ ਇਹ ਮਾਲੂਮ ਨਾ ਹੋ ਸਕਿਆ ਕਿ ਸੂਰਜ ਵੀ ਕੇਵਲ ਇਕ ਤਾਰਾ ਹੀ ਹੈ। ਸਿਤਾਰੇ ਇਸ ਲਈ ਚਮਕਦੇ ਹਨ ਕਿ ਉਨ੍ਹਾਂ ਦੇ ਅੰਦਰ ਕੇਂਦਰੀ (Nuclear) ਭੱਠੀਆਂ ਬਲ ਰਹੀਆਂ ਹਨ।

ਤਕਰੀਬਨ ਪੰਜ ਸੌ ਸਾਲ ਹੋਏ, ਕੂਪਰਨੀਕਸ ਨੇ ਸਭ ਤੋਂ ਪਹਿਲਾਂ ਕਿਹਾ ਕਿ ਜ਼ਮੀਨ ਬ੍ਰਹਿਮੰਡ ਦਾ

ਸਭ ਤੋਂ ਵੱਡਾ ਰੇਡੀਓ ਟੈਲੀਸਕੋਪ, ਜਾਡਰਲ ਬੈਂਕ ਇੰਗਲੈਂਡ ਵਿੱਚ, ਜਿਸ ਦੇ ਸ਼ੀਸ਼ੇ ਦਾ ਵਿਆਸ 250 ਫੁੱਟ ਹੈ।

ਕੇਂਦਰ ਨਹੀਂ ਹੈ। ਬਲਕਿ ਇਹ ਖ਼ੁਦ ਸੂਰਜ ਦੇ ਗਿਰਦ ਘੁੰਮਦੀ ਹੈ। ਤੇ ਇਸ ਤੋਂ ਛੁਟ ਕੁਝ ਗ੍ਰਹਿ ਵੀ ਸੂਰਜ ਦੇ ਦੁਆਲੇ ਘੁੰਮਦੇ ਹਨ। ਇਹ ਗ੍ਰਹਿ ਤਾਰਿਆਂ ਵਾਂਗ ਹੀ ਚਮਕਦੇ ਦਿਖਾਈ ਦੇਂਦੇ ਹਨ, ਲੇਕਿਨ ਇਹ ਰੋਸ਼ਨੀ ਉਨ੍ਹਾਂ ਦੀ ਆਪਣੀ ਨਹੀਂ ਬਲਕਿ ਸੂਰਜ ਦੀ ਰੋਸ਼ਨੀ ਉਨ੍ਹਾਂ ਤੇ ਪੈਂਦੀ ਹੈ ਤਾਂ ਸਾਨੂੰ ਇਹ ਚਮਕਦੇ ਦਿਖਾਈ ਦੇਂਦੇ ਹਨ।

ਕੂਪਰਨੀਕਸ ਦੇ ਸਿਧਾਂਤ ਦੇ ਬਾਦ ਸੂਰਜ ਨੂੰ ਬ੍ਰਹਿਮੰਡ ਦਾ ਕੇਂਦਰ ਸਮਝਿਆ ਜਾਣ ਲੱਗ ਪਿਆ। ਵੀਹਵੀਂ ਸਦੀ ਦੇ ਮੁੱਢ ਵਿੱਚ ਤਾਰਿਆਂ ਦਾ ਅਧਿਐਨ ਕਰਨ ਲਈ ਬੜੀਆਂ ਬੜੀਆਂ ਦੂਰਬੀਨਾਂ ਬਣਾਈਆਂ ਗਈਆਂ। ਜਦੋਂ ਸਾਇੰਸਦਾਨਾਂ ਨੇ ਇਨ੍ਹਾਂ ਦੂਰਬੀਨਾਂ ਦੀ ਮਦਦ ਨਾਲ ਸਿਤਾਰਿਆਂ ਨੂੰ ਵੇਖਿਆ, ਤਾਂ ਉਨ੍ਹਾਂ ਨੂੰ ਹੈਰਾਨ ਕਰਨ ਵਾਲੀਆਂ ਗੱਲਾਂ ਦਾ ਪਤਾ ਲੱਗਾ।

ਰਾਤ ਨੂੰ ਤੁਸੀਂ ਅਕਸਰ ਆਕਾਸ਼ ਗੰਗਾ (ਤਾਰਿਆਂ ਦੀ ਚਿੱਟੀ ਸੜਕ) ਤਾਂ ਵੇਖੀ ਹੋਵੇਗੀ। ਬਚਪਨ ਵਿੱਚ ਸ਼ਾਇਦ ਤੁਹਾਡੀ ਦਾਦੀ ਨੇ ਦਸਿਆ ਹੋਵੇ ਕਿ ਇਹ ਰਸਤਾ ਸਵਰਗ ਨੂੰ ਜਾਂਦਾ ਹੈ, ਪਰ 1920 ਵਿੱਚ ਐਡਵਰਡ ਹੈਲੀ ਇਕ ਅਮਰੀਕਨ ਸਾਇੰਸਦਾਨ ਨੇ ਮਾਲੂਮ ਕੀਤਾ ਕਿ ਆਕਾਸ਼ ਗੰਗਾ ਅਸਲ ਵਿੱਚ ਬੜਾ ਭਾਰੀ ਝੁਰਮਟ ਹੈ,ਜਿਸ ਨੂੰ ਉਸ ਨੇ ਗਲੈਕਸੀ ਦਾ ਨਾਂ ਦਿੱਤਾ। ਇਸ ਗਲੈਕਸੀ ਵਿੱਚ ਘਟੋ ਘਟ ਦਸ ਹਜ਼ਾਰ ਕਰੋੜ ਸਿਤਾਰੇ ਹਨ ਤੇ ਸਾਡਾ ਸੂਰਜ ਵੀ ਇਸ ਗਲੈਕਸੀ ਦੇ ਇਕ ਸਿਰੇ ਵਿੱਚ ਆਪਣੇ ਗ੍ਰਹਿਆਂ ਦੇ ਨਾਲ ਘੁੰਮ ਰਿਹਾ ਹੈ। ਬ੍ਰਹਿਮੰਡ ਵਿੱਚ ਕਰੋੜਾਂ ਹੀ ਅਜਿਹੀਆਂ ਗਲੈਕਸੀਆਂ ਹਨ ਤੇ ਹਰ ਇਕ ਗਲੈਕਸੀ ਵਿੱਚ ਕਰੋੜਾਂ ਹੀ ਸਿਤਾਰੇ ਹਨ। ਹਰ ਇਕ ਸਿਤਾਰਾ ਜੋ ਅਸਮਾਨ ਵਿੱਚ ਟਿਮਟਿਮਾ ਰਿਹਾ ਹੈ, ਇਕ ਵੱਡਾ ਸੂਰਜ ਹੈ। ਹਰ ਇਕ ਸੂਰਜ ਦੇ ਗਿਰਦ ਕਈ ਜ਼ਮੀਨਾਂ ਘੁੰਮਦੀਆਂ ਹਨ। ਅੰਦਾਜ਼ਾ ਲਗਾਇਆ ਗਿਆ ਹੈ ਕਿ ਸਿਰਫ਼ ਸਾਡੀ ਗਲੈਕਸੀ ਵਿੱਚ ਹੀ ਦਸ ਲਖ ਅਜਿਹੀਆਂ ਜ਼ਮੀਨਾਂ ਹਨ, ਜਿਨ੍ਹਾਂ ਤੇ ਜ਼ਿੰਦਗੀ ਹੈ। ਹੋ ਸਕਦਾ ਹੈ ਕਿ ਉਥੇ ਦੇ ਲੋਕ ਹੋਰ ਸ਼ਕਲ ਦੇ ਹੋਣ ਤੇ ਕੁਝ ਸ਼ਾਇਦ ਸਾਡੀ ਵਰਗੀ ਸ਼ਕਲ ਦੇ ਹੀ ਹੋਣ। ਅਨੁਮਾਨ ਕੀਤਾ ਜਾਂਦਾ ਹੈ ਕਿ ਅਜਿਹੀਆਂ ਕਈ ਜ਼ਮੀਨਾਂ ਤੇ ਰਹਿਣ ਵਾਲੇ ਲੋਕ ਬਹੁਤ ਜ਼ਿਆਦਾ ਤਰੱਕੀ ਕਰ ਚੁੱਕੇ ਹਨ ਤੇ ਅਸੀਂ ਉਨ੍ਹਾਂ ਦੇ ਮੁਕਾਬਲੇ ਵਿੱਚ ਇਸ ਤਰ੍ਹਾਂ ਹਾਂ ਜਿਵੇਂ ਜੰਗਲੀ ਆਦਮੀ।

ਤੁਸੀਂ ਸੋਚਦੇ ਹੋਵੋਗੇ ਕਿ ਜੇ ਬ੍ਰਹਿਮੰਡ ਵਿੱਚ ਹੋਰ ਆਬਾਦੀਆਂ ਵੀ ਹਨ, ਤਾਂ ਅਸੀਂ ਉਥੇ ਕਿਉਂ ਨਹੀਂ ਜਾਂਦੇ ਜਾਂ ਉਹ ਸਾਨੂੰ ਕਿਉਂ ਨਹੀਂ ਮਿਲਦੇ। ਇਸ ਨੂੰ ਸਮਝਣ ਲਈ ਪਹਿਲਾਂ ਸਾਨੂੰ ਇਹ ਜਾਣਨਾ ਚਾਹੀਦਾ ਹੈ ਕਿ ਬ੍ਰਹਿਮੰਡ ਵਿੱਚ ਫ਼ਾਸਲੇ ਇੰਨੇ ਵੱਡੇ ਹਨ ਕਿ ਉਨ੍ਹਾਂ ਨੂੰ ਮੀਲਾਂ ਜਾਂ ਕਿਲੋਮੀਟਰਾਂ ਵਿੱਚ ਦਸਿਆ ਜਾਣਾ ਅੰਦਾਜ਼ੇ ਤੋਂ ਬਾਹਰ ਹੈ। ਇਨ੍ਹਾਂ ਫ਼ਾਸਲਿਆਂ ਨੂੰ ਰੋਸ਼ਨੀ ਨਾਲ ਨਾਪਿਆ ਜਾਂਦਾ ਹੈ। ਸ਼ਾਇਦ ਤੁਸੀਂ ਪੜ੍ਹਿਆ ਹੋਵੇਗਾ ਕਿ ਰੋਸ਼ਨੀ ਇਕ ਸੈਕਿੰਡ ਵਿੱਚ ਇਕ ਲੱਖ ਛੱਬੀ ਹਜ਼ਾਰ ਦੋ ਸੌ ਬਿਆਸੀ ਮੀਲ ਦਾ ਫ਼ਾਸਲਾ ਤੈਅ ਕਰਦੀ ਹੈ। ਇਸ ਤਰ੍ਹਾਂ ਇਕ ਸਾਲ ਵਿੱਚ ਰੋਸ਼ਨੀ ਛੇ ਲੱਖ ਕਰੋੜ ਮੀਲ ਦੂਰ ਪਹੁੰਚ ਜਾਏਗੀ।

ਸੂਰਜ ਸਾਡੀ ਜ਼ਮੀਨ ਤੋਂ ਨੌਂ ਕਰੋੜ ਤੀਹ ਲੱਖ ਮੀਲ ਦੂਰ ਹੈ। ਰੋਸ਼ਨੀ ਨੂੰ ਸੂਰਜ ਤੋਂ ਜ਼ਮੀਨ ਤਕ ਪਹੁੰਚਣ ਵਿੱਚ ਅੱਠ ਮਿੰਟ ਲੱਗਦੇ ਹਨ। ਪਰ ਸੂਰਜ ਤੋਂ ਮਗਰੋਂ ਸਾਰਿਆਂ ਤੋਂ ਨੇੜੇ ਸਿਤਾਰਾ ਤੌਰਸ (Taurus) ਸਾਡੇ ਤੋਂ ਛੱਬੀ ਕਰੋੜ ਮੀਲ ਦੂਰ ਹੈ। ਸਾਡੇ ਸੋਲਰ ਸਿਸਟਮ ਤੋਂ ਮਗਰੋਂ ਨੇੜੇ ਤੋਂ ਨੇੜੇ ਜੋ ਸੋਲਰ ਸਿਸਟਮ ਹੈ, ਉਹ ਸਾਡੇ ਤੋਂ ਛੱਬੀ ਲੱਖ ਕਰੋੜ ਮੀਲ ਦੂਰ ਹੈ ਤੇ ਰੋਸ਼ਨੀ ਨੂੰ ਉਥੇ ਪਹੁੰਚਣ ਵਿੱਚ $4^1/_3$

ਸਾਲ ਲੱਗਦੇ ਹਨ। ਸਾਡੀ ਗਲੈਕਸੀ ਇੰਨੀ ਵੱਡੀ ਹੈ ਕਿ ਉਸ ਦੇ ਇਕ ਸਿਰੇ ਤੋਂ ਦੂਜੇ ਸਿਰੇ ਤੱਕ ਰੋਸ਼ਨੀ ਪਹੁੰਚਣ ਵਿੱਚ ਇਕ ਲੱਖ ਸਾਲ ਲੱਗਦੇ ਹਨ। ਅੱਜ ਕਲ੍ਹ ਜੋ ਰਾਕੇਟ ਅਸੀਂ ਬਣਾਏ ਹਨ, ਉਹ ਤਕਰੀਬਨ ਪੰਜੀ ਹਜ਼ਾਰ ਮੀਲ ਫ਼ੀ ਘੰਟੇ ਦੀ ਰਫ਼ਤਾਰ ਨਾਲ ਚਲਦੇ ਹਨ। ਜੇ ਅਸੀਂ ਅਜਿਹੇ ਰਾਕੇਟ ਵਿੱਚ ਬੈਠ ਕੇ ਆਪਣੀ ਜ਼ਮੀਨ ਤੋਂ ਤੱਰਸ (Taurus) ਦੇ ਲਈ ਚਲ ਪਈਏ ਤਾਂ ਸਾਨੂੰ ਇਕ ਲੱਖ ਬਾਰਾਂ ਹਜ਼ਾਰ ਸਾਲ ਉਥੇ ਪਹੁੰਚਣ ਵਿੱਚ ਲੱਗਣਗੇ। ਸਪਸ਼ਟ ਹੈ ਕਿ ਦੂਜੀਆਂ ਧਰਤੀਆਂ ਤੇ ਪਹੁੰਚਣ ਲਈ ਸਾਡੇ ਯਾਨ ਬੇਕਾਰ ਹਨ। ਹੋ ਸਕਦਾ ਹੈ ਕਿ ਕਲ੍ਹ ਨੂੰ ਕੋਈ ਹੋਰ ਤੇਜ਼ ਯਾਨ ਨਿਕਲ ਆਵੇ। ਦੂਜੀਆਂ ਧਰਤੀਆਂ ਤੇ ਭਾਵੇਂ ਅਸੀਂ ਨਹੀਂ ਪਹੁੰਚ ਸਕਦੇ ਤਾਂ ਕੀ ਹੋਇਆ, ਵਿਗਿਆਨੀਆਂ ਨੇ ਉਥੇ ਸੁਨੇਹੇ ਭੇਜਣ ਦੀਆਂ ਕੋਸ਼ਿਸ਼ਾਂ ਸ਼ੁਰੂ ਕਰ ਦਿੱਤੀਆਂ ਹਨ। ਰੇਡੀਓ ਸਿਗਨਲ ਬਾਕਾਇਦਾ ਭੇਜੇ ਜਾ ਰਹੇ ਹਨ ਤੇ ਬਾਹਰ ਤੋਂ ਆਉਣ ਵਾਲੇ ਸਿਗਨਲਾਂ ਨੂੰ ਫੜਨ ਲਈ ਲਗਾਤਾਰ ਕੋਸ਼ਿਸ਼ਾਂ ਜਾਰੀ ਹਨ।

1972 ਵਿੱਚ ਅਮਰੀਕਾ ਨੇ ਇਕ ਯਾਨ ਪਾਇਨੀਅਰ 10 ਪੁਲਾੜ ਵਿੱਚ ਛੱਡਿਆ। ਇਸ ਉਤੇ ਇਕ ਆਦਮੀ ਤੇ ਇਕ ਇਸਤਰੀ ਦੀ ਤਸਵੀਰ ਬਣੀ ਹੈ। ਇਹ ਵੀ ਦਸਿਆ ਗਿਆ ਹੈ ਕਿ ਅਸੀਂ ਸੂਰਜ ਤੋਂ ਦੂਰ ਤੀਸਰੀ ਜ਼ਮੀਨ ਤੇ ਰਹਿੰਦੇ ਹਾਂ। ਇਹ ਯਾਨ ਜੁਪੀਟਰ ਤੇ ਯੂਰੇਨਸ ਨੂੰ ਪਾਰ ਕਰਦਾ ਬਹੁਤ ਦੂਰ ਪੁਲਾੜ ਵਿੱਚ ਪਹੁੰਚ ਚੁੱਕਾ ਹੈ। ਹੋ ਸਕਦਾ ਹੈ ਕਿ ਅੱਜ ਤੋਂ ਹਜ਼ਾਰਾਂ ਸਾਲ ਮਗਰੋਂ ਇਹ ਕਿਸੇ ਜ਼ਮੀਨ ਤੇ ਪਹੁੰਚ ਜਾਏ ਤੇ ਉਹ ਲੋਕ ਉਸ ਨੂੰ ਫੜ ਲੈਣ। ਯਾਨ ਉਤੇ ਬਣੀ ਹੋਈ ਤਸਵੀਰ ਨੂੰ ਵੇਖ ਕੇ ਉਹ ਜਾਣ ਸਕਣਗੇ ਕਿ ਇਹ ਯਾਨ ਕਿਥੋਂ ਆਇਆ ਹੈ।

ਅਭਿਆਸ

I. ਦੱਸੋ ਭਲਾ :—

1. ਤਾਰੇ ਕੀ ਹਨ?
2. ਕੀ ਤਾਰੇ ਚਲਦੇ ਹਨ?
3. ਜਿਸ ਧਰਤੀ ਤੇ ਅਸੀਂ ਰਹਿੰਦੇ ਹਾਂ, ਕੂਪਰਨੀਕਸ ਨੇ ਉਸ ਦੇ ਬਾਰੇ ਕੀ ਦਸਿਆ?
4. ਆਕਾਸ਼ ਗੰਗਾ ਕੀ ਹੈ?
5. ਬ੍ਰਹਿਮੰਡ ਵਿੱਚ ਕਿੰਨੀਆਂ ਆਕਾਸ਼ ਗੰਗਾਵਾਂ ਦਾ ਅਨੁਮਾਨ ਕੀਤਾ ਗਿਆ ਹੈ?
6. ਅਸੀਂ ਦੂਜੀਆਂ ਧਰਤੀਆਂ ਤੇ ਕਿਉਂ ਨਹੀਂ ਪਹੁੰਚ ਸਕਦੇ?
7. ਰੋਸ਼ਨੀ ਕਿਸ ਰਫ਼ਤਾਰ ਨਾਲ ਚਲਦੀ ਹੈ?

II. ਵਾਕ ਬਣਾਓ :—

ਗ੍ਰਹਿ, ਬ੍ਰਹਿਮੰਡ, ਅਧਿਐਨ, ਆਕਾਸ਼ ਗੰਗਾ, ਸਾਇੰਸਦਾਨ, ਝੁਰਮਟ, ਗਲੈਕਸੀ, ਸੋਲਰ ਸਿਸਟਮ, ਰਫ਼ਤਾਰ, ਯਾਨ, ਸਿਗਨਲ ਪੁਲਾੜ।

III. ਖ਼ਾਲੀ ਥਾਂਵਾਂ ਭਰੋ :—

1. ਚਲਣ ਵਾਲਿਆਂ ਤਾਰਿਆਂ ਨੂੰ .... ਕਹਿੰਦੇ ਹਨ।
2. ਕੂਪਰਨੀਕਸ ਨੇ ਸਭ ਤੋਂ ਪਹਿਲਾਂ ਕਿਹਾ ਕਿ ਜ਼ਮੀਨ .... ਦਾ ਕੇਂਦਰ ਨਹੀਂ।
3. .... ਅਸਲ ਵਿੱਚ ਬੜਾ ਭਾਰੀ ਤਾਰਿਆਂ ਦਾ ਝੁਰਮਟ ਹੈ, ਜਿਸ ਨੂੰ .... ਦਾ ਨਾਂ ਦਿੱਤਾ ਗਿਆ।
4. ਅਸਮਾਨ ਵਿੱਚ ਟਿਮਟਿਮਾਣ ਵਾਲਾ ਹਰ ਤਾਰਾ ਇਕ .... ਹੈ।
5. ਸੂਰਜ ਸਾਡੀ ਜ਼ਮੀਨ ਤੋਂ .... ਦੂਰ ਹੈ।
6. .... ਵਿੱਚ ਅਮਰੀਕਾ ਨੇ ਇਕ ਯਾਨ .... ਪੁਲਾੜ ਵਿੱਚ ਛੱਡਿਆ।

ਸੋਨੇ ਦੀ ਨਦੀ ਦਾ ਰਾਜਾ

(1)

ਬਹੁਤ ਚਿਰ ਹੋਇਆ, ਹਿਮਾਚਲ ਪਹਾੜ ਦੇ ਇਕ ਕੋਨੇ ਵਿੱਚ ਇਕ ਬੜੀ ਉਪਜਾਊ ਘਾਟੀ ਸੀ। ਇਸ ਦੇ ਚਾਰੇ ਪਾਸੇ ਉੱਚੀਆਂ ਉੱਚੀਆਂ ਪਹਾੜੀਆਂ ਸਨ, ਜਿਨ੍ਹਾਂ ਦੀਆਂ ਚੋਟੀਆਂ ਹਮੇਸ਼ਾਂ ਬਰਫ਼ ਨਾਲ ਕੱਜੀਆਂ ਰਹਿੰਦੀਆਂ ਸਨ। ਇਸ ਖ਼ੂਬਸੂਰਤ ਘਾਟੀ ਵਿੱਚ ਸਭ ਤਰ੍ਹਾਂ ਦੀਆਂ ਚੀਜ਼ਾਂ ਦੀ ਪੈਦਾਵਾਰ ਬਹੁਤ ਜ਼ਿਆਦਾ ਹੁੰਦੀ ਸੀ। ਕਣਕ ਤੇ ਮੱਕੀ ਦੀ ਉਪਜ ਵੀ ਕਾਫ਼ੀ ਹੁੰਦੀ ਸੀ। ਇਥੋਂ ਦੇ ਸੇਬ ਤੇ ਨਾਸ਼ਪਾਤੀਆਂ ਬੜੀਆਂ ਮਿੱਠੀਆਂ ਹੁੰਦੀਆਂ, ਸੰਤਰੇ ਬੜੇ ਰਸ ਭਰੇ, ਅਨਾਰ ਜ਼ਿਆਦਾ ਲਾਲ ਰੰਗ ਤੇ ਸ਼ਹਿਦ ਬੜਾ ਖੁਸ਼ਬੂ ਵਾਲਾ ਹੁੰਦਾ ਸੀ।

ਇਨ੍ਹਾਂ ਬਰਫ਼ਾਂ ਨਾਲ ਕੱਜੀਆਂ ਪਹਾੜੀਆਂ ਵਿੱਚੋਂ, ਜਿਨ੍ਹਾਂ ਨੇ ਘਾਟੀ ਨੂੰ ਘੇਰਿਆ ਹੋਇਆ ਸੀ, ਬੜੇ ਨਦੀਆਂ ਨਾਲੇ ਨਿਕਲਦੇ ਸਨ, ਪਰ ਉਹ ਸਾਰੇ ਦੇ ਸਾਰੇ ਘਾਟੀ ਤੋਂ ਦੂਜੇ ਪਾਸੇ ਵਗਦੇ ਸਨ। ਪੱਛਮ ਵਲ ਸਿਰਫ਼ ਇਕ ਨਦੀ ਪੱਥਰਾਂ ਤੋਂ ਵਗਦੀ ਹੋਈ ਇਕ ਧਾਰ ਦੇ ਰੂਪ ਵਿੱਚ ਇਸ ਘਾਟੀ ਵਿੱਚ ਪੈਂਦੀ ਸੀ। ਸ਼ਾਮ ਵੇਲੇ ਜਦੋਂ ਸੂਰਜ ਉੱਚੇ ਪਹਾੜਾਂ ਦੇ ਪਿਛੇ ਛੁਪ ਜਾਂਦਾ ਤਾਂ ਨਦੀ ਦੀ ਇਸ ਧਾਰ ਦਾ ਪਾਣੀ ਚੰਦਰਮਾ ਦੀ ਚਾਨਣੀ ਨਾਲ ਚਮਕਣ ਲੱਗ ਜਾਂਦਾ। ਉਸ ਵੇਲੇ ਇਸ ਤਰ੍ਹਾਂ ਜਾਪਦਾ ਕਿ ਪਿਘਲਿਆ ਹੋਇਆ ਸੋਨਾ ਪੱਥਰਾਂ ਤੇ ਨਾਚ ਕਰ ਰਿਹਾ ਹੈ। ਇਸੇ ਲਈ ਲੋਕ ਇਸ ਘਾਟੀ ਨੂੰ ਸੋਨੇ ਦੀ ਘਾਟੀ ਕਹਿੰਦੇ ਸਨ।

ਸੋਨੇ ਦੀ ਘਾਟੀ ਦੇ ਮਾਲਕ ਤਿੰਨ ਭਰਾ ਸਨ—ਨੱਥੂ, ਸ਼ਾਮੂ ਤੇ ਰਾਜੂ। ਨੱਥੂ ਤੇ ਸ਼ਾਮੂ ਦੋਵੇਂ ਵੱਡੇ ਭਰਾ ਕਾਲੇ ਰੰਗ ਦੇ ਬਦਸੂਰਤ ਮੁੰਡੇ ਸਨ। ਉਹ ਬੜੇ ਕੰਜੂਸ ਸਨ ਤੇ ਉਨ੍ਹਾਂ ਦਾ ਦਿਲ ਪੱਥਰ ਤੋਂ ਵੀ ਜ਼ਿਆਦਾ ਸਖ਼ਤ ਸੀ। ਉਹ ਕਦੇ ਵੀ ਕਿਸੇ ਗ਼ਰੀਬ ਦੀ ਮਦਦ ਨਹੀਂ ਕਰਦੇ ਸਨ ਤੇ ਨਾ ਕਦੇ ਕਿਸੇ ਜਾਚਕ ਨੂੰ ਉਨ੍ਹਾਂ ਦੇ ਦਰਵਾਜ਼ੇ ਤੋਂ ਭਿਛਿਆ ਮਿਲਦੀ ਸੀ। ਉਹ ਕਿਸੇ ਕੁੱਤੇ ਨੂੰ ਵੀ ਰੋਟੀ ਦਾ ਟੁਕੜਾ ਨਹੀਂ ਸਨ ਪਾਂਦੇ।

ਸਭ ਤੋਂ ਛੋਟਾ ਭਰਾ ਰਾਜੂ, ਜਿਸ ਦੀ ਉਮਰ 12-13 ਸਾਲ ਦੀ ਸੀ, ਇਨ੍ਹਾਂ ਤੋਂ ਬਿਲਕੁਲ ਉਲਟ ਸੁਭਾਅ ਦਾ ਮੁੰਡਾ ਸੀ। ਨੱਥੂ ਤੇ ਸ਼ਾਮੂ ਹਮੇਸ਼ਾਂ ਉਸ ਨੂੰ ਝਿੜਕਦੇ ਤੇ ਮਾਰਦੇ ਰਹਿੰਦੇ। ਉਹ ਉਸ ਨੂੰ ਪੇਟ ਭਰ ਕੇ ਖਾਣਾ ਨਹੀਂ ਸਨ ਦੇਂਦੇ, ਬਲਕਿ ਆਪ ਖਾ ਲੈਂਦੇ ਤੇ ਬਚੇ ਖੁਚੇ ਟੁਕੜੇ ਉਸ ਨੂੰ ਦੇ ਦੇਂਦੇ।

ਇਕ ਵਾਰੀ ਬੜੀ ਬਾਰਸ਼ ਹੋਈ, ਫ਼ਸਲਾਂ ਪਾਣੀ ਵਿੱਚ ਰੁੜ੍ਹ ਗਈਆਂ ਤੇ ਚਾਰੇ ਪਾਸੇ ਕਾਲ ਪੈ ਗਿਆ। ਪਰ ਸੋਨੇ ਦੀ ਘਾਟੀ ਵਿੱਚ ਉਸ ਸਾਲ ਵੀ ਬਹੁਤ ਜ਼ਿਆਦਾ ਅਨਾਜ ਪੈਦਾ ਹੋਇਆ। ਆਸ ਪਾਸ ਦੇ ਸਾਰੇ ਪਿੰਡਾਂ ਦੇ ਲੋਕ ਇਨ੍ਹਾਂ ਤੋਂ ਅਨਾਜ ਲੈਣ ਆਉਂਦੇ। ਇਹ ਉਨ੍ਹਾਂ ਤੋਂ ਦੂਣੇ ਚੌਣੇ ਪੈਸੇ ਲੈਂਦੇ ਤੇ ਉਹ ਵਿਚਾਰੇ ਇਨ੍ਹਾਂ ਨੂੰ ਗਾਲ੍ਹਾਂ ਦੇਂਦੇ ਹੋਏ ਚਲੇ ਜਾਂਦੇ। ਕਈ ਭੁੱਖੇ ਇਨ੍ਹਾਂ ਦੇ ਦਰਵਾਜ਼ੇ ਤੇ ਮਰ ਗਏ, ਪਰ ਪੈਸੇ ਲਏ ਬਿਨਾਂ ਉਨ੍ਹਾਂ ਨੇ ਕਿਸੇ ਨੂੰ ਇਕ ਦਾਣਾ ਵੀ ਅਨਾਜ ਦਾ ਨਾ ਦਿੱਤਾ।

ਇਕ ਦਿਨ ਸ਼ਾਮ ਦਾ ਵੇਲਾ ਸੀ ਤੇ ਸਰਦੀ ਦਾ ਮੌਸਮ। ਬਾਰਸ਼ ਬੜੀ ਜ਼ੋਰ ਦੀ ਹੋ ਰਹੀ ਸੀ। ਨੱਥੂ ਤੇ ਸ਼ਾਮੂ ਰੋਜ਼ ਵਾਂਗ ਬਾਹਰ ਗਏ ਹੋਏ ਸਨ ਤੇ ਰਾਜੂ ਨੂੰ ਹੁਕਮ ਦੇ ਗਏ ਸਨ ਕਿ ਉਹ ਕਿਸੇ ਨੂੰ ਅੰਦਰ ਨਾ ਆਉਣ ਦੇਵੇ ਤੇ ਨਾ ਕਿਸੇ ਨੂੰ ਕੁਝ ਖਾਣ ਨੂੰ ਦੇਵੇ।

ਛੋਟਾ ਰਾਜੂ ਅੰਗੀਠੀ ਕੋਲ ਬੈਠਾ ਅੱਗ ਸੇਕ ਰਿਹਾ ਸੀ। ਕੋਲ ਹੀ ਇਕ ਪਤੀਲੇ ਵਿੱਚ ਹਲਵਾ ਪਿਆ ਸੀ। ਅਚਾਨਕ ਦਰਵਾਜ਼ੇ ਤੇ ਖਟ ਖਟ ਦੀ ਆਵਾਜ਼ ਹੋਈ। ਰਾਜੂ ਤ੍ਰਭ੍ਰਕ ਪਿਆ। ਉਸ ਨੇ ਬਾਰੀ ਵਿੱਚੋਂ ਬਾਹਰ ਝਾਕਿਆ। ਦਰਵਾਜ਼ੇ ਤੇ ਛੋਟੇ ਜਿਹੇ ਕੱਦ ਦਾ ਇਕ ਅਜੀਬ ਕਿਸਮ ਦਾ ਆਦਮੀ ਖੜਾ ਸੀ। ਉਸ ਦਾ ਨੱਕ ਬਹੁਤ ਲੰਮਾ ਸੀ। ਮੂੰਹ ਗੋਲ ਤੇ ਪਿਪਲ ਦੇ ਰੰਗ ਦਾ ਸੀ। ਵੱਲ ਖਾਂਦੀਆਂ ਲੰਮੀਆਂ ਲੰਮੀਆਂ ਮੁੱਛਾਂ, ਵਾਲ ਮੋਢਿਆਂ ਤੇ ਖਿਲਰੇ ਹੋਏ ਤੇ ਸਿਰ ਤੇ ਇਕ ਅਜੀਬ ਤਰ੍ਹਾਂ ਦੀ ਟੋਪੀ, ਜਿਸ ਵਿੱਚ ਮੋਰ ਦਾ ਪਰ ਟੰਗਿਆ ਹੋਇਆ ਸੀ, ਪਾਈ ਹੋਈ ਸੀ। ਉਸ ਦਾ ਬਹੁਤ ਵੱਡਾ ਕਾਲਾ ਕੋਟ ਦੂਰ ਤਕ ਉਸ ਦੇ ਪਿਛੇ ਉਡ ਰਿਹਾ ਸੀ। ਉਸ ਦੇ ਕਪੜੇ ਬਾਰਸ਼ ਦੇ ਪਾਣੀ ਨਾਲ ਗਿੱਲੇ ਸਨ ਤੇ ਉਸ ਦੀਆਂ ਮੁੱਛਾਂ ਤੇ ਵਾਲਾਂ ਵਿੱਚੋਂ ਪਾਣੀ ਦੀਆਂ ਧਾਰਾਂ ਵਗ ਰਹੀਆਂ ਸਨ।

"ਦਰਵਾਜ਼ਾ ਖੋਲ੍ਹ ਬੇਟਾ!" ਅਜੀਬ ਆਦਮੀ ਨੇ ਕਿਹਾ।

ਰਾਜੂ ਨੇ ਜਵਾਬ ਦਿੱਤਾ, "ਮੇਰੇ ਭਰਾਵਾਂ ਨੇ ਮੈਨੂੰ ਹੁਕਮ ਦਿੱਤਾ ਹੋਇਆ ਹੈ ਕਿ ਮੈਂ ਕਿਸੇ ਨੂੰ ਅੰਦਰ ਨਾ ਆਉਣ ਦੇਵਾਂ।"

ਉਸ ਆਦਮੀ ਨੇ ਫੇਰ ਕਿਹਾ, "ਛੋਟੇ ਵੀਰ! ਮੈਂ ਅੱਗ ਸੇਕਣਾ ਚਾਹੁੰਦਾ ਹਾਂ। ਮੈਨੂੰ ਅੰਦਰ ਆਉਣ ਦੇ। ਵੇਖ! ਮੈਂ ਠੰਡ ਨਾਲ ਕਿਸ ਤਰ੍ਹਾਂ ਕੰਬ ਰਿਹਾ ਹਾਂ।"

ਛੋਟੇ ਆਦਮੀ ਦੀ ਹਾਲਤ ਵੇਖ ਕੇ ਰਾਜੂ ਨੂੰ ਤਰਸ ਆ ਗਿਆ ਤੇ ਉਸ ਨੇ ਦਰਵਾਜ਼ਾ ਖੋਲ੍ਹ ਦਿੱਤਾ। ਜਦੋਂ ਉਹ ਛੋਟਾ ਆਦਮੀ ਅੰਦਰ ਆ ਗਿਆ ਤਾਂ ਹਵਾ ਦਾ ਇਕ ਤੇਜ਼ ਝੋਂਕਾ ਆਇਆ, ਜਿਸ ਨਾਲ ਕਮਰੇ ਦੀਆਂ ਸਾਰੀਆਂ ਚੀਜ਼ਾਂ ਉਡਣ ਲੱਗੀਆਂ।

ਛੋਟਾ ਆਦਮੀ ਅੰਗੀਠੀ ਦੇ ਕੋਲ ਆ ਕੇ ਬੈਠ ਗਿਆ। ਪਾਣੀ ਦੀਆਂ ਧਾਰਾਂ ਜਿਹੜੀਆਂ ਉਸ ਦੇ ਕਪੜਿਆਂ ਵਿਚੋਂ ਵਗ ਰਹੀਆਂ ਸਨ, ਸਾਰੇ ਫ਼ਰਸ਼ ਤੇ ਫੈਲ ਗਈਆਂ। ਰਾਜੂ ਆਪਣੇ ਦਿਲ ਵਿੱਚ ਡਰ ਰਿਹਾ ਸੀ ਕਿ ਜੇ ਉਸ ਦੇ ਭਰਾ ਹੁਣੇ ਆ ਗਏ ਤਾਂ ਖੈਰ ਨਹੀਂ।

ਛੋਟੇ ਆਦਮੀ ਨੇ ਪਤੀਲੇ ਵਲ ਲਲਚਾਈਆਂ ਨਜ਼ਰਾਂ ਨਾਲ ਵੇਖ ਕੇ ਕਿਹਾ, "ਇਹ ਹਲਵਾ ਤਾਂ ਬੜਾ ਸੁਆਦੀ ਜਾਪਦਾ ਹੈ। ਛੋਟੇ ਵੀਰ! ਥੋੜਾ ਮੈਨੂੰ ਪਲੇਟ ਵਿੱਚ ਪਾ ਦੇ।"

ਰਾਜੂ ਨੇ ਕੰਨਾਂ ਨੂੰ ਹੱਥ ਲਾ ਕੇ ਕਿਹਾ, "ਚੁਪ ਰਹਿ ਬਾਬਾ! ਜੇ ਮੇਰੇ ਭਰਾਵਾਂ ਨੂੰ ਪਤਾ ਲੱਗ ਗਿਆਂ ਕਿ ਮੈਂ ਤੈਨੂੰ ਹਲਵਾ ਦਿੱਤਾ ਹੈ ਤਾਂ ਉਹ ਮਾਰ ਮਾਰ ਕੇ ਮੇਰੀ ਚਮੜੀ ਉਧੇੜ ਦੇਣਗੇ।"

ਪਰ ਉਸ ਛੋਟੇ ਆਦਮੀ ਨੇ ਮਿੰਨਤ ਕਰਦੇ ਹੋਏ ਕਿਹਾ, "ਛੋਟੇ ਵੀਰ! ਮੈਂ ਸਵੇਰ ਦਾ ਕੁਝ ਨਹੀਂ ਖਾਧਾ ਤੇ ਭੁੱਖ ਨਾਲ ਮੇਰੀ ਜਾਨ ਨਿਕਲ ਰਹੀ ਹੈ।"

ਰਾਜੂ ਨੂੰ ਤਰਸ ਆ ਗਿਆ। ਉਸ ਨੇ ਇਕ ਪਲੇਟ ਸਾਫ਼ ਕੀਤੀ। ਉਸ ਵਿੱਚ ਗਰਮ ਗਰਮ ਹਲਵਾ ਪਾਇਆ ਤੇ ਛੋਟੇ ਆਦਮੀ ਨੂੰ ਦੇ ਦਿੱਤਾ। ਉਸੇ ਵੇਲੇ ਦਰਵਾਜ਼ੇ ਤੇ ਖਟ ਖਟ ਦੀ ਆਵਾਜ਼ ਹੋਈ। ਰਾਜੂ ਦਾ ਦਿਲ ਜ਼ੋਰ ਜ਼ੋਰ ਦੀ ਧੜਕਣ ਲੱਗਾ। ਉਹ ਡਰਦੇ ਡਰਦੇ ਉਠਿਆ ਤੇ ਦਰਵਾਜ਼ਾ ਖੋਲ੍ਹਿਆ।

ਅੰਦਰ ਆਂਦਿਆਂ ਹੀ ਸ਼ਾਮੂ ਨੇ ਰਾਜੂ ਦੇ ਮੂੰਹ ਤੇ ਇਕ ਥੱਪੜ ਮਾਰਿਆ ਤੇ ਕਿਹਾ, "ਦੁਸ਼ਟ! ਸਾਨੂੰ ਇੰਨੀ ਦੇਰ ਬਾਹਰ ਕਿਉਂ ਖੜਾ ਰਖਿਆ?" ਫੇਰ ਉਨ੍ਹਾਂ ਦੀ ਨਜ਼ਰ ਉਸ ਅਜੀਬ ਆਦਮੀ ਤੇ ਪਈ, ਜਿਹੜਾ ਬੜੇ ਅਰਾਮ ਨਾਲ ਬੈਠਾ ਹਲਵਾ ਖਾ ਰਿਹਾ ਸੀ। ਉਸ ਨੂੰ ਵੇਖ ਕੇ ਉਨ੍ਹਾਂ ਨੂੰ ਹੋਰ ਵੀ ਗੁੱਸਾ

ਆਇਆ" "ਅਛਾ! ਹੁਣ ਸਮਝ ਆਈ ਹੈ," ਸ਼ਾਮੂ ਨੇ ਗੁੱਸੇ ਵਿੱਚ ਕਿਹਾ, "ਤੂੰ ਸਾਡੀ ਗੈਰਹਾਜ਼ਰੀ ਵਿੱਚ ਇਸੇ ਤਰ੍ਹਾਂ ਮੁਸ਼ਟੰਡਿਆਂ ਤੋਂ ਘਰ ਲੁਟਵਾਂਦਾ ਰਹਿੰਦਾ ਹੈਂ।" ਤੇ ਇਕ ਵੱਡੀ ਡਾਂਗ ਚੁੱਕ ਕੇ ਉਸ ਨੇ ਰਾਜੂ ਦੀ ਪਿੱਠ ਤੇ ਦੇ ਮਾਰੀ। ਛੋਟੇ ਆਦਮੀ ਨੇ ਝੱਟ ਆਪਣੀ ਟੋਪੀ ਅੱਗੇ ਕਰ ਦਿੱਤੀ। ਜਿਉਂ ਹੀ ਡਾਂਗ ਉਸ ਨਾਲ ਲੱਗੀ, ਉਹ ਤਿਨਕੇ ਵਾਂਗ ਉਡ ਕੇ ਦੂਰ ਜਾ ਪਈ ਤੇ ਸ਼ਾਮੂ ਹਵਾ ਵਿੱਚ ਲਾਟੂ ਵਾਂਗ ਘੁੰਮਦਾ ਹੋਇਆ ਦੂਰ ਕੋਨੇ ਵਿੱਚ ਜਾ ਡਿੱਗਾ।

ਹੁਣ ਨੱਥੂ ਗੁੱਸੇ ਵਿੱਚ ਆ ਕੇ ਅਜੀਬ ਆਦਮੀ ਤੇ ਝਪਟਿਆ ਤੇ ਉਸ ਦੇ ਗਲੇ ਤੇ ਹੱਥ ਪਾਇਆ। ਪਰ ਜਿਉਂ ਹੀ ਉਸ ਦਾ ਹੱਥ ਅਜੀਬ ਆਦਮੀ ਨਾਲ ਲੱਗਿਆ, ਉਹ ਵੀ ਆਪਣੇ ਭਰਾ ਵਾਂਗ ਘੁੰਮਦਾ ਹੋਇਆ ਹਵਾ ਵਿੱਚ ਉੱਡਿਆ ਤੇ ਦੀਵਾਰ ਨਾਲ ਟਕਰਾ ਕੇ ਡਿੱਗ ਪਿਆ।

ਅਜੀਬ ਆਦਮੀ ਨੇ ਮੁਸਕਰਾ ਕੇ ਕਿਹਾ, "ਅਛਾ ਵੀਰ! ਹੁਣ ਮੈਂ ਜਾਂਦਾ ਹਾਂ। ਪਰ ਅੱਧੀ ਰਾਤ ਵੇਲੇ ਇਕ ਵਾਰੀ ਫੇਰ ਤੁਹਾਡੇ ਦਰਸ਼ਨ ਕਰਾਂਗਾ ਤੇ ਉਸ ਦੇ ਬਾਦ ਫੇਰ ਕਦੇ ਤੁਹਾਡੇ ਕੋਲ ਨਹੀਂ ਆਵਾਂਗਾ।" ਇਹ ਕਹਿ ਕੇ ਉਸ ਨੇ ਆਪਣੀਆਂ ਮੁੱਛਾਂ ਤੇ ਤਾਅ ਦਿੱਤਾ। ਆਪਣੀ ਲੰਮੀ ਟੋਪੀ ਨੂੰ ਸਿਧਾ ਕੀਤਾ ਤੇ ਦਰਵਾਜ਼ਾ ਖੋਲ੍ਹ ਕੇ ਬਾਹਰ ਨਿਕਲ ਗਿਆ। ਉਸੇ ਵੇਲੇ ਇਕ ਚਿੱਟਾ ਬੱਦਲ ਗੜਗੜਾਂਦਾ ਹੋਇਆ ਅਸਮਾਨ ਤੇ ਚੜ੍ਹ ਗਿਆ।

"ਓਏ ਰਾਜੂ ਦੇ ਬੱਚੇ!" ਨੱਥੂ ਨੇ ਉਸ ਨੂੰ ਝਿੜਕਦੇ ਹੋਏ ਕਿਹਾ, "ਖ਼ਬਰਦਾਰ! ਜੇ ਫੇਰ ਕਿਸੇ ਨੂੰ ਅੰਦਰ ਬੁਲਾਇਆ।" ਤੇ ਸ਼ਾਮੂ ਨੇ ਕਿਹਾ, "ਤੂੰ ਹਲਵੇ ਦਾ ਆਪਣਾ ਹਿੱਸਾ ਉਸ ਵਿਦੂਸ਼ਕ ਨੂੰ ਖੁਆ ਦਿੱਤਾ ਹੈ। ਹੁਣ ਤੈਨੂੰ ਰਾਤ ਨੂੰ ਭੁੱਖਾ ਰਹਿਣਾ ਪਏਗਾ। ਜਾ ਆਪਣੀ ਕੋਠੜੀ ਵਿੱਚ ਲੇਟ ਜਾ।" ਫੇਰ ਦੋਹਾਂ ਭਰਾਵਾਂ ਨੇ ਖ਼ੂਬ ਪੇਟ ਭਰ ਕੇ ਹਲਵਾ ਖਾਧਾ, ਜੋ ਬਚ ਗਿਆ, ਉਸ ਨੂੰ ਅਲਮਾਰੀ ਵਿੱਚ ਰਖ ਕੇ ਤਾਲਾ ਮਾਰ ਦਿੱਤਾ ਤੇ ਦਰਵਾਜ਼ਾ ਬੰਦ ਕਰ ਕੇ ਸੌਂ ਗਏ।

ਠੀਕ ਅੱਧੀ ਰਾਤ ਵੇਲੇ ਦੋਵੇਂ ਭਰਾ ਇਕ ਭਿਆਨਕ ਧਮਾਕੇ ਨਾਲ ਤ੍ਰਬ੍ਹਕ ਕੇ ਉਠ ਬੈਠੇ। ਬੜੀ ਜ਼ੋਰ ਦੀ ਬਾਰਸ਼ ਹੋ ਰਹੀ ਸੀ ਤੇ ਅੰਦਰ ਪਾਣੀ ਪਾਣੀ ਹੋ ਗਿਆ ਸੀ। "ਇਹ ਕੀ ਹੈ?" ਸ਼ਾਮੂ ਨੇ ਹੈਰਾਨ ਹੋ ਕੇ ਕਿਹਾ।

"ਮੈਂ ਹਾਂ ਤੁਹਾਡਾ ਮਹਿਮਾਨ ਮਾਨਸੂਨ।" ਆਵਾਜ਼ ਆਈ ਤੇ ਜਦੋਂ ਦੋਹਾਂ ਭਰਾਵਾਂ ਨੇ ਉਪਰ ਵੇਖਿਆ ਤਾਂ ਝੱਗ ਦੇ ਇਕ ਵੱਡੇ ਗੋਲੇ ਤੇ ਜਿਹੜਾ ਲਾਟੂ ਵਾਂਗ ਬੜੀ ਤੇਜ਼ੀ ਨਾਲ ਘੁੰਮ ਰਿਹਾ ਸੀ, ਉਹੀ ਅਜੀਬ ਆਦਮੀ ਆਪਣੀ ਲੰਮੀ ਟੋਪੀ ਪਾਈ ਤੇ ਮੁੱਛਾਂ ਤੇ ਤਾਅ ਦੇਂਦਾ ਹੋਇਆ ਬੜੇ ਮਜ਼ੇ ਨਾਲ ਬੈਠਾ ਹੋਇਆ ਸੀ। "ਮੈਂ ਤੁਹਾਡੇ ਘਰ ਦੇ ਸਾਰੇ ਕਮਰਿਆਂ ਦੀਆਂ ਛੱਤਾਂ ਉਡਾ ਦਿੱਤੀਆਂ ਹਨ।" ਅਜੀਬ ਆਦਮੀ ਦੀ ਆਵਾਜ਼ ਆਈ, "ਸਿਰਫ਼ ਰਾਜੂ ਦਾ ਕਮਰਾ ਬਚਿਆ ਹੋਇਆ ਹੈ।" ਤੇ ਫੇਰ ਝੱਗ ਦਾ ਗੋਲਾ ਘੁੰਮਦਾ ਹੋਇਆ ਉਪਰ ਚੜ੍ਹ ਗਿਆ। ਨੱਥੂ ਤੇ ਸ਼ਾਮੂ ਦੌੜ ਕੇ ਰਾਜੂ ਦੀ ਕੋਠੜੀ ਵਿੱਚ ਚਲੇ ਗਏ।

ਸਾਰੀ ਰਾਤ ਬਾਰਸ਼ ਹੁੰਦੀ ਰਹੀ। ਸਵੇਰੇ ਜਦੋਂ ਉਨ੍ਹਾਂ ਨੇ ਖਿੜਕੀ ਤੋਂ ਬਾਹਰ ਵੇਖਿਆ ਤਾਂ ਸਾਰੇ ਪਾਸੇ ਤਬਾਹੀ ਮਚੀ ਹੋਈ ਸੀ। ਫ਼ਸਲਾਂ ਪਾਣੀ ਵਿੱਚ ਰੁੜ੍ਹ ਗਈਆਂ ਸਨ। ਤੇਜ਼ ਵਗਦੇ ਪਾਣੀ ਵਿੱਚ ਜਾਨਵਰ ਡੁੱਬ ਗਏ ਤੇ ਦਰਖ਼ਤ ਹਨੇਰੀ ਨਾਲ ਥੱਲੇ ਡਿੱਗ ਪਏ ਸਨ। ਉਨ੍ਹਾਂ ਦੇ ਘਰ ਵਿੱਚ ਪਾਣੀ ਹੀ ਪਾਣੀ ਖੜਾ ਸੀ। ਅਨਾਜ, ਕਪੜੇ ਤੇ ਹੋਰ ਸਮਾਨ ਪਾਣੀ ਵਿੱਚ ਰੁੜ੍ਹ ਗਿਆ ਸੀ ਤੇ ਜਾਂ ਬੇਕਾਰ ਹੋ ਚੁੱਕਾ ਸੀ।

ਅਭਿਆਸ

I. ਦੱਸੋ ਭਲਾ:—

1. ਸੋਨੇ ਦੀ ਘਾਟੀ ਦੇ ਮਾਲਕ ਕੌਣ ਸਨ?
2. ਇਸ ਨੂੰ ਸੋਨੇ ਦੀ ਘਾਟੀ ਕਿਉਂ ਕਹਿੰਦੇ ਸਨ?
3. ਨੱਥੂ ਤੇ ਸ਼ਾਮੂ ਕਿਹੋ ਜਿਹੇ ਆਦਮੀ ਸਨ?
4. ਰਾਜੂ ਕਿਹੋ ਜਿਹਾ ਮੁੰਡਾ ਸੀ?
5. ਨੱਥੂ ਤੇ ਸ਼ਾਮੂ ਆਪਣੇ ਭਰਾ ਨਾਲ ਕਿਸ ਤਰ੍ਹਾਂ ਦਾ ਸਲੂਕ ਕਰਦੇ ਸਨ?
6. ਮਾਨਸੂਨ ਦੇ ਉਨ੍ਹਾਂ ਦੇ ਘਰ ਆਉਣ ਦੀ ਕਹਾਣੀ ਲਿਖੋ।

II. ਵਾਕ ਬਣਾਓ:—

ਪਹਾੜ, ਬਰਫ਼, ਘਾਟੀ, ਫ਼ਸਲ, ਡਾਂਗ, ਕੋਠੜੀ, ਭਿਆਨਕ, ਹਨੇਰੀ, ਅਨਾਜ।

ਸੋਨੇ ਦੀ ਨਦੀ ਦਾ ਰਾਜਾ

(2)

ਨੱਥੂ ਤੇ ਸ਼ਾਮੂ ਕੋਲ ਹੁਣ ਗਿਣੇ ਚੁਣੇ ਸੋਨੇ ਦੇ ਗਹਿਣੇ ਤੇ ਭਾਂਡਿਆਂ ਦੇ ਸਿਵਾ ਕੁਝ ਵੀ ਨਹੀਂ ਰਹਿ ਗਿਆ ਸੀ। ਉਨ੍ਹਾਂ ਨੇ ਸੋਚਿਆ, ਸ਼ਹਿਰ ਜਾ ਕੇ ਸੁਨਿਆਰੇ ਦੀ ਦੁਕਾਨ ਖੋਲ੍ਹ ਲੈਂਦੇ ਹਾਂ। ਸਾਡੇ ਕੋਲ ਸੋਨਾ ਕਾਫ਼ੀ ਹੈ। ਇਸ ਵਿੱਚ ਖੋਟ ਮਿਲਾ ਕੇ ਵੇਚਾਂਗੇ ਤਾਂ ਚੰਗਾ ਕੰਮ ਚਲ ਨਿਕਲੇਗਾ। ਸੋ ਉਹ ਨੇੜੇ ਦੇ ਸ਼ਹਿਰ ਵਿੱਚ ਚਲੇ ਗਏ ਤੇ ਉਥੇ ਗਹਿਣੇ ਬਣਾਉਣ ਦਾ ਕੰਮ ਕਰਨ ਲੱਗੇ। ਪਰ ਉਥੇ ਵੀ ਉਹ ਕਾਮਯਾਬ ਨਾ ਹੋਏ। ਇਸ ਦੇ ਦੋ ਕਾਰਨ ਸਨ—ਇਕ ਤਾਂ ਇਹ ਕਿ ਉਹ ਖੋਟ ਬਹੁਤ ਮਿਲਾਂਦੇ ਸਨ, ਇਸ ਲਈ ਲੋਕ ਉਨ੍ਹਾਂ ਤੋਂ ਗਹਿਣੇ ਨਹੀਂ ਲੈਂਦੇ ਸਨ। ਦੂਜਾ ਇਸ ਲਈ ਕਿ ਉਹ ਰਾਜੂ ਨੂੰ ਦੁਕਾਨ ਤੇ ਛੱਡ ਕੇ ਆਪ ਕੋਲ ਦੇ ਇਕ ਸ਼ਰਾਬਖ਼ਾਨੇ ਵਿੱਚ ਸਾਰਾ ਦਿਨ ਸ਼ਰਾਬ ਪੀਂਦੇ ਰਹਿੰਦੇ ਸਨ। ਇਸ ਤਰ੍ਹਾਂ ਹੌਲੀ ਹੌਲੀ ਉਨ੍ਹਾਂ ਦਾ ਸਾਰਾ ਸੋਨਾ ਖ਼ਤਮ ਹੋ ਗਿਆ ਤੇ ਉਨ੍ਹਾਂ ਕੋਲ ਸਿਰਫ਼ ਇਕ ਸੋਨੇ ਦਾ ਪਿਆਲਾ ਰਹਿ ਗਿਆ ਸੀ।

ਇਹ ਪਿਆਲਾ ਆਦਮੀ ਦੀ ਸ਼ਕਲ ਦਾ ਬਣਿਆ ਹੋਇਆ ਸੀ। ਜਿਸ ਦਾ ਇਕ ਬਾਜ਼ੂ ਦਸਤੇ ਦਾ ਕੰਮ ਦੇਂਦਾ ਸੀ। ਪਿਆਲੇ ਨੂੰ ਭੱਠੀ ਵਿੱਚ ਪਾ ਕੇ ਦੋਵੇਂ ਭਰਾ ਸ਼ਰਾਬਖ਼ਾਨੇ ਚਲੇ ਗਏ। ਰਾਜੂ ਫੂਕਣੀ ਨੂੰ ਭੱਠੀ ਵਿੱਚ ਰੱਖ ਕੇ ਅੱਗ ਨੂੰ ਫੂਕਾਂ ਮਾਰ ਰਿਹਾ ਸੀ। ਅਚਾਨਕ ਉਸ ਨੂੰ ਆਵਾਜ਼ ਸੁਣਾਈ ਦਿੱਤੀ, "ਛੋਟੇ ਵੀਰ! ਮੈਨੂੰ ਬਾਹਰ ਕੱਢ।" ਰਾਜੂ ਹੈਰਾਨ ਹੋ ਕੇ ਇਧਰ ਉਧਰ ਵੇਖਣ ਲੱਗਾ, ਪਰ ਕਮਰੇ ਵਿੱਚ ਕੋਈ ਨਹੀਂ ਸੀ।

"ਮੈਨੂੰ ਕੱਢਦਾ ਕਿਉਂ ਨਹੀਂ ਵੀਰ ਰਾਜੂ?" ਉਹੀ ਆਵਾਜ਼ ਫੇਰ ਆਈ, "ਜਲਦੀ ਕਰ, ਮੈਨੂੰ ਬੜੀ ਗਰਮੀ ਲੱਗ ਰਹੀ ਹੈ।" ਜਦੋਂ ਰਾਜੂ ਨੇ ਅੱਗ ਵਿੱਚ ਵੇਖਿਆ ਤਾਂ ਪੰਘਰੇ ਹੋਏ ਸੋਨੇ ਤੇ ਉਸ ਨੂੰ ਪਿਆਲੇ ਦੇ ਆਦਮੀ ਦਾ ਸੁਨਹਿਰੀ ਨੱਕ ਤੇ ਚਮਕਦੀਆਂ ਹੋਈਆਂ ਦੋ ਅੱਖਾਂ ਨਜ਼ਰ ਆਈਆਂ। ਉਹ ਬੜਾ ਡਰ ਗਿਆ, ਪਰ ਹਿੰਮਤ ਕਰ ਕੇ ਉਸ ਨੇ ਫੂਕਣੀ ਚੁੱਕੀ ਤੇ ਉਸ ਨੂੰ ਸਾਂਚੇ ਵਿੱਚ ਉਲਟ ਦਿੱਤਾ।

ਪਿਘਲੇ ਹੋਏ ਸੋਨੇ ਦੀ ਜਗ੍ਹਾ ਫੂਕਣੀ ਵਿੱਚੋਂ ਪਹਿਲਾਂ ਦੋ ਪੀਲੀਆਂ ਲੱਤਾਂ ਨਿਕਲੀਆਂ, ਫੇਰ ਹੌਲੀ ਹੌਲੀ ਨੌਂ ਇੰਚ ਉੱਚਾ ਇਕ ਸੋਨੇ ਦਾ ਆਦਮੀ ਖੜਾ ਹੋ ਗਿਆ, ਜਿਸ ਦੀ ਸ਼ਕਲ ਬਿਲਕੁਲ ਪਿਆਲੇ ਦੇ ਆਦਮੀ ਵਰਗੀ ਸੀ।

"ਵੀਰ ਰਾਜੂ!" ਸੋਨੇ ਦੇ ਬੌਣੇ ਨੇ ਕਹਿਣਾ ਸ਼ੁਰੂ ਕੀਤਾ, "ਜਿਸ ਨਦੀ ਨੂੰ ਤੁਸੀਂ ਸੋਨੇ ਦੀ ਨਦੀ ਕਹਿੰਦੇ ਹੋ, ਮੈਂ ਉਸ ਦਾ ਰਾਜਾ ਹਾਂ। ਮੈਨੂੰ ਇਕ ਜਾਦੂਗਰਨੀ ਨੇ ਜਾਦੂ ਨਾਲ ਕੈਦ ਕੀਤਾ ਹੋਇਆ ਸੀ। ਅਜ ਤੂੰ ਮੈਨੂੰ ਆਜ਼ਾਦ ਕੀਤਾ ਹੈ, ਇਸ ਲਈ ਮੈਂ ਤੇਰਾ ਬੜਾ ਧੰਨਵਾਦੀ ਹਾਂ। ਮੈਂ ਤੈਨੂੰ ਇਸ ਉਪਕਾਰ ਦਾ ਬਦਲਾ ਦੇਣਾ ਚਾਹੁੰਦਾ ਹਾਂ। ਸੁਣ ਰਾਜੂ! ਸੋਨੇ ਦੀ ਨਦੀ ਦਾ ਪਾਣੀ ਸਾਰੇ ਲੋਕਾਂ ਨੂੰ ਸੋਨੇ ਵਰਗਾ ਨਜ਼ਰ ਆਉਂਦਾ ਹੈ। ਪਰ ਜੇ ਕੋਈ ਉਥੇ ਜਾ ਕੇ ਸ਼ੁੱਧ ਜਲ ਦੀਆਂ ਤਿੰਨ ਬੂੰਦਾਂ ਉਸ ਵਿੱਚ ਪਾ ਦੇਵੇ ਤਾਂ ਉਸ ਆਦਮੀ ਲਈ ਉਹ ਨਦੀ ਸੱਚਮੁਚ ਸੋਨੇ ਦੀ ਬਣ ਜਾਏਗੀ। ਇਹ ਮੌਕਾ ਇਕ ਆਦਮੀ ਨੂੰ ਸਿਰਫ਼ ਇਕ ਵਾਰੀ ਮਿਲ ਸਕਦਾ ਹੈ। ਪਰ ਯਾਦ ਰਖ ਰਾਜੂ! ਜੇ ਮੇਰੀ ਨਦੀ ਵਿੱਚ ਕੋਈ ਅਸ਼ੁੱਧ ਜਲ ਪਾਏਗਾ ਤਾਂ ਉਹ ਉਥੇ ਹੀ ਪੱਥਰ ਦੀ ਮੂਰਤੀ ਬਣ ਕੇ ਰਹਿ ਜਾਏਗਾ।"

ਇਹ ਕਹਿ ਕੇ ਸੋਨੇ ਦੀ ਨਦੀ ਦੇ ਰਾਜੇ ਨੇ ਤਿੰਨ ਕਦਮ ਅੱਗੇ ਲਏ ਤੇ ਭੱਠੀ ਵਿੱਚ ਕੁੱਦ ਗਿਆ। ਉਸ ਦਾ ਰੰਗ ਪਹਿਲਾਂ ਲਾਲ ਤੇ ਫੇਰ ਸਫੇਦ ਹੋ ਗਿਆ ਤੇ ਉਹ ਧੂੰਆਂ ਬਣ ਕੇ ਹਵਾ ਵਿੱਚ ਉਡ ਗਿਆ। ਵਿਚਾਰਾ ਰਾਜੂ ਚੀਕਦਾ ਹੀ ਰਹਿ ਗਿਆ, "ਹਾਏ ਮੇਰਾ ਸੋਨੇ ਦਾ ਪਿਆਲਾ ਕਿਥੇ ਚਲਾ ਗਿਆ।"

ਉਸੇ ਵੇਲੇ ਨੱਥੂ ਤੇ ਸ਼ਾਮੂ ਸ਼ਰਾਬ ਦੇ ਨਸ਼ੇ ਵਿੱਚ ਚੂਰ ਦੁਕਾਨ ਦੇ ਅੰਦਰ ਆਏ। ਜਦੋਂ ਰਾਜੂ ਨੇ ਉਨ੍ਹਾਂ ਨੂੰ ਦਸਿਆ ਕਿ ਸੋਨੇ ਦਾ ਪਿਆਲਾ ਧੂੰਆਂ ਬਣ ਕੇ ਉਡ ਗਿਆ ਹੈ ਤਾਂ ਉਨ੍ਹਾਂ ਨੇ ਉਸ ਦੀ ਇਸ ਕਹਾਣੀ ਤੇ ਬਿਲਕੁਲ ਵਿਸ਼ਵਾਸ ਨਾ ਕੀਤਾ ਤੇ ਉਸ ਨੂੰ ਮਾਰਨ ਲੱਗ ਪਏ। ਮਾਰਦੇ ਮਾਰਦੇ ਉਨ੍ਹਾਂ ਦੇ ਹੱਥ ਥੱਕ ਗਏ ਤੇ ਆਖ਼ਰ ਉਹ ਸ਼ਰਾਬ ਦੇ ਨਸ਼ੇ ਵਿੱਚ ਬੇਹੋਸ਼ ਹੋ ਕੇ ਸੌਂ ਗਏ।

ਅਗਲੇ ਦਿਨ ਜਦੋਂ ਉਹ ਜਾਗੇ ਤਾਂ ਫੇਰ ਰਾਜੂ ਨੂੰ ਮਾਰਨ ਲੱਗ ਪਏ। ਪਰ ਫੇਰ ਵੀ ਰਾਜੂ ਨੇ ਆਪਣੀ ਗੱਲ ਨਾ ਬਦਲੀ ਤਾਂ ਉਨ੍ਹਾਂ ਨੂੰ ਕੁਝ ਵਿਸ਼ਵਾਸ ਹੋ ਗਿਆ। ਹੁਣ ਉਹ ਆਪਸ ਵਿੱਚ ਲੜਨ ਲੱਗੇ ਕਿ ਪਹਿਲਾਂ ਕੌਣ ਆਪਣੀ ਕਿਸਮਤ ਅਜ਼ਮਾਉਣ ਸੋਨੇ ਦੀ ਨਦੀ ਤੇ ਜਾਏ। ਗੱਲ ਵਧ ਗਈ ਤੇ ਦੋਹਾਂ ਨੇ ਤਲਵਾਰਾਂ ਕੱਢ ਲਈਆਂ। ਆਸ ਪਾਸ ਦੇ ਲੋਕ ਇਕੱਠੇ ਹੋ ਗਏ ਤੇ ਸਿਪਾਹੀ ਨੂੰ ਬੁਲਾ ਲਿਆਏ। ਸ਼ਾਮੂ ਤਾਂ ਡਰ ਕੇ ਕਿਧਰੇ ਛੁੱਪ ਗਿਆ, ਪਰ ਨੱਥੂ ਨੂੰ ਸਿਪਾਹੀ ਫੜ ਕੇ ਲੈ ਗਿਆ ਤੇ ਉਸ ਨੂੰ ਇਕ ਮਹੀਨੇ ਦੀ ਕੈਦ ਹੋ ਗਈ।

ਸ਼ਾਮੂ ਨੇ ਇਹ ਸੁਣਿਆ ਤਾਂ ਬੜਾ ਖੁਸ਼ ਹੋਇਆ। ਉਸ ਨੇ ਇਕ ਮੰਦਰ ਦੇ ਪੁਜਾਰੀ ਤੋਂ ਥੋੜਾ ਗੰਗਾ ਜਲ ਮੰਗਿਆ ਤੇ ਉਸ ਨੂੰ ਇਕ ਕੁੱਪੀ ਵਿੱਚ ਪਾ ਕੇ ਖੁਸ਼ੀ ਖੁਸ਼ੀ ਸੋਨੇ ਦੀ ਨਦੀ ਵੱਲ ਚਲ ਪਿਆ।

ਚੱਕਰਦਾਰ ਪਹਾੜੀ ਰਸਤੇ ਤੇ ਉਪਰ ਹੀ ਉਪਰ ਚੜ੍ਹਦੇ ਚੜ੍ਹਦੇ ਸ਼ਾਮੂ ਬੜਾ ਥੱਕ ਗਿਆ ਤੇ ਪਿਆਸ

ਨਾਲ ਉਸ ਦਾ ਮੂੰਹ ਸੁਕ ਗਿਆ। ਆਸ ਪਾਸ ਕਿਧਰੇ ਪਾਣੀ ਨਜ਼ਰ ਨਹੀਂ ਸੀ ਆ ਰਿਹਾ। ਆਖ਼ਰ ਉਸ ਨੂੰ ਸ਼ੁੱਧ ਜਲ ਦੀ ਕੁੱਪੀ ਯਾਦ ਆਈ। ਸ਼ਾਮੂ ਨੇ ਸੋਚਿਆ ਕਿ ਨਦੀ ਲਈ ਤਾਂ ਸਿਰਫ਼ ਤਿੰਨ ਬੂੰਦਾਂ ਹੀ ਚਾਹੀਦੀਆਂ ਹਨ। ਕੁੱਪੀ ਭਰੀ ਹੋਈ ਹੈ। ਇਸ ਵਿੱਚੋਂ ਥੋੜਾ ਪਾਣੀ ਪੀ ਲਵਾਂ ਤਾਂ ਕੀ ਹਰਜ ਹੈ। ਉਸ ਨੇ ਕੁੱਪੀ ਦਾ ਢੱਕਣ ਖੋਲ੍ਹ ਕੇ ਉਸ ਨੂੰ ਉਪਰ ਕੀਤਾ। ਇਕ ਦਮ ਉਸ ਨੂੰ ਇਕ ਹਲਕੀ ਜਿਹੀ ਚੀਕ ਸੁਣਾਈ ਦਿੱਤੀ। ਉਸ ਨੇ ਵੇਖਿਆ ਕਿ ਸਾਹਮਣੇ ਇਕ ਕੁੱਤਾ ਜੀਭ ਬਾਹਰ ਕੱਢੀ ਲੇਟਿਆ ਪਿਆ ਸੀ। ਇਸ ਤਰ੍ਹਾਂ ਲੱਗਦਾ ਸੀ ਕਿ ਉਹ ਪਿਆਸ ਨਾਲ ਤੜਫ ਰਿਹਾ ਸੀ ਤੇ ਉਸ ਦੀ ਨਜ਼ਰ ਕੁੱਪੀ ਤੇ ਲੱਗੀ ਹੋਈ ਸੀ। ਪਰ ਸ਼ਾਮੂ ਨੇ ਕੁੱਤੇ ਨੂੰ ਪੈਰ ਨਾਲ ਠੋਕਰ ਮਾਰੀ ਤੇ ਕੁੱਪੀ ਮੂੰਹ ਨਾਲ ਲਾ ਕੇ ਗਟਾਗਟ ਅੱਧਾ ਪਾਣੀ ਪੀ ਗਿਆ।

ਤਾਜ਼ਗੀ ਪਾ ਕੇ ਸ਼ਾਮੂ ਫੇਰ ਚਲਣ ਲੱਗ ਪਿਆ। ਰਸਤਾ ਬੜਾ ਔਖਾ ਸੀ ਤੇ ਧੁਪ ਤੇਜ਼ ਸੀ। ਜਲਦੀ ਹੀ ਉਸ ਨੂੰ ਫੇਰ ਪਿਆਸ ਲੱਗ ਗਈ। ਉਸ ਨੇ ਸੋਚਿਆ, ਕੁੱਪੀ ਅਜੇ ਭਰੀ ਹੋਈ ਹੈ। ਨਦੀ ਲਈ ਤਾਂ ਸਿਰਫ਼ ਤਿੰਨ ਬੂੰਦਾਂ ਹੀ ਜਲ ਚਾਹੀਦਾ ਹੈ। ਸੋ ਉਸ ਨੇ ਕੁੱਪੀ ਉਪਰ ਕੀਤੀ। ਪਰ ਉਹ ਜਲ ਪੀਣ ਹੀ ਲੱਗਾ ਸੀ ਕਿ ਉਸ ਨੂੰ ਇਕ ਬੱਚਾ ਦਿਸਿਆ, ਜਿਹੜਾ ਪੱਥਰਾਂ ਤੇ ਪਿਆ ਪਿਆਸ ਦੇ ਮਾਰੇ ਤੜਫ ਰਿਹਾ ਸੀ। ਉਸ ਨੇ ਹੱਥ ਹੋਂਠਾਂ ਨਾਲ ਲਾ ਕੇ ਪਾਣੀ ਪੀਣ ਦਾ ਇਸ਼ਾਰਾ ਕੀਤਾ। ਸ਼ਾਮੂ ਨਫ਼ਰਤ ਨਾਲ ਹੱਸਿਆ। ਉਸ ਨੇ ਗਟਾਗਟ ਸ਼ੁੱਧ ਜਲ ਪੀਤਾ ਤੇ ਫੇਰ ਆਪਣੇ ਸਫ਼ਰ ਤੇ ਚਲ ਪਿਆ।

ਇਕ ਵਾਰੀ ਫੇਰ ਪਿਆਸ ਨੇ ਸ਼ਾਮੂ ਨੂੰ ਬੇਹਾਲ ਕਰ ਦਿੱਤਾ। ਕੁੱਪੀ ਦਾ ਢੱਕਣ ਖੋਲ੍ਹ ਕੇ ਜਦੋਂ ਉਹ

ਉਸ ਨੂੰ ਮੂੰਹ ਨਾਲ ਲਾਉਣ ਲੱਗਾ ਤਾਂ ਉਸ ਨੂੰ ਇਕ ਬੜਾ ਬੁੱਢਾ ਆਦਮੀ ਦਿਖਾਈ ਦਿੱਤਾ, "ਪਾਣੀ ਦਾ ਇਕ ਘੁੱਟ ਦੇ ਦੇ ਬੇਟਾ!" ਬੁੱਢੇ ਆਦਮੀ ਨੇ ਕਿਹਾ, "ਪਿਆਸ ਦੇ ਮਾਰੇ ਮੇਰੀ ਜਾਨ ਨਿਕਲ ਰਹੀ ਹੈ।"

"ਬੁੱਢੇ! ਤੂੰ ਹੁਣ ਜੀ ਕੇ ਕੀ ਕਰੇਂਗਾ!" ਸ਼ਾਮੂ ਨੇ ਨਫ਼ਰਤ ਨਾਲ ਹੱਸਦੇ ਹੋਏ ਕਿਹਾ, "ਇਹ ਥੋੜਾ ਜਿਹਾ ਪਾਣੀ ਤਾਂ ਮੁਸ਼ਕਲ ਨਾਲ ਮੇਰੇ ਲਈ ਹੀ ਕਾਫ਼ੀ ਹੋਏਗਾ।" ਤੇ ਬੁੱਢੇ ਨੂੰ ਤੜਫਦਾ ਛੱਡ ਕੇ ਉਹ ਅੱਗੇ ਨਿਕਲ ਗਿਆ।

ਸ਼ਾਮੂ ਹੁਣ ਸੋਨੇ ਦੀ ਨਦੀ ਤੇ ਪਹੁੰਚ ਗਿਆ ਸੀ। ਇਕ ਪੱਥਰ ਤੇ ਖੜੇ ਹੋ ਕੇ ਉਸ ਨੇ ਜ਼ੋਰ ਨਾਲ ਕੁੱਪੀ ਨਦੀ ਦੀ ਧਾਰ ਵਿੱਚ ਸੁਟ ਦਿੱਤੀ। ਪਰ ਜਿਉਂ ਹੀ ਉਸ ਨੇ ਕੁੱਪੀ ਸੁਟੀ, ਉਸ ਨੂੰ ਕੰਬਣੀ ਛੁਟੀ ਤੇ ਉਹ ਕਾਲਾ ਪੱਥਰ ਬਣ ਕੇ ਰਹਿ ਗਿਆ।

ਅਭਿਆਸ

I. ਦੱਸੋ ਭਲਾ:—

1. ਨੱਥੂ ਤੇ ਸ਼ਾਮੂ ਦੀ ਦੁਕਾਨ ਕਿਉਂ ਨਾ ਚਲੀ?
2. ਸੋਨੇ ਦਾ ਪਿਆਲਾ ਧੂੰਆਂ ਬਣ ਕੇ ਕਿਸ ਤਰ੍ਹਾਂ ਉਡ ਗਿਆ?
3. ਸ਼ਾਮੂ ਦੇ ਸੋਨੇ ਦੀ ਨਦੀ ਦੇ ਸਫ਼ਰ ਦਾ ਵਰਣਨ ਆਪਣੇ ਸ਼ਬਦਾਂ ਵਿੱਚ ਲਿਖੋ।
4. ਸ਼ਾਮੂ ਨੂੰ ਰਸਤੇ ਵਿੱਚ ਕੌਣ ਕੌਣ ਮਿਲੇ?
5. ਜਦੋਂ ਬੁੱਢੇ ਆਦਮੀ ਨੇ ਪਾਣੀ ਮੰਗਿਆ ਤਾਂ ਸ਼ਾਮੂ ਨੇ ਕੀ ਕਿਹਾ?
6. ਸ਼ਾਮੂ ਪੱਥਰ ਕਿਉਂ ਬਣ ਗਿਆ?

II. ਵਾਕ ਬਣਾਓ:—

ਕਾਮਯਾਬ, ਖੋਟ, ਸ਼ਰਾਬਖ਼ਾਨਾ, ਫੂਕਣੀ, ਪਿਆਲਾ, ਬੌਣਾ, ਸ਼ੁੱਧ, ਧੂੰਆਂ, ਕੁੱਪੀ, ਠੋਕਰ, ਨਫ਼ਰਤ, ਬੇਹਾਲ, ਕੰਬਣੀ।

ਸੋਨੇ ਦੀ ਨਦੀ ਦਾ ਰਾਜਾ

(3)

ਕਈ ਦਿਨ ਬੀਤ ਗਏ, ਪਰ ਸ਼ਾਮੂ ਵਾਪਸ ਨਾ ਆਇਆ। ਰਾਜੂ ਨੂੰ ਬੜੀ ਚਿੰਤਾ ਹੋਈ। ਉਸ ਨੇ ਜਾ ਕੇ ਆਪਣੇ ਵੱਡੇ ਭਰਾ ਨੱਥੂ ਨੂੰ ਖ਼ਬਰ ਦਿੱਤੀ, ਪਰ ਨੱਥੂ ਨੇ ਖ਼ੁਸ਼ ਹੋ ਕੇ ਕਿਹਾ, "ਸ਼ਾਮੂ ਜ਼ਰੂਰ ਪੱਥਰ ਬਣ ਗਿਆ ਹੋਵੇਗਾ।" ਜਿਉਂ ਹੀ ਉਸ ਦੀ ਕੈਦ ਦਾ ਇਕ ਮਹੀਨਾ ਪੂਰਾ ਹੋਇਆ, ਉਸ ਨੇ ਸ਼ੁੱਧ ਗੰਗਾ ਜਲ ਲਿਆ ਤੇ ਸੋਨੇ ਦੀ ਨਦੀ ਵਲ ਚਲ ਪਿਆ।

ਸ਼ਾਮੂ ਵਾਂਗ ਨੱਥੂ ਨੂੰ ਵੀ ਪਿਆਸ ਨੇ ਬੇਹਾਲ ਕੀਤਾ ਤੇ ਘੜੀ ਮੁੜੀ ਜਿਉਂ ਹੀ ਉਹ ਪਾਣੀ ਪੀਣ ਲੱਗਦਾ ਤਾਂ ਉਹੀ ਨਜ਼ਾਰੇ ਉਸ ਦੇ ਸਾਹਮਣੇ ਆਉਂਦੇ। ਉਸ ਨੇ ਵੀ ਆਪਣੇ ਭਰਾ ਵਾਂਗ ਕਿਸੇ ਨੂੰ ਪਾਣੀ ਨਾ ਦਿੱਤਾ। ਆਖ਼ਰੀ ਵਾਰ ਜਦੋਂ ਉਹ ਕੁੱਪੀ ਨੂੰ ਮੂੰਹ ਲਾਣ ਲੱਗਾ ਤਾਂ ਉਸ ਨੂੰ ਆਪਣਾ ਭਰਾ ਸ਼ਾਮੂ ਪਿਆਸ ਨਾਲ ਤੜਫ਼ਦਾ ਨਜ਼ਰ ਆਇਆ। ਪਰ ਨੱਥੂ ਨੇ ਹੱਸਦੇ ਹੋਏ ਕਿਹਾ, "ਓਏ ਸ਼ਾਮੂ! ਤੂੰ ਇਥੇ ਹੈਂ? ਬੇਟਾ, ਯਾਦ ਹੈ ਜੇਲ੍ਹ ਦੀ ਕੋਠੜੀ।" ਤੇ ਭਰਾ ਨੂੰ ਪੈਰ ਨਾਲ ਠੋਕਰ ਮਾਰ ਕੇ ਉਹ ਅਗੇ ਚਲਾ ਗਿਆ। ਜਦੋਂ ਨੱਥੂ ਨੇ ਗੰਗਾ ਜਲ ਨਦੀ ਵਿੱਚ ਪਾਇਆ ਤਾਂ ਉਹ ਵੀ ਆਪਣੇ ਭਰਾ ਵਾਂਗ ਪੱਥਰ ਬਣ ਗਿਆ।

ਬੜੇ ਦਿਨ ਗੁਜ਼ਰ ਗਏ, ਪਰ ਨੱਥੂ ਵੀ ਵਾਪਸ ਨਾ ਆਇਆ। ਹੁਣ ਤਾਂ ਰਾਜੂ ਨੂੰ ਬੜੀ ਚਿੰਤਾ ਹੋਈ। ਉਸ ਨੇ ਮੰਦਰ ਦੇ ਪੁਜਾਰੀ ਤੋਂ ਪਵਿੱਤਰ ਜਲ ਲਿਆ ਤੇ ਕੁੱਪੀ ਵਿੱਚ ਭਰ ਕੇ ਸਵੇਰੇ ਹੀ ਘਰੋਂ ਚਲ ਪਿਆ।

ਧੁੱਪ ਨਿਕਲ ਆਈ ਸੀ। ਪਿਆਸ ਨੇ ਉਸ ਨੂੰ ਛੇਤੀ ਹੀ ਬੇਹਾਲ ਕਰ ਦਿੱਤਾ। ਆਸ ਪਾਸ ਕਿਧਰੇ ਪਾਣੀ ਨਜ਼ਰ ਨਹੀਂ ਆ ਰਿਹਾ ਸੀ। ਉਸ ਨੇ ਸੋਚਿਆ, "ਕੁੱਪੀ ਵਿੱਚੋਂ ਥੋੜਾ ਸ਼ੁੱਧ ਜਲ ਪੀ ਲਵਾਂ।" ਪਰ ਜਿਉਂ ਹੀ ਉਸ ਨੇ ਪਾਣੀ ਪੀਣ ਲਈ ਕੁੱਪੀ ਉੱਚੀ ਕੀਤੀ ਉਸ ਨੂੰ ਸਾਹਮਣਿਉਂ ਇਕ ਬੁੱਢਾ ਆਦਮੀ ਲਾਠੀ ਟੇਕਦੇ ਹੋਏ ਆਉਂਦਾ ਨਜ਼ਰ ਆਇਆ। "ਬੇਟਾ, ਮੈਨੂੰ ਥੋੜਾ ਜਿਹਾ ਜਲ ਦੇ ਦੇ।" ਉਸ ਨੇ ਬੇਨਤੀ ਕੀਤੀ, "ਮੇਰੀ ਪਿਆਸ ਨਾਲ ਜਾਨ ਨਿਕਲ ਰਹੀ ਹੈ।"

ਰਾਜੂ ਨੇ ਕੁੱਪੀ ਬੁੱਢੇ ਆਦਮੀ ਨੂੰ ਦੇ ਕੇ ਕਿਹਾ, "ਬਾਬਾ! ਥੋੜਾ ਹੀ ਪੀਣਾ। ਮੈਂ ਬਹੁਤ ਦੂਰ ਜਾਣਾ ਹੈ।" ਪਰ ਬੁੱਢੇ ਨੇ ਖ਼ੂਬ ਪੇਟ ਭਰ ਕੇ ਪਾਣੀ ਪੀਤਾ ਤੇ ਜਦੋਂ ਉਸ ਨੇ ਕੁੱਪੀ ਰਾਜੂ ਨੂੰ ਵਾਪਸ ਦਿੱਤੀ ਤਾਂ ਉਹ ਅੱਧੀ ਤੋਂ ਜ਼ਿਆਦਾ ਖ਼ਾਲੀ ਹੋ ਚੁੱਕੀ ਸੀ। ਬੁੱਢਾ ਰਾਜੂ ਨੂੰ ਅਸੀਸਾਂ ਦੇਂਦਾ ਹੋਇਆ ਚਲਾ ਗਿਆ।

ਰਾਜੂ ਘੰਟਾ ਕੁ ਹੋਰ ਚਲਦਾ ਰਿਹਾ, ਪਿਆਸ ਨਾਲ ਉਸ ਦਾ ਦਿਲ ਘਬਰਾਉਣ ਲੱਗਾ। ਉਸ ਨੇ ਕੁੱਪੀ ਦਾ ਮੂੰਹ ਖੋਲ੍ਹਿਆ ਹੀ ਸੀ, ਕਿ ਉਸ ਨੂੰ ਇਕ ਬੱਚਾ ਜ਼ਮੀਨ ਤੇ ਪਿਆ ਤੜਫਦਾ ਦਿਸਿਆ। ਰਾਜੂ ਨੇ ਕੁੱਪੀ ਉਸ ਦੇ ਮੂੰਹ ਨਾਲ ਲਾ ਦਿੱਤੀ। ਬੱਚਾ ਪਾਣੀ ਪੀ ਕੇ ਖੜਾ ਹੋ ਗਿਆ ਤੇ ਉਛਲਦਾ ਕੁੱਦਦਾ ਦੌੜ ਗਿਆ।

ਕੁੱਪੀ ਵਿੱਚ ਸਿਰਫ਼ ਇਕ ਘੁਟ ਪਾਣੀ ਰਹਿ ਗਿਆ ਸੀ। ਇਕ ਵਾਰੀ ਫੇਰ ਰਾਜੂ ਨੂੰ ਪਿਆਸ ਨੇ ਬੇਹਾਲ ਕਰ ਦਿੱਤਾ।

ਨਦੀ ਹੁਣ ਸਾਹਮਣੇ ਹੀ ਨਜ਼ਰ ਆ ਰਹੀ ਸੀ ਤੇ ਉਹ ਇਸ ਬਹੁਮੁੱਲੇ ਜਲ ਨੂੰ ਜ਼ਾਇਆ ਨਹੀਂ ਕਰਨਾ

ਚਾਹੁੰਦਾ ਸੀ। ਸੋ ਉਹ ਆਪਣੀ ਪਿਆਸ ਰੋਕ ਕੇ ਕਿਸੇ ਨਾ ਕਿਸੇ ਤਰ੍ਹਾਂ ਅੱਗੇ ਵਧ ਰਿਹਾ ਸੀ, ਪਰ ਉਸੇ ਵੇਲੇ ਉਥੇ ਇਕ ਕੁੱਤਾ ਆਇਆ। ਉਸ ਦੀ ਜੀਭ ਪਿਆਸ ਨਾਲ ਬਾਹਰ ਨਿਕਲੀ ਹੋਈ ਸੀ ਤੇ ਉਹ ਸਿਸਕ ਰਿਹਾ ਸੀ।

ਰਾਜੂ ਨੇ ਕੁੱਪੀ ਵਲ ਵੇਖਿਆ। ਉਸ ਨੂੰ ਯਾਦ ਆਇਆ ਕਿ ਨਦੀ ਦੇ ਰਾਜੇ ਨੇ ਕਿਹਾ ਸੀ, ''ਸਿਰਫ਼ ਪਹਿਲੀ ਵਾਰੀ ਹੀ ਸਫਲਤਾ ਮਿਲ ਸਕਦੀ ਹੈ।'' ਉਹ ਕੁੱਤੇ ਨੂੰ ਛੱਡ ਕੇ ਚਲਾ ਗਿਆ। ਇਕ ਦੁਖ ਭਰੀ ਚੀਕ ਸੁਣ ਕੇ ਰਾਜੂ ਫੇਰ ਵਾਪਸ ਆਇਆ। ਉਸ ਨੇ ਸੋਚਿਆ, ਸੋਨਾ ਮਿਲੇ ਜਾਂ ਨਾ ਮਿਲੇ, ਮੈਂ ਇਸ ਕੁੱਤੇ ਨੂੰ ਮਰਦਾ ਨਹੀਂ ਵੇਖ ਸਕਦਾ। ਉਸ ਨੇ ਕੁੱਪੀ ਦਾ ਬਾਕੀ ਪਾਣੀ ਕੁੱਤੇ ਦੇ ਮੂੰਹ ਵਿੱਚ ਪਾ ਦਿੱਤਾ।

ਉਸੇ ਵੇਲੇ ਕੁੱਤਾ ਉਠ ਕੇ ਬੈਠ ਗਿਆ ਤੇ ਉਥੇ ਕੁੱਤੇ ਦੀ ਥਾਂ ਰਾਜੂ ਦਾ ਪੁਰਾਣਾ ਮਿੱਤਰ ਸੋਨੇ ਦੀ ਨਦੀ ਦਾ ਰਾਜਾ ਖੜਾ ਸੀ। ਸੋਨੇ ਦੀ ਨਦੀ ਦੇ ਰਾਜੇ ਨੇ ਕਿਹਾ, ''ਰਾਜੂ, ਤੇਰੇ ਭਰਾਵਾਂ ਨੇ ਤਾਂ ਮੇਰੀ ਨਦੀ ਵਿੱਚ ਗੰਦਾ ਪਾਣੀ ਪਾ ਦਿੱਤਾ ਸੀ ਤੇ ਮੈਨੂੰ ਉਨ੍ਹਾਂ ਨੂੰ ਪੱਥਰ ਬਣਾਉਣਾ ਪਿਆ।''

''ਪਰ ਮਹਾਰਾਜ!'' ਰਾਜੂ ਨੇ ਡਰਦੇ ਡਰਦੇ ਕਿਹਾ, ''ਮੇਰੇ ਭਰਾ ਤਾਂ ਮੰਦਰ ਤੋਂ ਸ਼ੁੱਧ ਜਲ ਲਿਆਏ ਸਨ।''

''ਕੁਝ ਵੀ ਹੋਏ,'' ਸੋਨੇ ਦੀ ਨਦੀ ਦੇ ਰਾਜੇ ਨੇ ਕਿਹਾ, ''ਜਿਹੜਾ ਜਲ ਥਕੇ ਮਾਂਦੇ ਤੇ ਪਿਆਸਿਆਂ ਨੂੰ ਨਾ ਦਿੱਤਾ ਜਾਏ, ਉਹ ਗੰਦਾ ਹੈ।'' ਇਹ ਕਹਿ ਕੇ ਉਸ ਨੇ ਇਕ ਫੁੱਲ ਤੋੜਿਆ, ਜਿਸ ਤੇ ਨਿਰਮਲ

ਤ੍ਰੇਲ ਦੀਆਂ ਤਿੰਨ ਬੂੰਦਾਂ ਮੋਤੀਆਂ ਵਾਂਗ ਚਮਕ ਰਹੀਆਂ ਸਨ। ਉਨ੍ਹਾਂ ਨੂੰ ਕੁੱਪੀ ਵਿੱਚ ਪਾਂਦਿਆਂ ਉਸ ਨੇ ਕਿਹਾ, "ਵੀਰ ਰਾਜੂ! ਪਾਣੀ ਦੀਆਂ ਇਹ ਤਿੰਨ ਬੂੰਦਾਂ ਨਦੀ ਵਿੱਚ ਪਾ ਦੇ ਤੇ ਪਹਾੜੀ ਦੇ ਦੂਜੇ ਪਾਸੇ ਉਤਰ ਕੇ ਆਪਣੇ ਘਰ ਚਲਾ ਜਾ।" ਇਹ ਕਹਿ ਕੇ ਸੋਨੇ ਦੀ ਨਦੀ ਦਾ ਰਾਜਾ ਅਲੋਪ ਹੋ ਗਿਆ।

ਰਾਜੂ ਨਦੀ ਤੇ ਪਹੁੰਚਿਆ ਤੇ ਉਸ ਨੇ ਕੁੱਪੀ ਨਦੀ ਵਿੱਚ ਸੁਟ ਦਿੱਤੀ। ਜਿਸ ਥਾਂ ਤੇ ਕੁੱਪੀ ਡਿੱਗੀ, ਇਕ ਘੁੰਮਣ ਘੇਰ ਜਿਹਾ ਬਣਿਆ ਤੇ ਨਦੀ ਥੱਲੇ ਉਤਰ ਗਈ। ਪਰ ਪਾਣੀ ਦਾ ਸੋਨਾ ਨਹੀਂ ਬਣਿਆ। ਰਾਜੂ ਬੜਾ ਨਿਰਾਸ ਹੋਇਆ, ਪਰ ਰਾਜੇ ਦੇ ਕਹਿਣ ਦੇ ਮੁਤਾਬਕ ਉਹ ਪਹਾੜੀ ਦੇ ਦੂਜੇ ਪਾਸੇ ਉਤਰ ਕੇ ਆਪਣੇ ਘਰ ਚਲਾ ਗਿਆ।

ਰਾਜੂ ਇਹ ਵੇਖ ਕੇ ਬੜਾ ਹੈਰਾਨ ਹੋਇਆ ਕਿ ਸੋਨੇ ਦੀ ਨਦੀ ਹੁਣ ਕਈ ਨਾਲਿਆਂ ਵਿੱਚ ਵੰਡੀ ਗਈ ਸੀ ਤੇ ਹੁਣ ਉਸ ਦੇ ਖੇਤਾਂ ਦੀ ਸਿੰਜਾਈ ਕਰ ਰਹੀ ਸੀ। ਬੰਜਰ ਜ਼ਮੀਨ ਫੇਰ ਉਪਜਾਊ ਹੋ ਗਈ ਸੀ। ਚਾਰੇ ਪਾਸੇ ਹਰਿਆਵਲ ਹੋ ਗਈ ਸੀ ਤੇ ਹਰਾ ਘਾਹ ਉਗ ਆਇਆ ਸੀ। ਖੇਤਾਂ ਵਿੱਚ ਅਨਾਜ ਦੁਬਾਰਾ ਫੁਟ ਪਿਆ ਸੀ। ਜਿਹੜਾ ਧਨ ਮਾਲ ਗ਼ਰੀਬੀ ਕਰ ਕੇ ਨਸ਼ਟ ਹੋ ਗਿਆ ਸੀ, ਉਹ ਫੇਰ ਵਾਪਸ ਆ ਗਿਆ। ਸੋਨੇ ਦੀ ਨਦੀ ਦਾ ਪਾਣੀ ਰਾਜੂ ਲਈ ਸੱਚਮੁਚ ਹੀ ਸੋਨੇ ਦਾ ਬਣ ਗਿਆ ਸੀ ਤੇ ਉਹ ਬੜਾ ਅਮੀਰ ਹੋ ਗਿਆ ਸੀ।

ਰਾਜੂ ਕੋਲ ਹਰ ਤਰ੍ਹਾਂ ਦੀਆਂ ਚੀਜ਼ਾਂ ਬੜੀ ਗਿਣਤੀ ਵਿੱਚ ਹੋ ਗਈਆਂ। ਉਸ ਦੇ ਗੋਦਾਮ ਹਮੇਸ਼ਾਂ ਅਨਾਜ ਨਾਲ ਭਰੇ ਰਹਿੰਦੇ। ਉਸ ਦੇ ਦਰਵਾਜ਼ੇ ਤੋਂ ਕੋਈ ਆਦਮੀ ਕਦੇ ਭੁੱਖਾ ਨਾ ਜਾਂਦਾ ਤੇ ਉਹ ਹਰ ਆਦਮੀ ਦੀ ਮਦਦ ਕਰਦਾ।

ਅਭਿਆਸ

I. ਦੱਸੋ ਭਲਾ:—

1. ਰਾਜੂ ਦੀ ਯਾਤਰਾ ਦਾ ਵਰਣਨ ਆਪਣੇ ਸ਼ਬਦਾਂ ਵਿੱਚ ਕਰੋ।
2. ਰਾਜੂ ਨੇ ਬੁੱਢੇ ਨੂੰ ਕੀ ਕਿਹਾ?
3. ਰਾਜੂ ਨੂੰ ਆਖ਼ਰੀ ਵਾਰ ਕੌਣ ਮਿਲਿਆ?
4. ਜਦੋਂ ਰਾਜੂ ਨੇ ਕੁੱਤੇ ਦੇ ਮੂੰਹ ਵਿੱਚ ਪਾਣੀ ਪਾਇਆ ਤਾਂ ਕੀ ਹੋਇਆ?
5. ਸੋਨੇ ਦੀ ਨਦੀ ਦੇ ਰਾਜੇ ਨੇ ਰਾਜੂ ਨੂੰ ਕੀ ਕਿਹਾ?

II. ਵਾਕ ਬਣਾਓ:—

ਕੁੱਪੀ, ਠੋਕਰ, ਚਿੰਤਾ, ਘੁੰਮਣ ਘੇਰ, ਸਿੰਜਾਈ, ਅਨਾਜ, ਗੋਦਾਮ।

III. ਇਸ ਪੂਰੀ ਕਹਾਣੀ ਨੂੰ ਛੋਟਾ ਕਰ ਕੇ ਲਿਖੋ।

ਥਾਮਸ ਐਲਵਾ ਐਡੀਸਨ

ਥਾਮਸ ਐਲਵਾ ਐਡੀਸਨ ਅਮਰੀਕਾ ਦੇ ਇਕ ਛੋਟੇ ਜਿਹੇ ਪਿੰਡ ਵਿੱਚ ਪੈਦਾ ਹੋਇਆ। ਬਚਪਨ ਤੋਂ ਹੀ ਉਸ ਨੂੰ ਸਵਾਲ ਪੁੱਛਣ ਦੀ ਬਹੁਤ ਆਦਤ ਸੀ। ਉਹ ਹਰ ਗੱਲ ਸੰਬੰਧੀ ਜਾਣਨ ਦੀ ਕੋਸ਼ਿਸ ਵਿੱਚ ਰਹਿੰਦਾ ਸੀ। ਇਕ ਵਾਰੀ ਉਸ ਨੇ ਮੁਰਗੀ ਨੂੰ ਅੰਡਿਆਂ ਤੇ ਬੈਠਿਆ ਵੇਖਿਆ। ਉਸ ਨੇ ਸੋਚਿਆ, ਜੇ ਮੈਂ ਅੰਡਿਆਂ ਤੇ ਬੈਠਾਂ ਤਾਂ ਕੀ ਬੱਚੇ ਨਿਕਲ ਆਉਣਗੇ? ਇਹ ਵੇਖਣ ਲਈ ਉਹ ਕਈ ਦਿਨ ਅੰਡਿਆਂ ਤੇ ਬੈਠਦਾ ਰਿਹਾ।

ਐਡੀਸਨ ਦੇ ਘਰ ਵਿੱਚ ਸ਼ਹਿਦ ਦੀਆਂ ਮੱਖੀਆਂ ਨੇ ਵਾੜ ਵਿੱਚ ਛੱਤਾ ਬਣਾ ਲਿਆ। ਨਿੱਕਾ ਐਡੀਸਨ ਕਈ ਦਿਨ ਉਨ੍ਹਾਂ ਨੂੰ ਵੇਖਦਾ ਰਿਹਾ। ਉਹ ਜਾਣਨਾ ਚਾਹੁੰਦਾ ਸੀ ਕਿ ਮੱਖੀਆਂ ਸ਼ਹਿਦ ਕਿਵੇਂ ਬਣਾਂਦੀਆਂ ਹਨ। ਜਦੋਂ ਸਮਝ ਵਿੱਚ ਕੁਝ ਨਾ ਆਇਆ ਤਾਂ ਉਸ ਨੇ ਇਕ ਸੋਟੀ ਲੈ ਕੇ ਛੱਤੇ ਵਿੱਚ ਖੁਭੋ ਦਿੱਤੀ। ਇਤਫ਼ਾਕ ਨਾਲ ਐਨ ਉਸੇ ਵੇਲੇ ਇਕ ਬਕਰੀ ਨੇ ਬਾਗ਼ ਵਿੱਚ ਆ ਕੇ ਐਡੀਸਨ ਨੂੰ ਪਿਛੇ ਤੋਂ ਜੋ ਟੱਕਰ ਮਾਰੀ ਤਾਂ ਉਹ ਛੱਤੇ ਦੇ ਉਪਰ ਜਾ ਡਿਗਿਆ। ਮੱਖੀਆਂ ਉਸ ਨੂੰ ਚੰਬੜ ਗਈਆਂ ਤੇ ਉਨ੍ਹਾਂ ਦੇ ਕੱਟਣ ਨਾਲ ਐਡੀਸਨ ਦਾ ਮੂੰਹ ਤੇ ਹੱਥ ਬੁਰੀ ਤਰ੍ਹਾਂ ਨਾਲ ਸੁਜ ਗਏ।

ਐਡੀਸਨ ਦੇ ਮਾਤਾ ਪਿਤਾ ਪਿੰਡ ਛੱਡ ਕੇ ਇਕ ਛੋਟੇ ਜਿਹੇ ਕਸਬੇ ਪੋਰਟ ਹਾਰਨ ਵਿੱਚ ਜਾ ਕੇ

ਰਹਿਣ ਲੱਗ ਪਏ। ਐਡੀਸਨ ਨੂੰ ਸਕੂਲ ਵਿੱਚ ਪੜ੍ਹਨ ਦਾ ਵਧੇਰੇ ਸਮਾਂ ਨਹੀਂ ਮਿਲਿਆ। ਉਹ ਸਕੂਲ ਵਿੱਚ ਦਾਖ਼ਲ ਹੋਇਆ ਪਰ ਥੋੜੇ ਚਿਰ ਮਗਰੋਂ ਹੀ ਉਹ ਵਾਪਸ ਚਲਾ ਆਇਆ। ਕਿਉਂਕਿ ਟੀਚਰ ਨੇ ਉਸ ਨੂੰ ਬੁੱਧੂ ਕਿਹਾ ਸੀ। ਇਸ ਤੋਂ ਮਗਰੋਂ ਉਹ ਆਪਣੀ ਮਾਤਾ ਕੋਲ ਹੀ ਪੜ੍ਹਦਾ ਰਿਹਾ। ਉਸ ਨੂੰ ਪੜ੍ਹਨ ਦਾ ਇੰਨਾ ਸ਼ੌਕ ਸੀ ਕਿ ਉਸ ਨੇ ਸ਼ਹਿਰ ਦੀ ਲਾਇਬਰੇਰੀ ਦੀਆਂ ਸਾਰੀਆਂ ਪੁਸਤਕਾਂ ਪੜ੍ਹ ਛੱਡੀਆਂ। ਐਡੀਸਨ ਨੂੰ ਕੈਮਿਸਟਰੀ ਵਿੱਚ ਬਹੁਤ ਦਿਲਚਸਪੀ ਪੈਦਾ ਹੋ ਗਈ। ਉਸ ਨੇ ਆਪਣੇ ਘਰ ਦੇ ਇਕ ਛੋਟੇ ਜਿਹੇ ਕਮਰੇ ਵਿੱਚ ਆਪਣੀ ਲਾਇਬਰੇਰੀ ਬਣਾ ਲਈ। ਇਕ ਦਿਨ ਐਡੀਸਨ ਨੇ ਕਿਤਾਬ ਵਿੱਚ ਪੜ੍ਹਿਆ ਕਿ ਗੁਬਾਰਾਂ ਇਸ ਲਈ ਉਡਦਾ ਹੈ ਕਿ ਉਸ ਵਿੱਚ ਗੈਸ ਭਰੀ ਹੋਈ ਹੁੰਦੀ ਹੈ। ਉਸ ਨੇ ਸੋਚਿਆ ਕਿ ਜੇ ਆਦਮੀ ਵਿੱਚ ਵੀ ਗੈਸ ਭਰ ਦਿੱਤੀ ਜਾਵੇ ਤਾਂ ਉਸਨੂੰ ਵੀ ਉਡਣਾ ਚਾਹੀਦਾ ਹੈ। ਸੀਡਲਿਟਜ਼ (Seidlitz) ਪਾਉਡਰ ਵਿੱਚ ਬਹੁਤ ਗੈਸ ਹੁੰਦੀ ਹੈ। ਐਡੀਸਨ ਨੇ ਆਪਣੀਆਂ ਬੋਤਲਾਂ ਵਿੱਚੋਂ ਸੀਡਲਿਟਜ਼ ਦੀ ਬੋਤਲ ਕੱਢੀ ਤੇ ਆਪਣੇ ਨੌਕਰ ਮਾਈਕਲ ਨੂੰ ਕਿਹਾ ਕਿ ਸਾਰਾ ਪਾਉਡਰ ਖਾ ਜਾ। ਮਾਈਕਲ ਸਾਰੀ ਦਵਾਈ ਨਿਗਲ ਗਿਆ। ਪਰ ਹਵਾ ਵਿੱਚ ਉਡਣ ਦੀ ਬਜਾਏ ਉਹ ਪੇਟ ਪਕੜ ਕੇ ਬੈਠ ਗਿਆ ਤੇ ਜ਼ੋਰ ਜ਼ੋਰ ਦੀ ਚੀਕਾਂ ਮਾਰਨ ਲੱਗਾ।

ਬਾਰਾਂ ਸਾਲ ਦੀ ਉਮਰ ਵਿੱਚ ਐਡੀਸਨ ਨੇ ਰੇਲ-ਗੱਡੀ ਤੇ ਮਠਿਆਈਆਂ, ਫਲ ਤੇ ਅਖ਼ਬਾਰ ਵੇਚਣ ਦਾ ਕੰਮ ਲੈ ਲਿਆ। ਸਮਾਨ ਵਾਲੇ ਡੱਬੇ ਵਿੱਚ ਉਸ ਨੇ ਆਪਣੀ ਲੈਬਾਰੇਟਰੀ ਬਣਾ ਲਈ। ਜਦੋਂ ਅਖ਼ਬਾਰ ਵੇਚਣ ਤੋਂ ਵਿਹਲ ਲੱਗਦੀ ਤਾਂ ਉਹ ਤਜਰਬੇ ਕਰਦਾ ਰਹਿੰਦਾ। ਕਬਾੜੀਏ ਦੀ ਦੁਕਾਨ ਤੋਂ ਉਸ ਨੇ ਇਕ ਬੜਾ ਪੁਰਾਣਾ ਜਿਹਾ ਪ੍ਰੈਸ ਖ਼ਰੀਦ ਕੇ ਉਸ ਨੂੰ ਸਮਾਨ ਵਾਲੇ ਡੱਬੇ ਵਿੱਚ ਲਾ ਲਿਆ ਤੇ ਆਪਣੀ ਅਖ਼ਬਾਰ ਕੱਢਣੀ ਸ਼ੁਰੂ ਕਰ ਦਿੱਤੀ। ਇਕ ਦਿਨ ਐਡੀਸਨ ਚਲਦੀ ਗੱਡੀ ਵਿੱਚ ਆਪਣੇ ਪ੍ਰੈਸ ਵਿੱਚ ਕੰਮ ਕਰ ਰਿਹਾ ਸੀ। ਇਤਫ਼ਾਕ ਨਾਲ ਮੇਜ਼ ਤੇ ਪਈ ਫ਼ਾਸਫ਼ੋਰਸ ਦੀ ਇਕ ਡੱਬੀ ਹੇਠਾਂ ਡਿੱਗ ਪਈ। ਡੱਬੇ ਵਿੱਚ ਅੱਗ ਲੱਗ ਗਈ। ਗਾਰਡ ਬਹੁਤ ਨਾਰਾਜ਼ ਹੋਇਆ। ਉਸ ਨੇ ਐਡੀਸਨ ਦੀਆਂ ਕਿਤਾਬਾਂ, ਬੋਤਲਾਂ ਤੇ ਪ੍ਰੈਸ ਬਾਹਰ ਸੁੱਟ ਦਿੱਤਾ ਤੇ ਐਡੀਸਨ ਦੇ ਕੰਨ ਇੰਨੀ ਜ਼ੋਰ ਨਾਲ ਖਿੱਚੇ ਕਿ ਉਹ ਹਮੇਸ਼ਾਂ ਲਈ ਬੋਲਾ ਹੋ ਗਿਆ ਤੇ ਸਿਰਫ਼ ਬਹੁਤ ਉੱਚੀ ਆਵਾਜ਼ ਹੀ ਸੁਣ ਸਕਦਾ ਸੀ।

ਇਸ ਘਟਨਾ ਤੋਂ ਬਾਅਦ ਇਕ ਦਿਨ ਐਡੀਸਨ ਪਲੇਟਫ਼ਾਰਮ ਤੇ ਖੜਾ ਸਟੇਸ਼ਨ ਮਾਸਟਰ ਨਾਲ ਗੱਲਾਂ ਕਰ ਰਿਹਾ ਸੀ। ਅਚਾਨਕ ਉਸ ਨੇ ਵੇਖਿਆ ਕਿ ਇਕ ਛੋਟਾ ਬੱਚਾ ਰੇਲ ਦੀ ਪਟੜੀ ਤੇ ਚਲਾ ਗਿਆ ਹੈ। ਉਧਰੋਂ ਗੱਡੀ ਆ ਰਹੀ ਸੀ। ਐਡੀਸਨ ਨੇ ਤੇਜ਼ੀ ਨਾਲ ਦੌੜ ਕੇ ਬੱਚੇ ਨੂੰ ਚੁੱਕ ਲਿਆ ਤੇ ਉਸ ਨੂੰ ਲਾਈਨ ਤੋਂ ਪਰ੍ਹਾਂ ਸੁੱਟ ਦਿੱਤਾ। ਐਡੀਸਨ ਆਪ ਬੜੀ ਮੁਸ਼ਕਲ ਨਾਲ ਬਚਿਆ। ਇਹ ਬੱਚਾ ਉਸ ਸਟੇਸ਼ਨ ਮਾਸਟਰ ਦਾ ਸੀ। ਉਹ ਏਨਾ ਅਹਿਸਾਨਮੰਦ ਹੋਇਆ ਕਿ ਉਸ ਨੇ ਐਡੀਸਨ ਨੂੰ ਤਾਰ ਬਾਬੂ ਦੀ ਨੌਕਰੀ ਦੇ ਦਿੱਤੀ।

ਐਡੀਸਨ ਨੇ ਤਾਰਬਰਕੀ ਵਿੱਚ ਬਹੁਤ ਸਾਰੀਆਂ ਤਬਦੀਲੀਆਂ ਕੀਤੀਆਂ। ਇਸ ਤਰ੍ਹਾਂ ਨਾਲ ਇਕ ਤਾਰ ਉਤੇ ਇਕੋ ਹੀ ਵੇਲੇ ਇਕ ਦੀ ਬਜਾਏ ਛੇ ਛੇ ਸੁਨੇਹੇ ਜਾਣ ਲੱਗੇ। ਇਨ੍ਹਾਂ ਦਿਨਾਂ ਵਿੱਚ ਟੈਲੀਫ਼ੋਨ ਅਜੇ ਨਵਾਂ ਨਵਾਂ ਹੀ ਬਣਿਆ ਸੀ। ਇਕ ਦਿਨ ਐਡੀਸਨ ਟੈਲੀਫੋਨ ਤੇ ਗੱਲ ਕਰ ਰਿਹਾ ਸੀ। ਉਸ ਨੇ ਵੇਖਿਆ, ਬੋਲਣ ਵਾਲੇ ਦੀ ਆਵਾਜ਼ ਦੇ ਨਾਲ ਇਕ ਬਰੀਕ ਜਿਹੀ ਧਾਤ ਦੀ ਪਤਰੀ ਕੰਬਦੀ ਹੈ। ਇਹ ਬਿਜਲੀ ਦੀਆਂ ਲਹਿਰਾਂ ਵਿੱਚ ਬਦਲ ਕੇ ਸੁਨੇਹਾ ਦੂਰ ਲੈ ਜਾਂਦੀ ਹੈ। ਉਸ ਨੇ ਸੋਚਿਆ, ਇਸੇ ਅਸੂਲ ਤੇ ਜੇ

ਆਵਾਜ਼ ਨੂੰ ਕੈਦ ਕਰ ਲਿਆ ਜਾਏ ਤਾਂ ਪਤਰੀ ਦੇ ਦੁਬਾਰਾ ਉਸੇ ਤਰ੍ਹਾਂ ਕੰਬਣ ਨਾਲ ਆਵਾਜ਼ ਸੁਣੀ ਜਾਣੀ ਚਾਹੀਦੀ ਹੈ। ਉਹ ਦੋ ਦਿਨ ਲਗਾਤਾਰ ਸੁਣਦਾ ਰਿਹਾ। ਆਖ਼ਰ ਉਸ ਨੇ ਇਕ ਆਲਾ ਤਿਆਰ ਕੀਤਾ। ਜਦੋਂ ਕੋਈ ਬੋਲਦਾ ਤਾਂ ਇਕ ਸੂਈ ਟੀਨ ਦੇ ਇਕ ਬਰੀਕ ਪਤਰੇ ਤੇ ਚਲਦੀ ਸੀ। ਸੂਈ ਪਤਰੇ ਤੇ ਉੱਚਾ ਨੀਵਾਂ ਰਸਤਾ ਬਣਾ ਦੇਂਦੀ। ਜਦੋਂ ਸੂਈ ਦੁਬਾਰਾ ਇਸ ਰਸਤੇ ਤੇ ਚਲਦੀ ਤਾਂ ਆਵਾਜ਼ ਸੁਣਾਈ ਦੇਣ ਲੱਗ ਪੈਂਦੀ। ਇਹ ਆਲਾ ਗਰਾਮੋਫ਼ੋਨ ਦੇ ਨਾਂ ਨਾਲ ਮਸ਼ਹੂਰ ਹੋਇਆ ਤੇ ਥੋੜੇ ਹੀ ਅਰਸੇ ਵਿੱਚ ਐਡੀਸਨ ਨੇ ਲੱਖਾਂ ਹੀ ਗਰਾਮੋਫ਼ੋਨ ਬਣਾ ਕੇ ਵੇਚ ਦਿੱਤੇ।

ਹੁਣ ਐਡੀਸਨ ਬੜਾ ਅਮੀਰ ਹੋ ਗਿਆ ਸੀ। ਉਸ ਦਾ ਕਾਰਖ਼ਾਨਾ ਨਿਊਯਾਰਕ ਸ਼ਹਿਰ ਤੋਂ ਕੋਈ ਚਾਲੀ ਕਿਲੋਮੀਟਰ ਦੇ ਫ਼ਾਸਲੇ ਤੇ ਮੈਨਲੋ ਪਾਰਕ ਵਿੱਚ ਸੀ। ਐਡੀਸਨ ਨੇ ਸੈਂਕੜੇ ਨਵੀਆਂ ਚੀਜ਼ਾਂ ਦੀਆਂ ਕਾਢਾਂ ਕੱਢੀਆਂ। ਸਭ ਤੋਂ ਪਹਿਲਾਂ ਚਲਚਿਤਰ ਕੈਮਰਾ (Movie Camera) ਤੇ ਪ੍ਰੋਜੈਕਟਰ ਵੀ ਐਡੀਸਨ ਨੇ ਹੀ ਬਣਾਏ। ਸਭ ਤੋਂ ਵੱਡਾ ਕੰਮ ਜੋ ਉਸ ਨੇ ਕੀਤਾ, ਉਹ ਬਿਜਲੀ ਦੇ ਬਲਬ ਦੀ ਕਾਢ ਸੀ।

ਐਡੀਸਨ ਤੋਂ ਪਹਿਲਾਂ ਸਰ ਹੈਂਮਫਰੀ ਡੈਵੀ ਨੇ ਆਰਕ ਲੈਂਪ ਨਾਲ ਬਿਜਲੀ ਦੀ ਰੋਸ਼ਨੀ ਪੈਦਾ ਕੀਤੀ ਸੀ। ਪਰ ਕਾਰਬਨ ਦੇ ਟੁਕੜੇ ਸੜ ਜਾਣ ਨਾਲ ਰੋਸ਼ਨੀ ਛੇਤੀ ਹੀ ਬੁਝ ਜਾਂਦੀ ਸੀ। ਰੋਸ਼ਨੀ ਲਈ ਇਕ ਅਜਿਹੀ ਚੀਜ਼ ਦੀ ਲੋੜ ਸੀ ਜੋ ਲਗਾਤਾਰ ਬਲਦੀ ਰਹੇ। ਐਡੀਸਨ ਨੇ ਬੜੀ ਮਿਹਨਤ ਨਾਲ ਕੰਮ ਸ਼ੁਰੂ ਕੀਤਾ। ਉਸ ਨੇ ਚਾਲੀ ਪੰਜਾਹ ਬੰਦੇ ਇਸ ਖੋਜ ਤੇ ਲਾ ਦਿੱਤੇ। ਸਾਲ ਭਰ ਦਿਨ ਰਾਤ ਕੰਮ ਚਲਦਾ ਰਿਹਾ। ਆਦਮੀ ਵਾਰੀ ਵਾਰੀ ਚਾਰ ਛੇ ਘੰਟੇ ਸੌਂ ਲੈਂਦੇ। ਆਪ ਐਡੀਸਨ ਲੈਬਾਰੇਟਰੀ ਦੀ ਮੇਜ਼ ਉਤੇ ਹੀ

ਇਕ ਦੋ ਘੰਟੇ ਆਰਾਮ ਕਰ ਲੈਂਦਾ। ਵਖਰੇ ਵਖਰੇ ਤਜਰਬੇ ਕੀਤੇ ਗਏ। ਸੜੇ ਹੋਏ ਕਾਗਜ਼, ਗੱਤੇ ਦੇ ਟੁਕੜੇ, ਨਾਰੀਅਲ ਦਾ ਛਿਲਕਾ, ਦਰਖ਼ਤਾਂ ਦੀ ਛਾਲ, ਸੈਲੋਲਾਈਡ, ਕਾਰਕ ਤੇ ਇਨਸਾਨੀ ਵਾਲਾਂ ਨਾਲ ਕਾਰਬਨ ਤਿਆਰ ਕੀਤੀ ਤੇ ਥੋੜੀ ਦੇਰ ਰੋਸ਼ਨੀ ਦੇ ਕੇ ਹਰ ਕਿਸਮ ਦੀ ਕਾਰਬਨ ਸੜ ਕੇ ਸੁਆਹ ਹੋ ਜਾਂਦੀ!

ਐਡੀਸਨ ਨੇ ਇਸ ਖੋਜ ਵਿੱਚ ਆਪਣਾ ਸਾਰਾ ਰੁਪਿਆ ਖ਼ਰਚ ਕਰ ਦਿੱਤਾ। ਲਗਾਤਾਰ ਕੰਮ ਕਰਨ ਤੇ ਘਟ ਸੌਣ ਕਰ ਕੇ ਉਸ ਦੀ ਸਿਹਤ ਖ਼ਰਾਬ ਹੋ ਗਈ। ਉਸ ਦੀਆਂ ਅੱਖਾਂ ਵਿੱਚ ਸਖ਼ਤ ਦਰਦ ਹੁੰਦੀ ਸੀ, ਲੇਕਿਨ ਅਜੇ ਤਕ ਕਾਮਯਾਬੀ ਉਸ ਨੂੰ ਨਸੀਬ ਨਹੀਂ ਸੀ ਹੋਈ।

ਇਕ ਦਿਨ ਐਡੀਸਨ ਡੂੰਘੀ ਸੋਚ ਵਿੱਚ ਡੁੱਬਾ ਬੈਠਾ ਸੀ ਤੇ ਕੋਟ ਦੇ ਬਟਣਾਂ ਨਾਲ ਖਡ ਰਿਹਾ ਸੀ ਕਿ ਅਚਾਨਕ ਇਕ ਬਟਣ ਟੁੱਟ ਗਿਆ ਤੇ ਉਸ ਦੇ ਨਾਲ ਕੁਝ ਧਾਗੇ ਲਟਕਦੇ ਹੋਏ ਰਹਿ ਗਏ। ਐਡੀਸਨ ਦੌੜਦਾ ਹੋਇਆ ਲੈਬਾਰੇਟਰੀ ਵਿੱਚ ਗਿਆ ਤੇ ਆਪਣੇ ਆਦਮੀਆਂ ਨੂੰ ਕਹਿਣ ਲੱਗਾ, "ਇਸ ਧਾਗੇ ਨਾਲ ਤਜਰਬਾ ਕਰ ਕੇ ਵੇਖੋ।"

ਉਸੇ ਵੇਲੇ ਆਦਮੀ ਕੰਮ ਕਰਨ ਲੱਗੇ। ਧਾਗੇ ਨੂੰ ਭੱਠੀ ਵਿੱਚ ਗਰਮ ਕਰ ਕੇ ਉਸ ਦੀ ਕਾਰਬਨ ਬਣਾਈ ਤੇ ਬਲਬ ਵਿੱਚ ਲੱਗਾ ਕੇ ਉਸ ਦੀ ਹਵਾ ਖ਼ਾਰਜ ਕਰ ਦਿੱਤੀ। ਜਦ ਬਿਜਲੀ ਛੱਡੀ ਗਈ ਤਾਂ ਬਲਬ ਰੋਸ਼ਨ ਹੋ ਗਿਆ। ਮੱਧਮ ਜਿਹੀ ਪੀਲੀ ਪੀਲੀ ਰੋਸ਼ਨੀ ਪੈਦਾ ਹੋ ਗਈ। ਖ਼ਬਰੇ ਕਦੋਂ ਤਕ ਰੋਸ਼ਨੀ ਰਹੇਗੀ! ਸਭ ਫ਼ਿਕਰਮੰਦ ਹੋ ਕੇ ਵੇਖ ਰਹੇ ਸਨ। ਲੈਂਪ ਪੰਜਤਾਲੀ ਘੰਟੇ ਬਲਦਾ ਰਿਹਾ। ਆਖ਼ਰ ਐਡੀਸਨ ਨੇ ਬਿਜਲੀ ਤੋਂ ਰੋਸ਼ਨੀ ਪ੍ਰਾਪਤ ਕਰਨ ਦਾ ਤਰੀਕਾ ਮਾਲੂਮ ਕਰ ਹੀ ਲਿਆ।

31 ਦਸੰਬਰ 1880 ਦੀ ਸ਼ਾਮ ਨੂੰ ਮੈਨਲੋ ਪਾਰਕ ਵਿੱਚ ਹਜ਼ਾਰਾਂ ਲੋਕ ਬਿਜਲੀ ਦਾ ਲੈਂਪ ਵੇਖਣ ਲਈ ਆਏ। ਸਟੇਸ਼ਨ ਤੋਂ ਕਾਰਖ਼ਾਨੇ ਤਕ ਹਜ਼ਾਰਾਂ ਬਲਬ ਤਾਰਾਂ ਉਤੇ ਟੰਗੇ ਹੋਏ ਚਮਕ ਰਹੇ ਸਨ।

ਹੁਣ ਐਡੀਸਨ ਨੇ ਬਿਜਲੀ ਦਾ ਪਾਵਰ ਹਾਊਸ ਬਨਾਉਣ ਦਾ ਫ਼ੈਸਲਾ ਕੀਤਾ। ਉਸ ਨੇ ਨਿਊਯਾਰਕ ਸ਼ਹਿਰ ਦੇ ਇਕ ਮਹੱਲੇ ਵਿੱਚ ਨੌਂ ਸੌ ਘਰਾਂ ਵਿੱਚ ਬਿਜਲੀ ਦੀਆਂ ਤਾਰਾਂ ਵਿਛਾ ਦਿੱਤੀਆਂ ਤੇ ਬਲਬ ਲੱਗਾ ਦਿੱਤੇ। 4 ਸਤੰਬਰ 1882 ਦਾ ਦਿਨ ਸੰਸਾਰ ਦੇ ਇਤਿਹਾਸ ਵਿੱਚ ਸਭ ਤੋਂ ਵਿਸ਼ੇਸ਼ ਦਿਨ ਸੀ। ਇਸ ਦਿਨ ਇਕ ਬਟਣ ਦਬਾਣ ਨਾਲ ਸਾਰਾ ਮਹੱਲਾ ਜਗਮਗਾ ਉਠਿਆ ਤੇ ਬਿਜਲੀ ਦਾ ਯੁਗ ਸ਼ੁਰੂ ਹੋ ਗਿਆ।

ਐਡੀਸਨ ਨੇ ਆਪਣੀ ਜ਼ਿੰਦਗੀ ਵਿੱਚ ਇਕ ਹਜ਼ਾਰ ਤੋਂ ਵਧ ਕਾਢਾਂ ਰਜਿਸਟਰ ਕਰਵਾਈਆਂ। ਉਹ ਦਿਨ ਵਿੱਚ ਸੋਲ੍ਹਾਂ ਤੋਂ ਵੀਹ ਘੰਟੇ ਤਕ ਕੰਮ ਕਰਨ ਦੀ ਆਦਤ ਰਖਦਾ ਸੀ। ਇਕ ਵਾਰੀ ਉਹ ਲਗਾਤਾਰ ਸੱਠ ਘੰਟੇ ਕੰਮ ਕਰਦਾ ਰਿਹਾ। ਨਾ ਸੁੱਤਾ ਤੇ ਨਾ ਆਰਾਮ ਕੀਤਾ। ਉਸ ਦਾ ਕਹਿਣਾ ਸੀ ਕਿ ਖੋਜ ਕਰਨ ਲਈ ਇਕ ਹਿੱਸਾ ਅਕਲ ਤੇ 99 ਹਿੱਸੇ ਮਿਹਨਤ ਦੀ ਲੋੜ ਹੈ। 84 ਸਾਲ ਦੀ ਉਮਰ ਵਿੱਚ ਵੀ ਉਹ ਆਪਣੀ ਜ਼ਿੰਦਗੀ ਦੇ ਆਖ਼ਰੀ ਦਿਨ ਤਕ ਕੰਮ ਕਰਦਾ ਰਿਹਾ।

ਅਭਿਆਸ

1. ਦੱਸੋ ਭਲਾ:—
   1. ਥਾਮਸ ਐਲਵਾ ਐਡੀਸਨ ਸਕੂਲ ਵਿੱਚ ਕਿਉਂ ਨਹੀਂ ਪੜ੍ਹ ਸਕਿਆ?
   2. ਬਚਪਨ ਤੋਂ ਹੀ ਐਡੀਸਨ ਦਾ ਸੁਭਾਅ ਕਿਹੋ ਜਿਹਾ ਸੀ?

3. ਉਸ ਨੇ ਜਦੋਂ ਆਪਣੇ ਨੌਕਰ ਨੂੰ ਪਾਉਡਰ ਦੀ ਪੂਰੀ ਬੋਤਲ ਖੁਆ ਦਿੱਤੀ ਤਾਂ ਕੀ ਹੋਇਆ?
4. ਸ਼ੁਰੂ ਵਿੱਚ ਉਸ ਨੇ ਆਪਣੇ ਤਜਰਬੇ ਕਿਥੇ ਕੀਤੇ?
5. ਐਡੀਸਨ ਬੋਲਾ ਕਿਸ ਤਰ੍ਹਾਂ ਹੋ ਗਿਆ?
6. ਤਾਰਬਰਕੀ ਵਿੱਚ ਉਸ ਨੇ ਕੀ ਸੁਧਾਰ ਕੀਤਾ?
7. ਗਰਾਮੋਫ਼ੋਨ ਦੀ ਕਾਢ ਉਸ ਨੇ ਕਿਸ ਸਿਧਾਂਤ ਤੇ ਕੀਤੀ?
8. ਬਿਜਲੀ ਦਾ ਬਲਬ ਤਿਆਰ ਕਰਨ ਵਿੱਚ ਐਡੀਸਨ ਨੂੰ ਕੀ ਕੀ ਤਕਲੀਫ਼ਾਂ ਉਠਾਉਣੀਆਂ ਪਈਆਂ?
9. ਸਿਜਲੀ ਦਾ ਪਹਿਲਾ ਬਲਬ ਕਦੋਂ ਬਣਿਆ?
10. ਬਿਜਲੀ ਦਾ ਯੁਗ ਕਿਸ ਤਰ੍ਹਾਂ ਤੇ ਕਦੋਂ ਸ਼ੁਰੂ ਹੋਇਆ?

II. ਵਾਕ ਬਣਾਓ:—

ਇਤਫ਼ਾਕ, ਚੰਬੜ, ਕੈਮਿਸਟਰੀ, ਗੁਬਾਰਾ, ਲੈਬਾਰੇਟਰੀ, ਫ਼ਾਸਫ਼ੋਰਸ, ਅਹਿਸਾਨਮੰਦ, ਤਾਰਬਰਕੀ, ਸੁਨੇਹਾ, ਕਾਰਬਨ।

III. ਥਾਮਸ ਐਲਵਾ ਐਡੀਸਨ ਨੇ ਜੋ ਜੋ ਕਾਢਾਂ ਕੱਢੀਆਂ, ਉਨ੍ਹਾਂ ਦਾ ਸਾਡੇ ਜੀਵਨ ਤੇ ਕੀ ਪਰਭਾਵ ਪਿਆ, ਇਕ ਨੋਟ ਲਿਖੋ।

ਮੂਰਖ ਨੂੰ ਮੱਤ

ਮੀਂਹ ਵਸੇ ਤੇ ਝੱਖੜ ਝੁੱਲੇ,
ਬਿਜਲੀ ਗੜ ਗੜ ਕਰਦੀ।
ਆਲ੍ਹਣਿਆਂ ਵਿੱਚ ਪੰਛੀ ਸਹਿਮੇ,
ਹੱਡ ਚੀਰਦੀ ਸਰਦੀ।

ਜੰਗਲ ਦੇ ਵਿੱਚ ਰੁੱਖ ਕਿੱਕਰ ਦਾ,
ਵਾਂਗ ਪੱਖੇ ਦੇ ਡੋਲੇ।
ਉਸ ਦੀ ਇਕ ਦੋਸਾਂਗੜ ਦੇ ਵਿੱਚ,
ਇਕ ਬਾਂਦਰ ਕੁਝ ਬੋਲੇ।

ਸੀਤ ਉਸ ਨੂੰ ਬਹੁਤ ਸਤਾਇਆ,
ਪੇਸ਼ ਨਾ ਉਹਦੀ ਜਾਵੇ।
ਜਿਉਂ ਤਿਉਂ ਕਰ ਕੇ ਪੈਰ ਟਿਕਾਵੇ,
ਨਾਲ ਹੀ ਗੁੱਸਾ ਖਾਵੇ।

ਉਸ ਦੇ ਸਿਰ ਤੇ ਇਕ ਟਾਹਣੀ ਤੇ,
ਬਿਜੜੇ ਸੀ ਘਰ ਪਾਇਆ।
ਤੀਲੇ ਤੀਲੇ ਚੁਣ ਕੇ ਉਹਨੇ,
ਮਿਹਨਤ ਨਾਲ ਸਜਾਇਆ।

ਉਸ ਦੇ ਅੰਦਰ ਮੀਂਹ ਵਰ੍ਹਦੇ ਵਿੱਚ,
ਬਿਜੜਾ ਬੈਠਾ ਝੂਲੇ।
ਬਾਂਦਰ ਜਾਤਾ ਜਿਵੇਂ ਕਿ ਉਸ ਨੂੰ,
ਕਰਦਾ ਪਿਆ ਮਸ਼ਗੂਲੇ।

ਇਸ ਗੱਲ ਤੋਂ ਸੀ ਬੈਠਾ ਖਿਝਿਆ,
ਬਿਜੜਾ ਗੱਲ ਚਾ ਕਰਦਾ।
ਆਖਣ ਲੱਗਾ ਬਾਂਦਰ ਪਿਆਰੇ,
ਜੇ ਤੈਥੋਂ ਵੀ ਸਰਦਾ।

ਮਿਹਨਤ ਕਰ ਕੇ ਘਰ ਬਣਾਉਂਦੋਂ,
ਤਿਨਕੇ ਕੱਠੇ ਕਰ ਕੇ।
ਇਉਂ ਨਾ ਬਹਿੰਦੋਂ ਠੱਕੇ ਅੰਦਰ,
ਮੀਂਹ ਪਾਲੇ ਤੋਂ ਡਰ ਕੇ।

ਬਾਂਦਰ ਨੇ ਜਦ ਸੁਣੀ ਨਸੀਹਤ,
ਗੁੱਸੇ ਦੇ ਵਿੱਚ ਆਇਆ।
ਮਾਰ ਝਰਾਟ ਤੋੜ ਆਲ੍ਹਣਾ,
ਭੋਂ ਉਪਰ ਪਟਕਾਇਆ।

ਏਸ ਗੱਲ ਤੋਂ ਨਾਲ ਅੱਕਲ ਦੇ,
ਕੱਢ ਇਹੀ ਤੱਤ ਲਈਏ।
ਬਾਂਦਰ ਮੂਰਖ ਤਾਂਈਂ ਭਰਾਵਾ,
ਕਦੇ ਵੀ ਮੱਤ ਨਾ ਦਈਏ।

ਕਾਬਲੀ ਵਾਲਾ

ਮੇਰੀ ਪੰਜ ਸਾਲਾਂ ਦੀ ਬੱਚੀ ਮਿੰਨੀ ਇਕ ਘੜੀ ਲਈ ਵੀ ਚੁੱਪ ਨਹੀਂ ਰਹਿ ਸਕਦੀ। ਇਕ ਦਿਨ ਮੈਂ ਆਪਣੇ ਨਾਵਲ ਦਾ ਸਤਾਰ੍ਹਵਾਂ ਅਧਿਆਏ ਲਿਖਣਾ ਸ਼ੁਰੂ ਕੀਤਾ ਸੀ, ਉਸੇ ਵੇਲੇ ਮਿੰਨੀ ਨੇ ਆ ਕੇ ਕਿਹਾ, "ਬਾਬੂ ਜੀ, ਸੁਬੋਧ (ਮੇਰਾ ਨੌਕਰ) ਕਾਂ ਨੂੰ ਕਾਗ ਕਹਿੰਦਾ ਹੈ, ਉਸ ਨੂੰ ਕੁਝ ਨਹੀਂ ਪਤਾ। ਹੋਰ ਸੁਣੋ ਬਾਬੂ ਜੀ, ਭੋਲਾ ਕਹਿੰਦਾ ਸੀ ਕਿ ਅਸਮਾਨ ਵਿੱਚ ਹਾਥੀ ਆਪਣੀ ਸੁੰਡ ਨਾਲ ਪਾਣੀ ਵਸਾਂਦੇ ਹਨ। ਭੋਲਾ ਇਹੋ ਜਿਹੀਆਂ ਝੂਠੀਆਂ ਗੱਲਾਂ ਹੀ ਕਰਦਾ ਹੈ।"

ਮੈਂ ਹੱਸ ਕੇ ਮਿੰਨੀ ਨੂੰ ਕਿਹਾ, "ਮਿੰਨੀ, ਤੂੰ ਭੋਲੇ ਨਾਲ ਜਾ ਕੇ ਖੇਡ। ਮੈਂ ਇਸ ਵੇਲੇ ਕੰਮ ਕਰ ਰਿਹਾ ਹਾਂ।"

ਮੇਰਾ ਘਰ ਸੜਕ ਦੇ ਕਿਨਾਰੇ ਤੇ ਹੀ ਸੀ। ਮਿੰਨੀ ਇਕ ਦਮ ਬਰਾਂਡੇ ਵਿੱਚ ਦੌੜ ਗਈ ਤੇ ਕਾਬਲੀ! ਓ ਕਾਬਲੀ! ਕਹਿ ਕੇ ਚੀਕਣ ਲੱਗ ਪਈ।

ਮੈਲਾ ਕੁਚੈਲਾ, ਖੁਲ੍ਹਾ ਖੁਲ੍ਹਾ ਤੇ ਮੋਟੇ ਕਪੜੇ ਦਾ ਕੁੜਤਾ ਪਾਏ ਪਗੜੀ ਬੰਨ੍ਹੀ ਹੋਈ, ਮੋਢੇ ਤੇ ਮੇਵਿਆਂ ਦਾ ਝੋਲਾ, ਹੱਥ ਵਿੱਚ ਦੋ ਚਾਰ ਅੰਗੂਰਾਂ ਦੀਆਂ ਪਟਾਰੀਆਂ ਲਈ, ਲੰਮੇ ਕੱਦ ਬੁੱਤ ਦਾ ਇਕ ਕਾਬਲੀ ਸੜਕ ਤੇ ਹੌਲੀ ਹੌਲੀ ਤੁਰਿਆ ਜਾ ਰਿਹਾ ਸੀ।

ਮਿੰਨੀ ਦੇ ਬੁਲਾਉਣ ਤੇ ਜਿਉਂ ਹੀ ਹਸਮੁਖ ਕਾਬਲੀ ਵਾਲੇ ਨੇ ਮੁੜ ਕੇ ਵੇਖਿਆ ਤਾਂ ਮਿੰਨੀ ਦਾ ਰੰਗ ਉਡ ਗਿਆ ਤੇ ਕਾਬਲੀ ਨੂੰ ਫਾਟਕ ਦੇ ਅੰਦਰ ਆਉਂਦਾ ਵੇਖ ਕੇ ਉਹ ਉਥੋਂ ਭੱਜ ਗਈ। ਮਾਂ ਦੇ ਡਰਾਉਣ ਕਰ ਕੇ ਉਸ ਨੂੰ ਇਹ ਯਕੀਨ ਸੀ ਕਿ ਕਾਬਲੀ ਬੱਚਿਆਂ ਨੂੰ ਝੋਲੇ ਵਿੱਚ ਬੰਦ ਕਰ ਕੇ ਲੈ ਜਾਂਦਾ ਹੈ।

ਮੈਂ ਮਿੰਨੀ ਦੇ ਇਸ ਬੇਬੁਨਿਆਦ ਡਰ ਨੂੰ ਦੂਰ ਕਰਨ ਦੇ ਖਿਆਲ ਨਾਲ ਉਸ ਨੂੰ ਅੰਦਰੋਂ ਬੁਲਵਾਇਆ। ਉਹ ਆਈ। ਕਾਬਲੀ ਆਪਣੇ ਝੋਲੇ ਵਿੱਚੋਂ ਕਿਸ਼ਮਿਸ਼ ਕੱਢ ਕੇ ਮਿੰਨੀ ਨੂੰ ਦੇਣ ਲੱਗਾ। ਮਿੰਨੀ ਕਿਸੇ ਤਰ੍ਹਾਂ ਵੀ ਲੈਣ ਨੂੰ ਤਿਆਰ ਨਹੀਂ ਹੋ ਰਹੀ ਸੀ। ਉਹ ਹੋਰ ਡਰ ਗਈ ਤੇ ਮੇਰੇ ਨਾਲ ਚੰਬੜ ਗਈ। ਉਸ ਪਰਦੇਸੀ ਨਾਲ ਪਹਿਲੀ ਜਾਣ ਪਛਾਣ ਇਸ ਤਰ੍ਹਾਂ ਹੋਈ।

ਇਕ ਦਿਨ ਮੈਂ ਸਵੇਰੇ ਘਰੋਂ ਨਿਕਲਿਆ। ਦਰਵਾਜ਼ੇ ਤੇ ਵੇਖਿਆ ਕਿ ਮਿੰਨੀ ਬੜੇ ਮਜ਼ੇ ਨਾਲ ਉਸੇ ਕਾਬਲੀ ਨਾਲ ਗੱਲਾਂ ਕਰ ਰਹੀ ਹੈ। ਮਿੰਨੀ ਕੋਲ ਬਹੁਤ ਸਾਰੇ ਬਦਾਮ ਤੇ ਕਿਸ਼ਮਿਸ਼ ਸੀ। ਮੈਂ ਕਾਬਲੀ ਨੂੰ ਕਿਹਾ, "ਇਸ ਨੂੰ ਇੰਨੀਆਂ ਚੀਜ਼ਾਂ ਕਿਉਂ ਦੇ ਦਿੱਤੀਆਂ। ਫੇਰ ਇਸ ਤਰ੍ਹਾਂ ਨਾ ਦੇਣਾ।" ਇਹ ਕਹਿ ਕੇ ਮੈਂ ਜੇਬ ਵਿੱਚੋਂ ਇਕ ਰੁਪਿਆਂ ਕੱਢ ਕੇ ਕਾਬਲੀ ਨੂੰ ਦਿੱਤਾ। ਕਾਬਲੀ ਨੇ ਚੁਪਚਾਪ ਉਹ ਰੁਪਿਆ ਜੇਬ ਵਿੱਚ ਪਾ ਲਿਆ।

ਕੰਮ ਤੋਂ ਵਾਪਸ ਘਰ ਆਇਆ ਤਾਂ ਵੇਖਿਆ ਕਿ ਉਸ ਰੁਪਏ ਕਰ ਕੇ ਘਰ ਵਿੱਚ ਬੜਾ ਸ਼ੋਰ ਹੋ ਰਿਹਾ ਸੀ। ਮਿੰਨੀ ਦੀ ਮਾਂ ਉਸ ਨੂੰ ਝਿੜਕ ਕੇ ਪੁੱਛ ਰਹੀ ਸੀ ਕਿ ਤੂੰ ਰੁਪਿਆ ਕਿਉਂ ਲਿਆ? ਮਿੰਨੀ ਨੇ ਅੱਖਾਂ ਵਿੱਚ ਅੱਥਰੂ ਭਰ ਕੇ ਕਿਹਾ, "ਮੈਂ ਉਸ ਕੋਲੋਂ ਮੰਗਿਆ ਨਹੀਂ, ਉਹ ਆਪ ਹੀ ਦੇ ਗਿਆ ਹੈ।"

ਮੈਂ ਮਿੰਨੀ ਨੂੰ ਮੁਸੀਬਤ ਤੋਂ ਬਚਾਉਣ ਲਈ ਉਸ ਨੂੰ ਲੈ ਕੇ ਬਾਹਰ ਚਲਾ ਗਿਆ।

ਪਤਾ ਲੱਗਾ ਕਿ ਇਹ ਕਾਬਲੀ ਦਾ ਦੂਜਾ ਫੇਰਾ ਨਹੀਂ ਸੀ। ਉਹ ਰੋਜ਼ ਆਉਂਦਾ ਤੇ ਮਿੰਨੀ ਨੂੰ ਪਿਸਤੇ, ਬਦਾਮ ਦੇ ਕੇ ਉਸ ਦਾ ਮਾਸੂਮ ਦਿਲ ਜਿੱਤ ਚੁੱਕਾ ਸੀ।

ਕਾਬਲੀ ਦਾ ਨਾਂ ਰਹਿਮਤ ਸੀ। ਰਹਿਮਤ ਤੇ ਮਿੰਨੀ ਦੀ ਉਮਰ ਵਿੱਚ ਜ਼ਮੀਨ ਅਸਮਾਨ ਦਾ ਫ਼ਰਕ ਸੀ, ਤਾਂ ਵੀ ਦੋਹਾਂ ਦਾ ਦਿਲ ਮਿਲ ਗਿਆ। ਇਨ੍ਹਾਂ ਦੋਹਾਂ ਮਿੱਤਰਾਂ ਦੇ ਕੁਝ ਬੰਨ੍ਹੇ ਹੋਏ ਸਵਾਲ ਜਵਾਬ ਸਨ।

ਰਹਿਮਤ ਮਿੰਨੀ ਨੂੰ ਕਹਿੰਦਾ, "ਮਿੰਨੀ, ਸਹੁਰੇ ਘਰ ਜਾਏਂਗੀ?"

ਮਿੰਨੀ ਨੂੰ ਇਹ ਪਤਾ ਨਹੀਂ ਸੀ ਸਹੁਰਾ ਘਰ ਕਿਸ ਨੂੰ ਕਹਿੰਦੇ ਹਨ, ਪਰ ਉਹ ਚੁਪ ਵੀ ਨਹੀਂ ਰਹਿ ਸਕਦੀ ਸੀ। ਉਹ ਪਰਤ ਕੇ ਰਹਿਮਤ ਨੂੰ ਪੁਛਦੀ, "ਤੂੰ ਸਹੁਰੇ ਘਰ ਜਾਏਂਗਾ?"

ਰਹਿਮਤ ਆਪਣੇ ਸਹੁਰੇ ਲਈ ਮੁੱਕਾ ਤਾਣ ਕੇ ਕਹਿੰਦਾ, "ਮੈਂ ਸਹੁਰੇ ਨੂੰ ਮਾਰਾਂਗਾ।"

ਇਹ ਸੁਣ ਕੇ ਸਹੁਰੇ ਨਾਂ ਦੇ ਕਿਸੇ ਅਜੀਬ ਜੀਵ ਦੀ ਬੁਰੀ ਹਾਲਤ ਦਾ ਅੰਦਾਜ਼ਾ ਲਾ ਕੇ ਮਿੰਨੀ ਖ਼ੂਬ ਹੱਸਦੀ ਸੀ।

ਹਰ ਸਾਲ ਮਾਘ ਦੇ ਮਹੀਨੇ ਵਿੱਚ ਰਹਿਮਤ ਆਪਣੇ ਦੇਸ ਚਲਾ ਜਾਂਦਾ ਸੀ। ਇਨ੍ਹਾਂ ਦਿਨਾਂ ਵਿੱਚ ਉਸ ਨੂੰ ਘਰ ਘਰ ਜਾ ਕੇ ਰੁਪਿਆ ਵਸੂਲ ਕਰਨਾ ਪੈਂਦਾ ਸੀ। ਤਾਂ ਵੀ ਉਹ ਮਿੰਨੀ ਨੂੰ ਇਕ ਵਾਰੀ ਜ਼ਰੂਰ ਮਿਲ ਜਾਂਦਾ ਸੀ।

ਮੈਨੂੰ ਕੁਝ ਸਾਹਿਤ ਸੇਵਾ ਦਾ ਵੀ ਸ਼ੌਕ ਸੀ। ਮੇਰੀ ਇਕ ਨਵੀਂ ਕਿਤਾਬ ਛੱਪ ਰਹੀ ਸੀ। ਇਕ ਦਿਨ ਬੈਠਾ ਮੈਂ ਉਸ ਦੇ ਪਰੂਫ਼ ਵੇਖ ਰਿਹਾ ਸੀ। ਉਸੇ ਵੇਲੇ ਸੜਕ ਤੇ ਬੜਾ ਰੌਲਾ ਸੁਣਿਆ।

ਖੜ੍ਹੇ ਹੋ ਕੇ ਵੇਖਿਆ ਤਾਂ ਰਹਿਮਤ ਨੂੰ ਦੋ ਸਿਪਾਹੀ ਬੰਨ੍ਹ ਕੇ ਲੈ ਜਾ ਰਹੇ ਸਨ। ਪਿਛੇ ਬਹੁਤ ਸਾਰੇ ਮੁੰਡੇ ਤੇ ਰਾਹਗੀਰਾਂ ਦਾ ਹਜੂਮ ਚਲਿਆ ਆ ਰਿਹਾ ਸੀ। ਰਹਿਮਤ ਦੇ ਕੁੜਤੇ ਤੇ ਖ਼ੂਨ ਦੇ ਦਾਗ਼ ਸਨ ਤੇ ਇਕ ਸਿਪਾਹੀ ਦੇ ਹੱਥ ਵਿਚ ਖ਼ੂਨ ਨਾਲ ਤਰ ਇਕ ਛੁਰਾ ਸੀ। ਮੈਂ ਛੇਤੀ ਨਾਲ ਫਾਟਕ ਤੋਂ ਬਾਹਰ ਜਾ ਕੇ ਸਿਪਾਹੀਆਂ ਨੂੰ ਰੋਕ ਕੇ ਪੁਛਿਆ, "ਕੀ ਗੱਲ ਹੈ?"

ਕੁਝ ਸਿਪਾਹੀਆਂ ਤੋਂ ਤੇ ਕੁਝ ਰਹਿਮਤ ਤੋਂ ਸੁਣ ਕੇ ਮੈਨੂੰ ਪਤਾ ਲੱਗਾ ਕਿ ਮੇਰੇ ਪੜੋਸੀ ਇਕ ਚਪੜਾਸੀ ਨੇ ਰਹਿਮਤ ਤੋਂ ਇਕ ਲੋਈ ਲਈ ਸੀ। ਉਸ ਨੇ ਬਾਕੀ ਕੁਝ ਪੈਸੇ ਦੇਣੇ ਸਨ। ਉਹ ਹੁਣ ਦੇਣ ਤੋਂ ਮੁਕਰਦਾ ਸੀ। ਇਸੇ ਗੱਲ ਤੇ ਝਗੜਾ ਹੁੰਦੇ ਹੁੰਦੇ ਰਹਿਮਤ ਨੂੰ ਗੁੱਸਾ ਆ ਗਿਆ ਤੇ ਉਸ ਨੇ ਚਪੜਾਸੀ ਨੂੰ ਛੁਰਾ ਮਾਰ ਦਿੱਤਾ।

ਰਹਿਮਤ ਉਸ ਝੂਠੇ ਬੇਈਮਾਨ ਚਪੜਾਸੀ ਨੂੰ ਗਾਲ੍ਹਾਂ ਕੱਢ ਰਿਹਾ ਸੀ। ਇਸੇ ਦੌਰਾਨ ਮਿੰਨੀ ਓ ਕਾਬਲੀ! ਓ ਕਾਬਲੀ! ਬੋਲਦੀ ਉਥੇ ਆ ਪਹੁੰਚੀ।

ਰਹਿਮਤ ਦਾ ਚੇਹਰਾ ਥੋੜੀ ਦੇਰ ਲਈ ਖ਼ੁਸ਼ੀ ਨਾਲ ਖਿੜ ਗਿਆ। ਮਿੰਨੀ ਨੇ ਆਉਂਦਿਆਂ ਹੀ ਉਸ ਨੂੰ ਪੁਛਿਆ, "ਤੂੰ ਸਹੁਰੇ ਘਰ ਜਾਏਂਗਾ?"

ਰਹਿਮਤ ਨੇ ਹੱਸ ਕੇ ਕਿਹਾ, "ਉਥੇ ਹੀ ਤਾਂ ਜਾ ਰਿਹਾ ਹਾਂ।" ਉਸ ਨੇ ਵੇਖਿਆ ਕਿ ਇਹ ਜਵਾਬ ਸੁਣ ਕੇ ਮਿੰਨੀ ਹੱਸੀ ਨਹੀਂ। ਫੇਰ ਉਸ ਨੇ ਮੁੱਕਾ ਵਿਖਾ ਕੇ ਕਿਹਾ, "ਸਹੁਰੇ ਨੂੰ ਮਾਰਦਾ ਪਰ ਕੀ ਕਰਾਂ, ਹੱਥ ਬੰਨ੍ਹੇ ਹੋਏ ਹਨ।"

ਘਾਤਕ ਚੋਟ ਪਹੁੰਚਾਣ ਦੇ ਦੋਸ਼ ਵਿੱਚ ਰਹਿਮਤ ਨੂੰ ਸੱਤ ਸਾਲਾਂ ਦੀ ਕੈਦ ਦੀ ਸਜ਼ਾ ਹੋ ਗਈ।

ਮੈਨੂੰ ਉਸ ਦਾ ਖ਼ਿਆਲ ਬਿਲਕੁਲ ਭੁੱਲ ਗਿਆ ਤੇ ਮਿੰਨੀ ਵੀ ਉਸ ਨੂੰ ਭੁੱਲ ਗਈ।

ਹੁਣ ਮਿੰਨੀ ਦੀ ਉਮਰ ਅਠਾਰਾਂ ਸਾਲ ਦੀ ਹੈ, ਇਸ ਸਾਲ ਉਸ ਦੇ ਵਿਆਹ ਦੀ ਤਿਆਰੀ ਹੈ। ਇਕ ਚੰਗਾ ਲੜਕਾ ਕਲਕੱਤੇ ਵਿੱਚ ਮਿਲ ਗਿਆ ਹੈ। ਅੱਸੂ ਵਿੱਚ ਵਿਆਹ ਹੋਵੇਗਾ।

ਹੌਲੀ ਹੌਲੀ ਅੱਸੂ ਆ ਗਿਆ। ਅਜ ਵਿਆਹ ਦਾ ਦਿਨ ਸੀ। ਸਵੇਰ ਦਾ ਵੇਲਾ ਬੜਾ ਸੁਹਾਵਣਾ ਲੱਗਾ। ਘਰ ਸੱਦੇ ਹੋਏ ਮਹਿਮਾਨਾਂ ਨਾਲ ਭਰਿਆ ਪਿਆ ਸੀ। ਮੈਂ ਆਪਣੇ ਪੜ੍ਹਨ ਲਿਖਣ ਦੇ ਕਮਰੇ ਵਿੱਚ ਬੈਠਾ ਹਿਸਾਬ-ਕਿਤਾਬ ਵੇਖ ਰਿਹਾ ਸੀ। ਇਸੇ ਵੇਲੇ ਰਹਿਮਤ ਨੇ ਆ ਕੇ ਮੈਨੂੰ ਸਲਾਮ ਕੀਤਾ।

ਪਹਿਲਾਂ ਤਾਂ ਮੈਂ ਉਸ ਨੂੰ ਪਹਿਚਾਣ ਨਾ ਸਕਿਆ। ਉਸ ਨੂੰ ਵੇਖ ਕੇ ਮੈਂ ਕੁਝ ਸੋਚਣ ਲੱਗ ਪਿਆ। **ਆਖ਼ਰ** ਜਦ ਉਹ ਹੱਸਿਆ ਤਾਂ ਮੈਂ ਉਸ ਨੂੰ ਪਹਿਚਾਣ ਲਿਆ। ਉਸ ਨੂੰ ਵੇਖ ਕੇ ਮੈਨੂੰ ਥੋੜੀ ਝਿਝਕ ਹੋਈ। ਮੈਂ ਸੋਚਿਆ ਕਿ ਅਜ ਇਸ ਦਾ ਇਥੋਂ ਚਲੇ ਜਾਣਾ ਹੀ ਠੀਕ ਹੈ। ਮੈਂ ਉਸ ਨੂੰ ਕਿਹਾ, "ਅਜ ਮੈਨੂੰ ਕੁਝ ਕੰਮ ਹੈ। ਮੈਂ ਉਸ ਵਿੱਚ ਫਸਿਆ ਹੋਇਆ ਹਾਂ, ਇਸ ਲਈ ਤੂੰ ਜਾ।"

ਮੇਰੀ ਇਹ ਗੱਲ ਸੁਣ ਕੇ ਉਹ ਵਾਪਸ ਚਲ ਪਿਆ। ਪਰ ਫੇਰ ਵਾਪਸ ਆ ਕੇ ਉਸ ਨੇ ਝਕਦਿਆਂ ਪੁਛਿਆ, " ਬਾਬੂ ਜੀ, ਮਿੰਨੀ ਕਿੱਥੇ ਹੈ?"

ਮੈਂ ਕਿਹਾ, "ਅਜ ਘਰ ਵਿੱਚ ਕੰਮ ਹੈ। ਮਿੰਨੀ ਨਾਲ ਵੀ ਮੁਲਾਕਾਤ ਨਹੀਂ ਹੋ ਸਕਦੀ।" ਉਹ ਘਬਰਾ ਕੇ ਇਕ ਟਕ ਮੇਰੇ ਵੱਲ ਵੇਖਦਾ ਰਿਹਾ। ਉਸ ਤੋਂ ਬਾਦ 'ਬਾਬੂ ਸਲਾਮ' ਕਹਿ ਕੇ ਉਹ ਵਾਪਸ ਟੁਰ ਪਿਆ।

ਮੇਰੇ ਦਿਲ ਤੇ ਇਕ ਸੱਟ ਜਿਹੀ ਵੱਜੀ। ਦਿਲ ਕੀਤਾ ਕਿ ਉਸ ਨੂੰ ਵਾਪਸ ਬੁਲਾ ਲਵਾਂ। ਇੰਨੇ ਵਿੱਚ ਮੈਂ ਵੇਖਿਆ ਕਿ ਉਹ ਆਪ ਹੀ ਵਾਪਸ ਆ ਰਿਹਾ ਹੈ। ਕੋਲ ਆ ਕੇ ਉਸ ਨੇ ਕਿਹਾ, "ਇਹ ਅੰਗੂਰ, ਕੁਝ ਕਿਸ਼ਮਿਸ਼ ਤੇ ਬਦਾਮ ਮਿੰਨੀ ਲਈ ਲਿਆਇਆ ਸਾਂ, ਉਸ ਨੂੰ ਦੇ ਦੇਣਾ।"

ਮੈਂ ਉਸ ਨੂੰ ਪੈਸੇ ਦੇਣੇ ਚਾਹੇ। ਉਸ ਨੇ ਮੇਰਾ ਹੱਥ ਫੜ ਲਿਆ ਤੇ ਕਿਹਾ, "ਤੁਹਾਡੀ ਮਿਹਰਬਾਨੀ ਮੈਂ ਕਦੇ ਨਹੀਂ ਭੁੱਲ ਸਕਦਾ। ਮੈਨੂੰ ਪੈਸੇ ਨਾ ਦਿਓ। ਬਾਬੂ, ਤੁਹਾਡੀ ਲੜਕੀ ਵਰਗੀ ਮੇਰੀ ਵੀ ਇਕ ਲੜਕੀ ਹੈ। ਇਸੇ ਲਈ ਮੈਨੂੰ ਤੁਹਾਡੀ ਲੜਕੀ ਨਾਲ ਪਿਆਰ ਸੀ।"

ਏਨਾ ਕਹਿ ਕੇ ਉਸ ਨੇ ਕੁੜਤੇ ਦੇ ਅੰਦਰੋਂ ਪਤਾ ਨਹੀਂ ਕਿੱਥੋਂ ਇਕ ਮੈਲੇ ਕੁਚੈਲੇ ਕਾਗ਼ਜ਼ ਦੀ ਪੁੜੀ ਕੱਢੀ। ਬੜੇ ਧਿਆਨ ਨਾਲ ਉਸ ਨੇ ਪੁੜੀ ਖੋਲ੍ਹ ਕੇ ਮੇਰੀ ਮੇਜ਼ ਤੇ ਰੱਖ ਦਿੱਤੀ।

ਉਸ ਕਾਗ਼ਜ਼ ਤੇ ਇਕ ਛੋਟੇ ਜਿਹੇ ਹੱਥ ਦੀ ਤਵੇ ਦੀ ਕਾਲਖ ਨਾਲ ਲਾਈ ਹੋਈ ਨਿਸ਼ਾਨੀ ਸੀ। ਲੜਕੀ ਦੀ ਇਸ ਯਾਦਗਾਰ ਨਿਸ਼ਾਨੀ ਨੂੰ ਛਾਤੀ ਨਾਲ ਲਾਏ ਰਹਿਮਤ ਹਰ ਸਾਲ ਇੰਨੀ ਦੂਰ ਕਲਕੱਤੇ ਵਿੱਚ ਮੇਵਾ ਵੇਚਣ ਆਉਂਦਾ ਸੀ। ਉਹ ਕੋਮਲ ਹੱਥ ਦਾ ਨਿਸ਼ਾਨ ਉਸ ਦੇ ਦਿਲ ਨੂੰ ਵਿਛੋੜੇ ਦੇ ਦੁੱਖ ਤੋਂ ਬਚਾਈ ਰਖਦਾ ਸੀ।

ਇਹ ਵੇਖ ਕੇ ਮੇਰੀਆਂ ਅੱਖਾਂ ਵਿੱਚ ਅੱਥਰੂ ਆ ਗਏ। ਉਸ ਵੇਲੇ ਮੈਂ ਇਹ ਭੁੱਲ ਗਿਆ ਕਿ ਇਹ ਇਕ ਮੇਵੇ ਵੇਚਣ ਵਾਲਾ ਹੈ ਤੇ ਮੈਂ ਇਕ ਇੱਜ਼ਤਦਾਰ ਆਦਮੀ ਹਾਂ। ਮੈਂ ਸਮਝਿਆ ਜੋ ਮੈਂ ਹਾਂ, ਉਹੀ ਇਹ ਵੀ ਹੈ। ਮੈਂ ਵੀ ਪਿਤਾ ਹਾਂ, ਇਹ ਵੀ ਪਿਤਾ ਹੈ।

ਮੈਂ ਉਸੇ ਵੇਲੇ ਅੰਦਰੋਂ ਮਿੰਨੀ ਨੂੰ ਬੁਲਵਾਇਆ। ਇਸ ਤੇ ਘਰ ਦੀਆਂ ਔਰਤਾਂ ਨੇ ਬੜਾ ਇਤਰਾਜ਼ ਕੀਤਾ, ਪਰ ਮੈਂ ਇਕ ਨਾ ਸੁਣੀ। ਸੁਹਣੇ ਗਹਿਣੇ ਤੇ ਕਪੜੇ ਪਾਏ ਮਿੰਨੀ ਸ਼ਰਮਾਂਦੀ ਹੋਈ ਆ ਕੇ ਮੇਰੇ ਕੋਲ ਖੜੀ ਹੋ ਗਈ।

ਉਸ ਨੂੰ ਵੇਖਦਿਆਂ ਹੀ ਕਾਬਲੀ ਤ੍ਰਬ੍ਰਕ ਪਿਆ। ਉਹ ਪਹਿਲਾਂ ਵਾਂਗ ਸਿੱਧੀ ਗੱਲ ਨਾ ਕਰ ਸਕਿਆ। ਫੇਰ ਉਸ ਨੇ ਹੱਸ ਕੇ ਕਿਹਾ, "ਮਿੰਨੀ, ਤੂੰ ਸਹੁਰੇ ਘਰ ਜਾਏਂਗੀ?"

ਹੁਣ ਮਿੰਨੀ ਸਹੁਰੇ ਘਰ ਦਾ ਮਤਲਬ ਸਮਝਦੀ ਸੀ। ਹੁਣ ਉਹ ਪਹਿਲਾਂ ਜਿਹਾ ਜਵਾਬ ਨਾ ਦੇ ਸਕੀ। ਉਸ ਨੇ ਮੂੰਹ ਦੂਜੇ ਪਾਸੇ ਕਰ ਲਿਆ।

ਮਿੰਨੀ ਦੇ ਜਾਣ ਦੇ ਬਾਦ ਇਕ ਠੰਢਾ ਸਾਹ ਭਰ ਕੇ ਰਹਿਮਤ ਜ਼ਮੀਨ ਤੇ ਬੈਠ ਗਿਆ। ਉਸ ਨੂੰ ਇਕ ਦਮ ਇਹ ਮਹਿਸੂਸ ਹੋਇਆ ਕਿ ਉਸ ਦੀ ਲੜਕੀ ਵੀ ਇੰਨੀ ਵੱਡੀ ਹੋ ਗਈ ਹੋਵੇਗੀ।

ਮੈਂ ਆਪਣਾ ਬਕਸਾ ਖੋਲ੍ਹ ਕੇ ਸੌ ਰੁਪਏ ਕੱਢੇ ਤੇ ਕਾਬਲੀ ਰਹਿਮਤ ਨੂੰ ਦੇਂਦੇ ਹੋਏ ਕਿਹਾ, "ਰਹਿਮਤ, ਤੂੰ ਆਪਣੀ ਜਨਮ ਭੂਮੀ ਜਾ ਕੇ ਆਪਣੀ ਲੜਕੀ ਨੂੰ ਵੇਖ ਤੇ ਪਰਮਾਤਮਾ ਅੱਗੇ ਬੇਨਤੀ ਕਰ ਕਿ ਮੇਰੀ ਮਿੰਨੀ ਸੁਖੀ ਰਹੇ।"

ਇਹ ਰੁਪਏ ਦੇ ਦੇਣ ਕਰ ਕੇ ਮੈਨੂੰ ਕੁਝ ਰੋਸ਼ਨੀ ਤੇ ਦਾਅਵਤ ਦਾ ਸਮਾਨ ਘਟ ਕਰਨਾ ਪਿਆ। ਪਰ ਉਸ ਪਰਦੇਸੀ ਦੀ ਖ਼ੁਸ਼ੀ ਨੇ ਇਸ ਖ਼ੁਸ਼ੀ ਦੇ ਮੌਕੇ ਦੀ ਰੋਸ਼ਨੀ ਨੂੰ ਹੋਰ ਵੀ ਵਧਾ ਦਿੱਤਾ।

ਅਭਿਆਸ

I. ਦੱਸੋ ਭਲਾ:—

1. ਕਾਬਲੀ ਕੌਣ ਸੀ?
2. ਉਹ ਕਲਕੱਤੇ ਕਿਉਂ ਆਇਆ?
3. ਮਿੰਨੀ ਕੌਣ ਸੀ?
4. ਕਾਬਲੀ ਨੂੰ ਮਿੰਨੀ ਨਾਲ ਇੰਨਾ ਪਿਆਰ ਕਿਉਂ ਸੀ?
5. ਕਾਬਲੀ ਨੂੰ ਕੈਦ ਦੀ ਸਜ਼ਾ ਕਿਉਂ ਹੋ ਗਈ?
6. ਜਦੋਂ ਉਹ ਜੇਲ੍ਹ ਤੋਂ ਵਾਪਸ ਆਇਆ ਤਾਂ ਮਿੰਨੀ ਦੇ ਘਰ ਜਾ ਕੇ ਉਸ ਨੇ ਕੀ ਵੇਖਿਆ?
7. ਮਿੰਨੀ ਦੇ ਪਿਤਾ ਨੇ ਕਾਬਲੀ ਦੀ ਮਦਦ ਕਿਸ ਤਰ੍ਹਾਂ ਕੀਤੀ?

II. ਵਾਕ ਬਣਾਓ:—

ਕਾਬਲੀ, ਬਰਾਂਡਾ, ਪਟਾਰੀ, ਬੇਬੁਨਿਆਦ, ਅੱਥਰੂ, ਮਾਸੂਮ, ਹਜੂਮ, ਸੁਹਾਵਣਾ, ਮੁਲਾਕਾਤ, ਮਿਹਰਬਾਨੀ, ਇਤਰਾਜ਼, ਜਨਮ ਭੂਮੀ।

III. ਖ਼ਾਲੀ ਥਾਂਵਾਂ ਭਰੋ:—

1. ਕਾਬਲੀ ਇਕ .... ਵੇਚਣ ਵਾਲਾ ਸੀ।
2. ਉਹ ਮਿੰਨੀ ਨਾਲ ਬੜਾ .... ਕਰਦਾ ਸੀ।
3. ਉਸ ਦਾ ਨਾਂ .... ਸੀ।
4. ਘਾਤਕ ਚੋਟ ਪਹੁੰਚਾਣ ਕਰ ਕੇ ਰਹਿਮਤ ਨੂੰ .... ਸਾਲ ਦੀ ਕੈਦ ਹੋ ਗਈ।
5. ਜੇਲ੍ਹ ਤੋਂ ਵਾਪਸ ਆ ਕੇ .... ਮਿੰਨੀ ਨੂੰ ਮਿਲਣ ਗਿਆ।
6. ਮਿੰਨੀ ਦੇ ਪਿਤਾ ਨੇ ਉਸ ਨੂੰ .... ਰੁਪਏ ਦਿੱਤੇ।

ਕੋਲੰਬਸ

(1)

"ਵੀਰ!" ਕ੍ਰਿਸਟੋਫ਼ਰ ਨੇ ਖੱਡੀ ਰੋਕ ਕੇ ਕਿਹਾ, "ਇਹ ਕਪੜਾ ਬੁਣਨ ਦਾ ਕੰਮ ਮੈਨੂੰ ਜ਼ਰਾ ਵੀ ਪਸੰਦ ਨਹੀਂ।"

"ਪਰ ਤੇਰੀ ਪਸੰਦ ਹੋਣ ਜਾਂ ਨਾ ਹੋਣ ਨਾਲ ਕੀ ਹੋਵੇਗਾ?" ਉਸ ਦੇ ਭਰਾ ਬਾਰਥੋ ਲੋਮੀਓ ਨੇ ਜਵਾਬ ਦਿੱਤਾ, "ਇਹ ਕੰਮ ਸਾਨੂੰ ਕਰਨਾ ਹੀ ਪਵੇਗਾ। ਸਾਡੇ ਪਿਤਾ ਵੀ ਇਹ ਕੰਮ ਕਰਦੇ ਨੇ। ਸਾਡੇ ਪਿਤਾ ਦੇ ਪਿਤਾ ਵੀ ਇਹੋ ਕੰਮ ਕਰਦੇ ਸਨ ਤੇ ਉਨ੍ਹਾਂ ਦੇ ਪਿਤਾ ਵੀ।"

"ਮੈਂ ਸਮਝਦਾ ਹਾਂ ਕਿ ਮੈਂ ਇਸ ਤੋਂ ਕੋਈ ਚੰਗਾ ਕੰਮ ਕਰ ਸਕਦਾ ਹਾਂ।" ਕ੍ਰਿਸਟੋਫ਼ਰ ਨੇ ਕਿਸੇ ਡੂੰਘੀ ਸੋਚ ਵਿੱਚ ਡੁੱਬੇ ਹੋਏ ਕਿਹਾ, "ਮੈਂ ਕੋਈ ਵੱਡਾ ਕੰਮ ਕਰਨਾ ਚਾਹੁੰਦਾ ਹਾਂ। ਸ਼ਾਇਦ ਮੈਂ ਨਾਈਟ ਬਣਾਂਗਾ ਜਾਂ ਜਹਾਜ਼ ਦਾ ਕਪਤਾਨ।"

"ਹਾ ਹਾ ਹਾ ਹਾ ਹਾ!" ਬਾਰਥੋ ਲੋਮਿਓ ਖਿੜਖਿੜਾ ਕੇ ਹੱਸਿਆ, "ਓਏ ਭਰਾ! ਗੱਲ ਉਹ ਸੋਚਣੀ ਚਾਹੀਦੀ ਹੈ, ਜਿਹੜੀ ਹੋ ਸਕਦੀ ਹੋਵੇ। ਕਿਥੇ ਅਸੀਂ ਗ਼ਰੀਬ ਜੁਲਾਹੇ ਤੇ ਕਿਥੇ ਨਾਈਟ ਤੇ ਕਪਤਾਨ ਬਣਨ ਦੇ ਸੁਫਨੇ।"

ਕ੍ਰਿਸਟੋਫ਼ਰ ਕੋਲੰਬਸ ਉਸ ਵਕਤ ਤੇਰ੍ਹਾਂ ਸਾਲਾਂ ਦਾ ਮੁੰਡਾ ਸੀ। ਉਹ ਇਟਲੀ ਦੇ ਸ਼ਹਿਰ ਜਨੇਵਾ ਵਿੱਚ ਰਹਿੰਦਾ ਸੀ, ਜਿਹੜਾ ਉਨ੍ਹਾਂ ਦਿਨਾਂ ਵਿੱਚ ਵਪਾਰ ਦਾ ਇਕ ਵੱਡਾ ਕੇਂਦਰ ਸੀ। ਉਥੇ ਸਾਰੇ ਦੇਸ਼ਾਂ ਦੇ ਜਹਾਜ਼ ਆਂਦੇ ਜਾਂਦੇ ਸਨ। ਕ੍ਰਿਸਟੋਫ਼ਰ ਦੇ ਪਿਤਾ ਨੇ ਜਦੋਂ ਇਹ ਵੇਖਿਆ ਕਿ ਉਸ ਦਾ ਦਿਲ ਕਪੜਾ ਬੁਣਨ ਦੇ ਕੰਮ ਵਿੱਚ ਨਹੀਂ ਲੱਗਦਾ ਤਾਂ ਉਸ ਨੇ ਉਸ ਨੂੰ ਇਕ ਜਹਾਜ਼ ਤੇ ਨੌਕਰ ਰਖਵਾ ਦਿੱਤਾ।

ਕੁਝ ਦੇਰ ਜਹਾਜ਼ ਤੇ ਕੰਮ ਕਰਨ ਦੇ ਬਾਦ ਕ੍ਰਿਸਟੋਫ਼ਰ ਨੇ ਸਮਝ ਲਿਆ ਕਿ ਜੇ ਉਹ ਆਮ ਜਹਾਜ਼ੀ ਤੋਂ ਅੱਗੇ ਵਧਣਾ ਚਾਹੁੰਦਾ ਹੈ ਤਾਂ ਉਸ ਨੂੰ ਕਾਫ਼ੀ ਕੁਝ ਸਿਖਣਾ ਪਏਗਾ। ਇਸ ਲਈ ਉਸ ਨੇ ਅਗਲੇ ਛੇ ਸਾਲ ਬੜੀ ਮਿਹਨਤ ਕੀਤੀ ਤੇ ਹਿਸਾਬ, ਜੋਤਸ਼ ਤੇ ਸਾਇੰਸ ਦਾ ਦਿਲ ਲਾ ਕੇ ਅਧਿਐਨ ਕੀਤਾ।

ਸਿੱਖਿਆ ਪ੍ਰਾਪਤ ਕਰ ਕੇ ਕ੍ਰਿਸਟੋਫ਼ਰ ਕੋਲੰਬਸ ਇਕ ਜਹਾਜ਼ ਤੇ ਨੌਕਰ ਹੋ ਗਿਆ ਤੇ ਛੇਤੀ ਹੀ ਤਰੱਕੀ ਕਰ ਕੇ ਕਪਤਾਨ ਬਣ ਗਿਆ। ਇਸ ਦੌਰਾਨ ਉਸ ਨੇ ਬਹੁਤ ਸਾਰੀਆਂ ਯਾਤਰਾਵਾਂ ਕੀਤੀਆਂ। ਇਕ ਵਾਰੀ ਉਸ ਦੇ ਜਹਾਜ਼ ਤੇ ਦੂਜੇ ਜਹਾਜ਼ ਨੇ ਹਮਲਾ ਕਰ ਦਿੱਤਾ। ਕੋਲੰਬਸ ਦਾ ਜਹਾਜ਼ ਡੁੱਬ ਗਿਆ ਤੇ ਉਸ ਦੇ ਸਾਰੇ ਸਾਥੀ ਮਾਰੇ ਗਏ। ਕੋਲੰਬਸ ਸਮੁੰਦਰ ਵਿੱਚ ਕੁੱਦ ਗਿਆ। ਚੰਗੀ ਕਿਸਮਤ ਨਾਲ ਉਸ ਨੂੰ ਟੁੱਟੇ ਹੋਏ ਜਹਾਜ਼ ਦਾ ਇਕ ਮਸਤੂਲ ਮਿਲ ਗਿਆ ਤੇ ਉਸ ਦੇ ਸਹਾਰੇ ਤੈਰਦਾ ਹੋਇਆ ਉਹ ਪੁਰਤਗਾਲ ਦੇ ਕਿਨਾਰੇ ਤੇ ਜਾ ਪਹੁੰਚਿਆ।

ਕੋਲੰਬਸ ਹੁਣ ਪੁਰਤਗਾਲ ਵਿੱਚ ਹੀ ਰਹਿਣ ਲੱਗ ਪਿਆ। ਆਪਣੀ ਯੋਗਤਾ ਕਰ ਕੇ ਉਹ ਛੇਤੀ ਹੀ ਵਪਾਰੀਆਂ ਵਿੱਚ ਪ੍ਰਸਿੱਧ ਹੋ ਗਿਆ ਤੇ ਉਸ ਨੂੰ ਕਈ ਜਹਾਜ਼ਾਂ ਦਾ ਕਪਤਾਨ ਬਣਨ ਲਈ ਸੱਦਿਆ ਜਾਣ ਲੱਗਾ। ਉਸ ਨੇ ਇਕ ਅਮੀਰ ਲੜਕੀ ਨਾਲ ਵਿਆਹ ਕਰ ਲਿਆ ਤੇ ਇਕ ਵੱਡਾ ਮਕਾਨ ਲੈ ਕੇ ਠਾਠ ਬਾਠ ਨਾਲ ਰਹਿਣ ਲੱਗ ਪਿਆ।

ਕੋਲੰਬਸ ਦੇ ਜ਼ਮਾਨੇ ਵਿੱਚ ਦੁਨੀਆਂ ਬਹੁਤ ਛੋਟੀ ਸੀ। ਯੂਰਪ ਦੇ ਇਲਾਵਾ ਲੋਕਾਂ ਨੇ ਏਸ਼ੀਆ ਤੇ ਅਫ਼ਰੀਕਾ ਦੇ ਕੁਝ ਹਿੱਸਿਆਂ ਦੇ ਸੰਬੰਧ ਵਿੱਚ ਸੁਣਿਆ ਹੋਇਆ ਸੀ। ਉਹ ਸਮਝਦੇ ਸਨ ਕਿ ਇਸ ਛੋਟੇ ਜਿਹੇ ਸੰਸਾਰ ਦੇ ਚਾਰੇ ਪਾਸੇ ਸਮੁੰਦਰਾਂ ਦਾ ਪਾਣੀ ਫੈਲਿਆ ਹੋਇਆ ਹੈ। ਉਸ ਦੇ ਪਾਰ ਦੁਨੀਆਂ ਕਿਥੇ ਖ਼ਤਮ ਹੋ ਜਾਂਦੀ ਹੈ, ਕੋਈ ਨਹੀਂ ਜਾਣਦਾ ਸੀ। ਜਹਾਜ਼ੀ ਆਪਣੇ ਪਾਲਾਂ ਵਾਲੇ ਜਹਾਜ਼ਾਂ ਨੂੰ ਕਿਨਾਰੇ ਤੋਂ ਦੂਰ ਲੈ ਜਾਣ ਦੀ ਹਿੰਮਤ ਨਹੀਂ ਸਨ ਕਰਦੇ। ਉਹ ਸਮਝਦੇ ਸਨ ਕਿ ਖੁਲੇ ਸਮੁੰਦਰਾਂ ਵਿੱਚ ਵੱਡੇ ਵੱਡੇ ਡਰਾਵਣੇ ਰਾਖਸ਼ ਤੇ ਜਾਨਵਰ ਰਹਿੰਦੇ ਹਨ। ਤੇ ਜੇ ਕੋਈ ਕਿਨਾਰੇ ਤੋਂ ਦੂਰ ਚਲਾ ਜਾਏ ਤਾਂ ਪਾਣੀ ਦੀਆਂ ਲਹਿਰਾਂ ਉਸ ਨੂੰ ਦੁਨੀਆਂ ਦੇ ਕਿਨਾਰੇ ਤੇ ਪਹੁੰਚਾ ਕੇ ਹੇਠਾਂ ਸੁੱਟ ਦੇਣਗੀਆਂ।

ਉਨ੍ਹਾਂ ਦਿਨਾਂ ਵਿੱਚ ਹਿੰਦੁਸਤਾਨ ਦਾ ਰੇਸ਼ਮ, ਮਲਮਲ, ਮਸਾਲੇ ਤੇ ਕਈ ਦੂਜੀਆਂ ਚੀਜ਼ਾਂ ਜ਼ਮੀਨ ਦੇ ਰਸਤੇ ਤੋਂ ਯੂਰਪ ਵਿੱਚ ਆਉਂਦੀਆਂ ਸਨ। ਇਨ੍ਹਾਂ ਚੀਜ਼ਾਂ ਦੀ ਬੜੀ ਮੰਗ ਸੀ, ਪਰ ਜ਼ਮੀਨ ਦੇ ਰਸਤੇ ਤੇ ਤੁਰਕਾਂ ਦਾ ਕਬਜ਼ਾ ਸੀ। ਉਹ ਆਪ ਹਿੰਦੁਸਤਾਨ ਤੋਂ ਮਾਲ ਲਿਆਂਦੇ ਸਨ ਤੇ ਕਈ ਗੁਣਾ ਲਾਭ ਲੈ ਕੇ ਵੇਚਦੇ ਸਨ। ਯੂਰਪ ਦੇ ਲੋਕ ਇਸ ਕੋਸ਼ਿਸ਼ ਵਿੱਚ ਸਨ ਕਿ ਉਨ੍ਹਾਂ ਨੂੰ ਹਿੰਦੁਸਤਾਨ ਜਾਣ ਦਾ ਕੋਈ ਦੂਜਾ ਰਸਤਾ ਮਿਲ ਜਾਏ ਤੇ ਉਹ ਹਿੰਦੁਸਤਾਨ ਨਾਲ ਸਿੱਧਾ ਵਪਾਰ ਕਰਨ ਤੇ ਆਪ ਫ਼ਾਇਦਾ ਲੈਣ। ਇਸ ਉਦੇਸ਼ ਲਈ ਪੁਰਤਗਾਲ ਦੇ ਹਾਕਮ ਬੜੀ ਕੋਸ਼ਿਸ਼ ਕਰ ਰਹੇ ਸਨ। ਕਈ ਪੁਰਤਗਾਲੀ ਜਹਾਜ਼ ਅਫ਼ਰੀਕਾ ਦੇ ਕਿਨਾਰੇ ਦੇ ਨਾਲ ਨਾਲ ਹੋ ਕੇ ਦੱਖਣ ਤੱਕ ਜਾ ਚੁੱਕੇ ਸਨ।

ਇਟਲੀ ਦੇ ਵਿਗਿਆਨਕ ਗੇਲੀਲੀਓ ਦੀਆਂ ਖੋਜਾਂ ਦਾ ਵਿਵਰਨ ਪੜ੍ਹ ਕੇ ਕੋਲੰਬਸ ਨੂੰ ਵਿਸ਼ਵਾਸ ਹੋ ਗਿਆ ਸੀ ਕਿ ਜ਼ਮੀਨ ਸਪਾਟ ਨਹੀਂ, ਬਲਕਿ ਗੋਲ ਹੈ ਤੇ ਉਸ ਦਾ ਕੋਈ ਕਿਨਾਰਾ ਨਹੀਂ, ਜਿਥੇ ਪਹੁੰਚ

ਕੇ ਆਦਮੀ ਡਿਗ ਪਵੇ। ਜੇ ਜ਼ਮੀਨ ਗੋਲ ਹੈ ਤਾਂ ਆਦਮੀ ਪੱਛਮ ਵਲੋਂ ਚਲ ਕੇ ਪੂਰਬ ਵੱਲ ਹਿੰਦੁਸਤਾਨ ਪਹੁੰਚ ਸਕਦਾ ਹੈ। ਇਸ ਸਿਧਾਂਤ ਨੂੰ ਅਜ਼ਮਾਉਣ ਲਈ ਕੋਲੰਬਸ ਨੇ ਪੁਰਤਗਾਲ ਦੇ ਰਾਜੇ ਨੂੰ ਮਿਲਣਾ ਚਾਹਿਆ। ਪਰ ਜਿਨ੍ਹਾਂ ਨਵਾਬਾਂ ਦੇ ਰਾਹੀਂ ਉਸ ਨੇ ਬਾਦਸ਼ਾਹ ਤਕ ਪਹੁੰਚਣ ਦੀ ਕੋਸ਼ਿਸ਼ ਕੀਤੀ, ਉਹ ਬੜੇ ਮਤਲਬੀ ਤੇ ਕਮੀਨੇ ਸਨ। ਉਹ ਕੋਲੰਬਸ ਨੂੰ ਕੈਦੀ ਬਣਾ ਕੇ ਜੇਲ੍ਹ ਵਿੱਚ ਬੰਦ ਕਰਨ ਦੀ ਸੋਚਣ ਲੱਗੇ, ਤਾਂ ਜੋ ਉਹ ਬਾਦਸ਼ਾਹ ਨੂੰ ਕਹਿ ਸਕਣ ਕਿ ਇਹ ਯੋਜਨਾ ਉਨ੍ਹਾਂ ਦੀ ਆਪਣੀ ਹੈ। ਚੰਗਾ ਇਹ ਹੋਇਆ ਕਿ ਕੋਲੰਬਸ ਨੂੰ ਇਸ ਦੀ ਖ਼ਬਰ ਮਿਲ ਗਈ ਤੇ ਉਹ ਪੁਰਤਗਾਲ ਤੋਂ ਭੱਜ ਕੇ ਸਪੇਨ ਜਾਣ ਵਿੱਚ ਸਫਲ ਹੋ ਗਿਆ।

ਸਪੇਨ ਦੀ ਮਹਾਰਾਣੀ ਆਈਜ਼ਾਬੇਲਾ ਨੇ ਕੋਲੰਬਸ ਦੀ ਯੋਜਨਾ ਨੂੰ ਬੜੀ ਹਮਦਰਦੀ ਨਾਲ ਸੁਣਿਆ, ਪਰ ਵਿਸ਼ੇਸ਼ਗਾਂ ਦੇ ਵਿਚਾਰ ਜਾਣਨ ਲਈ ਮਹਾਰਾਣੀ ਨੇ ਉਸ ਨੂੰ ਆਪਣੇ ਵਿਦਵਾਨਾਂ ਕੋਲ ਭੇਜਿਆ। ਵਿਦਵਾਨਾਂ ਨੇ ਕੋਲੰਬਸ ਦੀ ਯੋਜਨਾ ਤੇ ਅਜੀਬ ਅਜੀਬ ਇਤਰਾਜ਼ ਕੀਤੇ। ਬਾਈਬਲ ਵਿਚ ਕਿਥੇ ਲਿਖਿਆ ਹੈ ਕਿ ਜ਼ਮੀਨ ਗੋਲ ਹੈ। ਇਹ ਸਿਧਾਂਤ ਧਰਮ ਦੇ ਬਿਲਕੁਲ ਉਲਟ ਹੈ। ਅਗਰ ਇਹ ਮੰਨ ਵੀ ਲਿਆ ਜਾਏ ਕਿ ਜ਼ਮੀਨ ਗੋਲ ਹੈ ਤਾਂ ਜ਼ਮੀਨ ਦੇ ਪਿਛਲੇ ਪਾਸੇ ਆਦਮੀ ਕਿਸ ਤਰ੍ਹਾਂ ਰਹਿ ਸਕਦੇ ਹਨ? ਕੀ ਉਹ ਸਿਰ ਦੇ ਭਾਰ ਚਲਦੇ ਹਨ? ਕੀ ਉਹ ਥੱਲੇ ਨਹੀਂ ਡਿੱਗ ਪੈਣਗੇ?

ਕੋਲੰਬਸ ਉਨ੍ਹਾਂ ਦੀ ਤਸੱਲੀ ਨਾ ਕਰਾ ਸਕਿਆ ਤੇ ਵਿਦਵਾਨਾਂ ਨੇ ਮਹਾਰਾਣੀ ਨੂੰ ਲਿਖ ਭੇਜਿਆ ਕਿ ਇਹ ਯੋਜਨਾ ਬਿਲਕੁਲ ਫ਼ਜ਼ੂਲ ਹੈ। ਫੇਰ ਵੀ ਮਹਾਰਾਣੀ ਨੇ ਕੋਲੰਬਸ ਦੀ ਮਦਦ ਕਰਨੀ ਮਨਜ਼ੂਰ ਕਰ ਲਈ ਤੇ ਉਸ ਨੂੰ ਤਿੰਨ ਜਹਾਜ਼ ਦਿੱਤੇ। ਜਹਾਜ਼ ਤਾਂ ਮਿਲ ਗਏ ਪਰ ਹੁਣ ਜਹਾਜ਼ੀ ਮਿਲਣੇ ਮੁਸ਼ਕਲ ਸਨ।

ਇਸ ਅਜੀਬ ਤੇ ਡਰਾਵਣੀ ਯਾਤਰਾ ਤੇ ਜਾਣ ਲਈ ਕੋਈ ਵੀ ਤਿਆਰ ਨਹੀਂ ਸੀ। ਸਾਰੇ ਕਹਿੰਦੇ ਸਨ ਕਿ ਉਹ ਦੁਨੀਆਂ ਦੇ ਸਿਰੇ ਤੇ ਪਹੁੰਚ ਕੇ ਡਿੱਗ ਪੈਣਗੇ ਤੇ ਪਤਾ ਨਹੀਂ ਖੁਲ੍ਹੇ ਸਮੁੰਦਰਾਂ ਵਿਚ ਉਨ੍ਹਾਂ ਦੇ ਅੱਗੇ ਕੀ ਕੀ ਰੁਕਾਵਟਾਂ ਆਉਣ। ਕੋਲੰਬਸ ਨੇ ਬੜੀ ਮੁਸ਼ਕਲ ਨਾਲ ਕੈਦੀਆਂ ਨੂੰ ਨਾਲ ਚਲਣ ਲਈ ਰਾਜ਼ੀ ਕੀਤਾ। ਆਖ਼ਰ ਉਹ ਤਿੰਨ ਜਹਾਜ਼ਾਂ ਤੇ 88 ਆਦਮੀਆਂ ਨੂੰ ਲੈ ਕੇ 13 ਅਗਸਤ 1492 ਦੇ ਦਿਨ ਆਪਣੀ ਯਾਤਰਾ ਤੇ ਰਵਾਨਾ ਹੋ ਗਿਆ।

ਅਭਿਆਸ

I. ਦੱਸੋ ਭਲਾ:—

1. ਕੋਲੰਬਸ ਕੌਣ ਸੀ?
2. ਯੂਰਪ ਦੇ ਲੋਕ ਹਿੰਦੁਸਤਾਨ ਨਾਲ ਕਿਉਂ ਵਪਾਰ ਕਰਨਾ ਚਾਹੁੰਦੇ ਸਨ?
3. ਹਿੰਦੁਸਤਾਨ ਦੇ ਨਾਲ ਵਪਾਰ ਕਰਨ ਵਿੱਚ ਉਨ੍ਹਾਂ ਨੂੰ ਕੀ ਕੀ ਕਠਨਾਈਆਂ ਸਨ?
4. ਕੋਲੰਬਸ ਦੀ ਕੀ ਯੋਜਨਾ ਸੀ?
5. ਕੋਲੰਬਸ ਨੂੰ ਪੁਰਤਗਾਲ ਤੋਂ ਕਿਉਂ ਭੱਜਣਾ ਪਿਆ?
6. ਸਪੇਨ ਦੇ ਵਿਦਵਾਨਾਂ ਨੇ ਕੋਲੰਬਸ ਦੀਆਂ ਯੋਜਨਾਵਾਂ ਤੇ ਕੀ ਕੀ ਇਤਰਾਜ਼ ਕੀਤੇ?
7. ਕੋਲੰਬਸ ਨਾਲ ਜਾਣ ਲਈ ਜਹਾਜ਼ੀ ਕਿਉਂ ਤਿਆਰ ਨਹੀਂ ਸਨ?
8. ਕੋਲੰਬਸ ਕਦੋਂ ਯਾਤਰਾ ਤੇ ਚਲਿਆ?

II. ਵਾਕ ਬਣਾਓ:—

ਖੱਡੀ, ਜੁਲਾਹਾ, ਮਸਤੂਲ, ਅਧਿਕਾਰ, ਉਦੇਸ਼, ਵਿਸ਼ਵਾਸ, ਯਾਤਰਾ, ਮੁਸ਼ਕਲ, ਰਵਾਨਾ।

ਕੋਲੰਬਸ

(2)

ਕੋਲੰਬਸ ਦੇ ਜਹਾਜ਼ ਦਿਨ ਰਾਤ ਚਲਦੇ ਰਹੇ। ਇਕ ਮਹੀਨਾ ਬੀਤ ਗਿਆ, ਪਰ ਧਰਤੀ ਦਾ ਕੋਈ ਨਿਸ਼ਾਨ ਨਜ਼ਰ ਨਹੀਂ ਆ ਰਿਹਾ ਸੀ। ਜਹਾਜ਼ੀ ਬੋਲਣ ਲੱਗੇ। ਉਹ ਵਾਪਸ ਆਪਣੇ ਘਰਾਂ ਨੂੰ ਜਾਣਾ ਚਾਹੁੰਦੇ ਸਨ। ਹਰ ਰੋਜ਼ ਕੋਲੰਬਸ ਉਨ੍ਹਾਂ ਨੂੰ ਹੌਂਸਲਾ ਦੇ ਕੇ ਅੱਗੇ ਚਲਣ ਲਈ ਮੰਨਾਂਦਾ। ਇਸ ਤਰ੍ਹਾਂ ਕਈ ਦਿਨ ਗੁਜ਼ਰ ਗਏ। ਆਖ਼ਰ ਜਹਾਜ਼ੀਆਂ ਦਾ ਧੀਰਜ ਖ਼ਤਮ ਹੋ ਗਿਆ ਤੇ ਉਹ ਬਗਾਵਤ ਕਰਨ ਲੱਗੇ। ਇਕ ਸ਼ਰਾਰਤੀ ਜਹਾਜ਼ੀ ਨੇ ਕਿਹਾ, ''ਕੋਲੰਬਸ ਨਹੀਂ ਮੰਨੇਗਾ ਤਾਂ ਮੈਂ ਉਸ ਨੂੰ ਆਪਣੇ ਛੁਰੇ ਨਾਲ ਮਾਰ ਕੇ ਸਮੁੰਦਰ ਵਿੱਚ ਸੁੱਟ ਦਿਆਂਗਾ।'' ਉਹ ਸਾਰੇ ਸ਼ੋਰ ਮਚਾਂਦੇ ਤੇ ਨਾਅਰੇ ਲਾਂਦੇ ਹੋਏ ਕੋਲੰਬਸ ਕੋਲ ਗਏ ਤੇ ਉਸ ਨੂੰ ਘੇਰ ਕੇ ਖੜੇ ਹੋ ਗਏ।

ਕੋਲੰਬਸ ਨੇ ਬੜੀ ਹਿੰਮਤ ਨਾਲ ਕਿਹਾ, ''ਤੁਸੀਂ ਲੋਕ ਇੰਨੀਆਂ ਮੁਸੀਬਤਾਂ ਉਠਾ ਕੇ ਇਥੇ ਆਏ ਹੋ। ਤੁਸੀਂ ਪਹਿਲੇ ਆਦਮੀ ਹੋ ਜੋ ਸਮੁੰਦਰ ਦੇ ਰਸਤੇ ਉਸ ਦੇਸ ਵਿੱਚ ਜਾ ਰਹੇ ਹੋ, ਜਿਸ ਦੀ ਧਰਤੀ ਸੋਨਾ ਉਗਲਦੀ ਹੈ, ਜਿਸ ਦੇ ਕਿਨਾਰਿਆਂ ਤੇ ਹੀਰੇ ਜਵਾਹਰਾਤ ਪਏ ਰਹਿੰਦੇ ਹਨ, ਪਰ ਕੋਈ ਚੁੱਕਦਾ ਨਹੀਂ। ਜਿਥੇ ਰੇਸ਼ਮ ਦੇ ਥਾਨ ਕਉਡੀਆਂ ਦੇ ਭਾਅ ਵਿਕਦੇ ਹਨ। ਹੁਣ ਜਦੋਂ ਤੁਸੀਂ ਉਸ ਦੇਸ਼ ਦੇ ਨੇੜੇ ਪਹੁੰਚ ਚੁੱਕੇ ਹੋ ਤੇ ਕਾਮਯਾਬੀ ਤੁਹਾਡੇ ਕਦਮਾਂ ਵਿੱਚ ਹੈ ਤਾਂ ਕੀ ਤੁਸੀਂ ਉਨ੍ਹਾਂ ਦੁਰਲਭ ਚੀਜ਼ਾਂ ਨੂੰ ਛੱਡ ਕੇ ਭੱਜ ਜਾਓਗੇ? ਕੀ

ਸਪੇਨ ਦੇ ਲੋਕ ਤੁਹਾਡੇ ਤੇ ਹੱਸਣਗੇ ਨਹੀਂ ਤੇ ਕੀ ਔਰਤਾਂ ਤੁਹਾਨੂੰ ਬੁਜ਼ਦਿਲ ਤੇ ਨਿਕੰਮਾ ਨਹੀਂ ਕਹਿਣਗੀਆਂ?"

ਨਾਅਰੇ ਬੰਦ ਹੋ ਗਏ। ਖੰਜਰ ਵਾਪਸ ਮਿਆਨਾਂ ਵਿੱਚ ਚਲੇ ਗਏ। ਬਾਗ਼ੀ ਜਹਾਜ਼ੀ ਸਿਰ ਲਟਕਾਏ ਵਾਪਸ ਚਲ ਪਏ। ਕੋਲੰਬਸ ਦੀਆਂ ਗੱਲਾਂ ਦਾ ਉਨ੍ਹਾਂ ਤੇ ਬੜਾ ਅਸਰ ਪਿਆ। ਆਖ਼ਰ ਇਕ ਨੇ ਹਿੰਮਤ ਕਰ ਕੇ ਪੁਛਿਆ, "ਕਪਤਾਨ ਸਾਹਿਬ! ਅਸੀਂ ਹੋਰ ਕਿੰਨੀ ਦੂਰ ਜਾਣਾ ਹੈ, ਇਹ ਸਾਨੂੰ ਪਤਾ ਲੱਗਣਾ ਚਾਹੀਦਾ ਹੈ।"

ਕੋਲੰਬਸ ਨੇ ਕਿਹਾ, "ਆਪਣੇ ਨਕਸ਼ਿਆਂ ਦੇ ਮੁਤਾਬਕ ਮੈਨੂੰ ਵਿਸ਼ਵਾਸ ਹੈ ਕਿ ਅਸੀਂ ਤਿੰਨ ਦਿਨਾਂ ਦੇ ਅੰਦਰ ਹਿੰਦੁਸਤਾਨ ਦੇ ਕਿਨਾਰੇ ਜਾ ਉਤਰਾਂਗੇ।"

ਕੋਲੰਬਸ ਨੇ ਤਿੰਨ ਦਿਨਾਂ ਦੀ ਮੋਹਲਤ ਤਾਂ ਲੈ ਲਈ, ਪਰ ਉਸ ਦਾ ਦਿਲ ਬੇਚੈਨ ਸੀ। ਅਗਰ ਤਿੰਨ ਦਿਨਾਂ ਤਕ ਵੀ ਧਰਤੀ ਦਿਖਾਈ ਨਾ ਦਿੱਤੀ ਤਾਂ ਕੀ ਹੋਵੇਗਾ? ਉਸ ਨੇ ਇਕ ਕੁਰਸੀ ਮੰਗਵਾਈ ਤੇ ਜਹਾਜ਼ ਦੇ ਸਭ ਤੋਂ ਉੱਚੇ ਮਚਾਨ ਤੇ ਚੜ੍ਹ ਕੇ ਬੈਠ ਗਿਆ। ਉਹ ਦੋ ਦਿਨ ਤੇ ਦੋ ਰਾਤਾਂ ਬਰਾਬਰ ਟਕਟਕੀ ਲਗਾਏ ਉਥੇ ਬੈਠਾ ਰਿਹਾ। ਆਖ਼ਰ ਤੀਜੇ ਦਿਨ ਇਕ ਪੰਛੀ ਜਹਾਜ਼ ਦੇ ਮਸਤੂਲ ਨਾਲ ਟਕਰਾ ਕੇ ਥੱਲੇ ਡਿੱਗਾ। ਜ਼ਮੀਨ ਨੇੜੇ ਹੋਣ ਦੀ ਪਹਿਲੀ ਨਿਸ਼ਾਨੀ ਸੀ। ਫੇਰ ਦਰਖ਼ਤਾਂ ਦੀਆਂ ਸ਼ਾਖਾਂ ਰੁੜ੍ਹਦੀਆਂ ਨਜ਼ਰ ਆਈਆਂ ਤੇ ਇਕ ਲਕੜੀ ਦਾ ਫੱਟਾ ਮਿਲਿਆ, ਜਿਸ ਤੇ ਕੁਝ ਅਣੋਖੀਆਂ ਤਸਵੀਰਾਂ ਬਣੀਆਂ ਹੋਈਆਂ ਸਨ। ਅਕਤੂਬਰ ਦੀ ਇਕ ਰਾਤ ਨੂੰ ਕੋਲੰਬਸ ਨੇ ਆਪਣੇ ਸਾਹਮਣੇ ਰੋਸ਼ਨੀ ਵੇਖੀ ਤੇ ਆਖ਼ਰ 12 ਅਕਤੂਬਰ ਦੇ ਦਿਨ ਪੂਰੇ ਦੋ ਮਹੀਨਿਆਂ ਦੇ ਬਾਦ ਜਹਾਜ਼ ਇਕ ਟਾਪੂ ਤੇ ਜਾ ਲੱਗਾ।

ਕੋਲੰਬਸ ਨੇ ਆਪਣੇ ਸਭ ਤੋਂ ਵਧੀਆ ਕਪੜੇ ਪਾਏ। ਹੇਠਾਂ ਉਤਰ ਕੇ ਉਸ ਨੇ ਸਭ ਤੋਂ ਪਹਿਲਾ ਪਰਮਾਤਮਾ ਦਾ ਧੰਨਵਾਦ ਕੀਤਾ ਤੇ ਫੇਰ ਸਪੇਨ ਦਾ ਰਾਸ਼ਟਰੀ ਝੰਡਾ ਉਥੇ ਗੱਡ ਦਿੱਤਾ। ਉਨ੍ਹਾ ਨੂੰ ਵੇਖ ਕੇ ਟਾਪੂ ਨਿਵਾਸੀ ਇਕੱਠੇ ਹੋਣ ਲੱਗੇ। ਉਹ ਲਗਭਗ ਨੰਗੇ ਹੀ ਸਨ ਤੇ ਉਨ੍ਹਾ ਨੇ ਆਪਣੇ ਸਰੀਰ ਤੇ ਲਾਲ ਰੰਗ ਮਲਿਆ ਹੋਇਆ ਸੀ। ਕੋਲੰਬਸ ਨੇ ਉਨ੍ਹਾ ਨੂੰ ਹਿੰਦੁਸਤਾਨੀ ਸਮਝ ਕੇ ਰੈਡ ਇੰਡੀਅਨ ਅਰਥਾਤ ਲਾਲ ਹਿੰਦੁਸਤਾਨੀ ਦਾ ਨਾਂ ਦਿੱਤਾ।

ਕੋਲੰਬਸ ਦੇ ਸਾਥੀਆਂ ਨੇ ਉਨ੍ਹਾਂ ਨੂੰ ਇਸ਼ਾਰਿਆਂ ਨਾਲ ਸਮਝਾਇਆ ਤੇ ਉਹ ਉਨ੍ਹਾ ਦੇ ਖਾਣ ਲਈ ਤਾੜ ਦੇ ਪੱਤਿਆਂ ਤੇ ਫਲ ਰੱਖ ਕੇ ਲੈ ਆਏ। ਉਹ ਕੇਲੇ, ਅਨਾਨਾਸ ਤੇ ਕਈ ਰਸ ਭਰੇ ਸੁਆਦੀ ਫਲ ਲਿਆਏ, ਜਿਹੜੇ ਯੂਰਪ ਵਾਸੀਆਂ ਨੇ ਕਦੇ ਚਖੇ ਵੀ ਨਹੀਂ ਸਨ।

ਕੋਲੰਬਸ ਨੇ ਅਗਲੇ ਕੁਝ ਦਿਨ ਉਥੇ ਰਹਿ ਕੇ ਦੂਜੇ ਟਾਪੂਆਂ ਦੀ ਖੋਜ ਕੀਤੀ। ਜਹਾਜ਼ੀ ਸੋਨੇ ਤੇ ਹੀਰਿਆਂ ਲਈ ਉਤਸੁਕ ਹੋ ਰਹੇ ਸਨ, ਪਰ ਉਥੇ ਨਾ ਤਾਂ ਸੋਨਾ ਦਿਖਾਈ ਦੇਂਦਾ ਸੀ ਤੇ ਨਾ ਹੀ ਕੀਮਤੀ ਰੇਸ਼ਮ ਪਾਏ ਹਿੰਦੁਸਤਾਨੀ। ਆਖ਼ਰ ਰੈਡ ਇੰਡੀਅਨ ਲੋਕਾਂ ਦੀ ਮਦਦ ਨਾਲ ਉਨ੍ਹਾਂ ਨੇ ਸੋਨੇ ਦਾ ਟਾਪੂ ਲਭ ਹੀ ਲਿਆ। ਉਥੋਂ ਦੇ ਜੰਗਲੀ ਲੋਕਾਂ ਨੂੰ ਘੁੰਗਰੂ, ਕੱਚ ਦੀਆਂ ਚੂੜੀਆਂ ਤੇ ਸ਼ੀਸ਼ੇ ਦੇ ਬਰਤਨ ਦੇ ਕੇ ਜਹਾਜ਼ੀਆਂ ਨੇ ਅਣਗਿਣਤ ਮਿਕਦਾਰ ਵਿੱਚ ਸੋਨਾ ਲੈ ਲਿਆ। ਅਸਲ ਵਿੱਚ ਰੈਡ ਇੰਡੀਅਨ ਲੋਕਾਂ ਲਈ ਸੋਨੇ ਦਾ ਕੋਈ ਮਹੱਤਵ ਨਹੀਂ ਸੀ। ਉਹ ਸੋਨੇ ਦੀ ਬਜਾਏ ਘੁੰਗੇ, ਕੌਡੀਆਂ ਤੇ ਸਿੱਪੀਆਂ ਨੂੰ ਜ਼ਿਆਦਾ ਖ਼ੂਬਸੂਰਤ ਸਮਝਦੇ ਸਨ ਤੇ ਉਨ੍ਹਾਂ ਦੇ ਗਹਿਣੇ ਬੜੇ ਚਾਅ ਨਾਲ ਪਾਂਦੇ ਸਨ।

ਖੋਜ ਦੀਆਂ ਯਾਤਰਾਵਾਂ ਕਰਦੇ ਕਰਦੇ ਸਭ ਤੋਂ ਵੱਡਾ ਜਹਾਜ਼ ਪੱਥਰਾਂ ਨਾਲ ਟਕਰਾ ਕੇ ਟੁੱਟ ਗਿਆ। ਮਜ਼ਬੂਰ ਹੋ ਕੇ ਕੋਲੰਬਸ ਨੇ ਆਪਣੇ ਕੁਝ ਸਾਥੀਆਂ ਨੂੰ ਉਥੇ ਹੀ ਛੱਡਿਆ ਤੇ ਆਪ ਬਾਕੀ ਦੋਹਾਂ ਜਹਾਜ਼ਾਂ ਨੂੰ ਲੈ ਕੇ ਵਾਪਸ ਚਲਾ ਗਿਆ।

ਸਪੇਨ ਪਹੁੰਚਣ ਤੇ ਕੋਲੰਬਸ ਦਾ ਰਾਜਸੀ ਸਵਾਗਤ ਕੀਤਾ ਗਿਆ। ਬੰਦਰਗਾਹ ਤੋਂ ਲੈ ਕੇ ਸ਼ਾਹੀ ਮਹੱਲ ਤਕ ਸੜਕਾਂ ਤੇ ਲੋਕਾਂ ਦੀ ਬੇਹੱਦ ਭੀੜ ਇਕੱਠੀ ਸੀ। ਕੋਲੰਬਸ ਦੀ ਜੈ ਜੈ ਕਾਰ ਦੇ ਨਾਅਰੇ ਲੱਗ ਰਹੇ ਸਨ।

ਟਾਪੂਆਂ ਤੋਂ ਜੋ ਤੋਹਫ਼ੇ ਕੋਲੰਬਸ ਲਿਆਇਆ ਸੀ—ਹੀਰੇ, ਸੋਨਾ, ਤੋਤੇ ਤੇ ਕਈ ਅਨੋਖੀਆਂ ਚੀਜ਼ਾਂ—ਉਨ੍ਹਾਂ ਨੂੰ ਇਕ ਉੱਚੀ ਥਾਂ ਤੇ ਰਖਿਆ ਗਿਆ। ਅੱਗੇ ਅੱਗੇ ਪੰਜ ਰੈਡ ਇੰਡੀਅਨ ਸਨ, ਜਿਨ੍ਹਾਂ ਨੇ ਆਪਣੇ ਲਾਲ ਸਰੀਰਾਂ ਨੂੰ ਖ਼ੂਬ ਸਜਾਇਆ ਹੋਇਆ ਸੀ ਤੇ ਸਿਰਾਂ ਤੇ ਪਰਾਂ ਦੇ ਮੁਕਟ ਪਾਏ ਹੋਏ ਸਨ। ਆਖ਼ਰ ਇਹ ਜਲੂਸ ਚਲਦੇ ਹੋਏ ਰਾਜ ਭਵਨ ਵਿੱਚ ਪਹੁੰਚਿਆ। ਰਾਜੇ ਤੇ ਰਾਣੀ ਨੇ ਕੋਲੰਬਸ ਨੂੰ ਸਾਹਮਣੇ ਬਿਠਾ ਕੇ ਉਸ ਦੇ ਮੂੰਹੋਂ ਸਾਰੀਆਂ ਗੱਲਾਂ ਸੁਣੀਆਂ। ਮਹਾਰਾਣੀ ਨੇ ਕੋਲੰਬਸ ਨੂੰ ਜਹਾਜ਼ ਦਾ ਸੈਨਾਪਤੀ ਬਣਾ ਦਿੱਤਾ। ਉਸ ਨੇ ਜਿੰਨੇ ਖੇਤਰ ਵੀ ਢੂੰਢੇ ਸਨ, ਉਨ੍ਹਾਂ ਸਾਰਿਆਂ ਦਾ ਉਸ ਨੂੰ ਗਵਰਨਰ ਬਣਾ ਦਿੱਤਾ ਤੇ ਉਸ ਨੂੰ ਇਨਾਮ, ਭੇਟਾਂ ਤੇ ਸਨਅਤਾਂ ਨਾਲ ਲੱਦ ਦਿੱਤਾ। ਕਈ ਸਾਲ ਪਹਿਲਾਂ ਜੁਲਾਹੇ ਦੇ ਇਕ ਗ਼ਰੀਬ ਲੜਕੇ ਨੇ ਜਿਹੜਾ ਸੁਫ਼ਨਾ ਵੇਖਿਆ ਸੀ, ਉਹ ਪੂਰਾ ਹੋ ਗਿਆ।

ਇਸ ਦੇ ਬਾਅਦ ਕੋਲੰਬਸ ਨੇ ਦੋ ਵਾਰੀ ਇਨ੍ਹਾਂ ਟਾਪੂਆਂ ਦੀ ਯਾਤਰਾ ਕੀਤੀ ਤੇ ਖੋਜ ਕਰਦਾ ਹੋਇਆ ਦੱਖਣੀ ਅਮਰੀਕਾ ਦੇ ਕਿਨਾਰੇ ਤਕ ਜਾ ਪਹੁੰਚਿਆ। ਪਰ ਆਪਣੇ ਜੀਵਨ ਵਿੱਚ ਉਸ ਨੂੰ ਇਹ

ਪਤਾ ਨਾ ਲੱਗ ਸਕਿਆ ਕਿ ਉਸ ਨੇ ਹਿੰਦੁਸਤਾਨ ਨਹੀਂ ਬਲਕਿ ਇਕ ਨਵੀਂ ਦੁਨੀਆਂ ਦੀ ਖੋਜ ਕਰ ਲਈ ਸੀ।

ਅਭਿਆਸ

I. ਦੱਸੋ ਭਲਾ :—

1. ਕੋਲੰਬਸ ਦੇ ਸਾਥੀ ਬਾਗ਼ੀ ਕਿਉਂ ਹੋ ਗਏ?
2. ਕੋਲੰਬਸ ਨੇ ਬਾਗ਼ੀਆਂ ਨੂੰ ਕਿਸ ਤਰ੍ਹਾਂ ਸ਼ਾਂਤ ਕੀਤਾ?
3. ਜ਼ਮੀਨ ਤੇ ਪਹੁੰਚ ਕੇ ਕੋਲੰਬਸ ਨੇ ਕੀ ਕੀਤਾ?
4. ਕੋਲੰਬਸ ਨੇ ਕਿਸ ਦੁਨੀਆਂ ਦੀ ਖੋਜ ਕੀਤੀ?
5. ਕੋਲੰਬਸ ਨਵੀਂ ਦੁਨੀਆਂ ਤੋਂ ਆਪਣੇ ਨਾਲ ਕੀ ਕੀ ਚੀਜ਼ਾਂ ਲਿਆਇਆ?

II. ਵਾਕ ਬਣਾਓ :—

ਨਿਸ਼ਾਨ, ਧੀਰਜ, ਮੁਸੀਬਤਾਂ, ਸਮੁੰਦਰ, ਕਾਮਯਾਬੀ, ਬੁਜ਼ਦਿਲ, ਨਿਕੰਮਾ, ਮੋਹਲਤ, ਅਣੋਖੀਆਂ, ਰੋਸ਼ਨੀ, ਟਾਪੂ, ਖੋਜ, ਸੈਨਾਪਤੀ।

III. ਕੋਲੰਬਸ ਇਕ ਜੁਲਾਹਾ ਸੀ। ਉਹ ਤਰੱਕੀ ਕਰਦੇ ਜਹਾਜ਼ ਦਾ ਸੈਨਾਪਤੀ ਬਣ ਗਿਆ। ਇਸ ਸਮੇਂ ਵਿੱਚ ਉਸ ਨੇ ਜੋ ਖੋਜਾਂ ਕੀਤੀਆਂ, ਉਨ੍ਹਾਂ ਦਾ ਵਰਣਨ ਕਰੋ।

ਬਾਲ ਭਾਰਤੀ

ਅਸੀਂ ਹਸੰਦੜੇ ਬਾਲ-ਭਾਰਤੀ ਗੀਤ ਪਿਆਰ ਦੇ ਗਾਂਦੇ ਹਾਂ।
ਤਨ ਮਨ ਦੇ ਵਿੱਚ ਘੋਲ ਮਾਖਿਉਂ ਫੁਲ ਬਣ ਕੇ ਮੁਸਕਾਂਦੇ ਹਾਂ।
ਪੂਜਣ ਯੋਗ ਏ ਧਰਤ ਅਸਾਡੀ ਏਥੇ ਗੌਤਮ ਨਾਨਕ ਹੋਏ
ਸ਼ਿਵਾ ਜੀ ਤੇ ਨਲਵੇ ਵਰਗੇ ਏਥੇ ਯੋਧੇ ਹੈਨ ਨਰੋਏ।
ਮਾਨ ਅਸਾਨੂੰ ਇਨ੍ਹਾਂ ਉੱਤੇ ਅਸੀਂ ਸਦਕੜੇ ਜਾਂਦੇ ਹਾਂ।
ਗਾਂਧੀ, ਨਹਿਰੂ, ਸਰਦਾਰ ਭਗਤ ਸਿੰਘ ਦੇ ਅਸੀਂ ਲਾਡਲੇ ਜਾਏ।
ਵਿਦਿਆ ਦੇ ਲੈ ਨੂਰੀ ਦੀਵੇ ਆਪਣੇ ਰਾਹ ਰੁਸ਼ਨਾਏ।
ਬੇਸਮਝੀ ਦੇ ਰੋੜਿਆਂ ਤਾਈਂ ਅਸੀਂ ਪਰੇ ਹਟਾਂਦੇ ਹਾਂ।
ਜੀਵੇ ਦੇਸ ਅਸਾਡਾ ਜੀਵੇ ਜਿਸ ਦੀਆਂ ਠੰਢੀਆਂ ਛਾਵਾਂ।
ਏਥੇ ਬੀਰ ਬਹਾਦਰ ਹੋਈਆਂ ਮਮਤਾ ਭਿੱਜੀਆਂ ਮਾਂਵਾਂ।
ਇਨ੍ਹਾਂ ਦੀ ਗੋਦੀ ਵਿੱਚ ਪਲ ਕੇ ਦੇਸ ਦਾ ਨਾਂ ਚਮਕਾਂਦੇ ਹਾਂ।
ਅਸੀਂ ਹਸੰਦੜੇ ਬਾਲ-ਭਾਰਤੀ ਗੀਤ ਪਿਆਰ ਦੇ ਗਾਂਦੇ ਹਾਂ।
ਤਨ ਮਨ ਦੇ ਵਿੱਚ ਘੋਲ ਮਾਖਿਉਂ ਫੁਲ ਬਣ ਕੇ ਮੁਸਕਾਂਦੇ ਹਾਂ।

—ਅਮਰ ਕੋਮਲ

ਅਲੀਬਾਬਾ ਤੇ ਚਾਲੀ ਚੋਰ

(1)

ਬਹੁਤ ਚਿਰ ਹੋਇਆ ਈਰਾਨ ਦੇ ਕਿਸੇ ਸ਼ਹਿਰ ਵਿੱਚ ਦੋ ਭਰਾ ਰਹਿੰਦੇ ਸਨ। ਵੱਡਾ ਭਰਾ ਅਲੀਬਾਬਾ ਬਿਲਕੁਲ ਗ਼ਰੀਬ ਸੀ। ਉਸ ਦੇ ਕੋਲ ਸਿਰਫ਼ ਤਿੰਨ ਖੋਤੇ ਸਨ, ਜਿਨ੍ਹਾਂ ਨੂੰ ਲੈ ਕੇ ਉਹ ਸਵੇਰੇ ਜੰਗਲ ਵਿੱਚ ਚਲਾ ਜਾਂਦਾ। ਸਾਰਾ ਦਿਨ ਉਥੇ ਲਕੜੀਆਂ ਕੱਟਦਾ ਤੇ ਸ਼ਾਮ ਨੂੰ ਉਨ੍ਹਾਂ ਨੂੰ ਵੇਚ ਦੇਂਦਾ।

ਛੋਟੇ ਭਰਾ ਕਾਸਮ ਨੇ ਇਕ ਅਮੀਰ ਲੜਕੀ ਨਾਲ ਵਿਆਹ ਕਰ ਲਿਆ ਸੀ ਤੇ ਉਹ ਇਕ ਅਮੀਰ ਆਦਮੀ ਬਣ ਗਿਆ ਸੀ। ਕਾਸਮ ਬਹੁਤ ਘਮੰਡੀ ਸੀ ਤੇ ਆਪਣੇ ਭਰਾ ਦੀ ਕੋਈ ਮਦਦ ਨਹੀਂ ਕਰਦਾ ਸੀ।

ਇਕ ਦਿਨ ਅਲੀਬਾਬਾ ਰੋਜ਼ ਵਾਂਗ ਲਕੜੀਆਂ ਕੱਟ ਰਿਹਾ ਸੀ। ਉਸ ਨੂੰ ਦੂਰੋਂ ਕੁਝ ਆਦਮੀ ਘੋੜਿਆਂ ਤੇ ਸਵਾਰ ਆਂਦੇ ਦਿਸੇ। ਇਹ ਸੋਚ ਕੇ ਕਿ ਉਹ ਕਿਧਰੇ ਡਾਕੂ ਨਾ ਹੋਣ ਉਹ ਇਕ ਦਰਖ਼ਤ ਤੇ

ਚੜ੍ਹ ਗਿਆ। ਪਰ ਉਹ ਉਸੇ ਦਰਖ਼ਤ ਦੇ ਥੱਲੇ ਆ ਕੇ ਖੜੇ ਹੋ ਗਏ। ਹੁਣ ਤਾਂ ਉਸ ਨੂੰ ਬਹੁਤ ਡਰ ਲੱਗਾ ਤੇ ਡਰ ਦੇ ਮਾਰੇ ਉਸ ਦਾ ਸਾਹ ਸੁਕਣ ਲੱਗਾ।

ਸਵਾਰ ਥੱਲੇ ਉਤਰੇ। ਉਨ੍ਹਾਂ ਨੇ ਆਪਣੇ ਘੋੜਿਆਂ ਨੂੰ ਇਧਰ ਉਧਰ ਝਾੜੀਆਂ ਤੇ ਦਰਖ਼ਤਾਂ ਨਾਲ ਬੰਨ੍ਹ ਦਿੱਤਾ। ਅਲੀਬਾਬਾ ਨੇ ਉਨ੍ਹਾਂ ਨੂੰ ਗਿਣਿਆ ਤਾਂ ਉਹ ਪੂਰੇ ਚਾਲੀ ਸਨ। ਹਰ ਸਵਾਰ ਦੇ ਕੋਲ

ਭਾਰੀਆਂ ਭਾਰੀਆਂ ਥੈਲੀਆਂ ਸਨ, ਜਿਹੜੀਆਂ ਸੋਨੇ ਚਾਂਦੀ ਦੇ ਗਹਿਣਿਆਂ ਨਾਲ ਭਰੀਆਂ ਜਾਪਦੀਆਂ ਸਨ। ਇਨ੍ਹਾਂ ਵਿੱਚੋਂ ਇਕ ਨੇ ਜੋ ਸਾਰਿਆਂ ਦਾ ਸਰਦਾਰ ਜਾਪਦਾ ਸੀ, ਇਕ ਵੱਡੇ ਪੱਥਰ ਕੋਲ ਖੜੇ ਹੋ ਕੇ ਕਿਹਾ, "ਖੁਲ ਜਾ ਸਿਮ ਸਿਮ!" ਪੱਥਰ ਪਿਛੇ ਹੱਟ ਗਿਆ ਤੇ ਜਿਉਂ ਹੀ ਸਾਰੇ ਸਵਾਰ ਅੰਦਰ ਚਲੇ ਗਏ, ਪੱਥਰ ਦਾ ਦਰਵਾਜ਼ਾ ਆਪਣੇ ਆਪ ਬੰਦ ਹੋ ਗਿਆ।

ਅਲੀਬਾਬਾ ਉਥੇ ਹੀ ਪੱਤਿਆਂ ਵਿੱਚ ਛੁਪਿਆ ਬੈਠਾ ਰਿਹਾ। ਥੋੜੀ ਦੇਰ ਬਾਦ ਚੋਰ ਖ਼ਾਲੀ ਹੱਥ ਬਾਹਰ ਨਿਕਲੇ ਤੇ ਘੋੜਿਆਂ ਤੇ ਸਵਾਰ ਹੋ ਕੇ ਅੱਖਾਂ ਤੋਂ ਉਹਲੇ ਹੋ ਗਏ।

ਹੁਣ ਅਲੀਬਾਬਾ ਦਰਖ਼ਤ ਤੋਂ ਥੱਲੇ ਉਤਰਿਆ ਤੇ ਪੱਥਰ ਕੋਲ ਖੜੇ ਹੋ ਕੇ ਕਹਿਣ ਲੱਗਾ, "ਖੁਲ ਜਾ ਸਿਮ ਸਿਮ!" ਪੱਥਰ ਝੱਟ ਪਿਛੇ ਹੱਟ ਗਿਆ। ਅਲੀਬਾਬਾ ਅੰਦਰ ਗਿਆ ਤਾਂ ਸੋਨੇ ਚਾਂਦੀ ਦੇ ਗਹਿਣਿਆਂ ਦੇ ਢੇਰ, ਮੁਹਰਾਂ ਦੀਆਂ ਥੈਲੀਆਂ, ਹੀਰੇ ਮੋਤੀ ਤੇ ਕੀਮਤੀ ਸਮਾਨ ਵੇਖ ਕੇ ਹੈਰਾਨ ਰਹਿ ਗਿਆ। ਉਹ ਚੋਰ ਸਨ ਤੇ ਉਨ੍ਹਾਂ ਨੇ ਕਈ ਸਾਲਾਂ ਤੋਂ ਲੁਟ ਲੁਟ ਕੇ ਇਹ ਮਾਲ ਇਕੱਠਾ ਕੀਤਾ ਹੋਇਆ ਸੀ। ਅਲੀਬਾਬਾ ਨੇ ਸੋਚਿਆ, ਅਗਰ ਇਸ ਵਿੱਚੋਂ ਥੋੜਾ ਮੈਂ ਲੈ ਲਵਾਂ ਤਾਂ ਕੀ ਹਰਜ਼ ਹੈ। ਸੋ ਜਿੰਨਾ ਸੋਨਾ ਉਹ ਚੁੱਕ ਸਕਦਾ

ਸੀ, ਉਸ ਨੇ ਚੁੱਕ ਲਿਆ ਤੇ ਆਪਣੇ ਤਿੰਨਾਂ ਖੋਤਿਆਂ ਤੇ ਲੱਦ ਲਿਆ। ਸੋਨੇ ਦੀਆਂ ਥੈਲੀਆਂ ਉਪਰ ਉਸ ਨੇ ਲਕੜੀਆਂ ਪਾ ਦਿੱਤੀਆਂ ਤੇ ਖੋਤਿਆਂ ਨੂੰ ਹਿਕਦਾ ਹੋਇਆ ਘਰ ਜਾ ਪਹੁੰਚਿਆ।

ਅਲੀਬਾਬਾ ਨੇ ਘਰ ਆ ਕੇ ਮੁਹਰਾ ਦੀਆਂ ਥੈਲੀਆਂ ਫ਼ਰਸ਼ ਤੇ ਉਲਟਾ ਦਿੱਤੀਆਂ। ਇੰਨਾ ਧਨ ਵੇਖ ਕੇ ਅਲੀਬਾਬਾ ਦੀ ਪਤਨੀ ਹੈਰਾਨ ਰਹਿ ਗਈ। ਉਸ ਨੇ ਕਿਹਾ, "ਮੈਂ ਇਨ੍ਹਾਂ ਨੂੰ ਗਿਣਨਾ ਚਾਹੁੰਦੀ ਹਾਂ।"

ਪਰ ਅਲੀਬਾਬਾ ਨੇ ਕਿਹਾ, "ਗਿਣਨ ਵਿੱਚ ਤਾਂ ਬਹੁਤ ਦੇਰ ਲੱਗ ਜਾਏਗੀ। ਬੇਹਤਰ ਇਹ ਹੈ ਕਿ

ਇਨ੍ਹਾਂ ਨੂੰ ਤੋਲ ਲਈਏ।'' ਅਲੀਬਾਬਾ ਦੇ ਘਰ ਤਕੜੀ ਨਹੀਂ ਸੀ। ਉਸ ਦੀ ਪਤਨੀ ਕਾਸਮ ਦੇ ਘਰ ਗਈ ਤੇ ਉਸ ਦੀ ਪਤਨੀ ਤੋਂ ਤਕੜੀ ਮੰਗੀ।

ਕਾਸਮ ਦੀ ਪਤਨੀ ਜਾਣਦੀ ਸੀ ਕਿ ਅਲੀਬਾਬਾ ਬੜਾ ਗ਼ਰੀਬ ਹੈ। ਉਹ ਬੜੀ ਹੈਰਾਨ ਹੋਈ ਕਿ ਇਨ੍ਹਾਂ ਕੋਲ ਇੰਨਾ ਅਨਾਜ ਕਿਥੋਂ ਆ ਗਿਆ, ਜਿਸ ਨੂੰ ਤੋਲਣ ਦੀ ਲੋੜ ਪੈ ਗਈ। ਉਸ ਨੇ ਥੋੜੀ ਜਿਹੀ ਮੋਮ ਤੱਕੜੀ ਦੇ ਇਕ ਪੱਲੇ ਥੱਲੇ ਲਾ ਦਿੱਤੀ ਤਾਂ ਜੋ ਕੁਝ ਅਨਾਜ ਉਸ ਨਾਲ ਚੰਬੜ ਜਾਏ ਤੇ ਉਸ ਨੂੰ ਪਤਾ ਲੱਗ ਜਾਏ ਕਿ ਉਨ੍ਹਾਂ ਨੇ ਕੀ ਤੋਲਿਆ ਹੈ।

ਮੁਹਰਾਂ ਤੋਲ ਕੇ ਅਲੀਬਾਬਾ ਦੀ ਪਤਨੀ ਤੱਕੜੀ ਵਾਪਸ ਕਰ ਆਈ। ਕਾਸਮ ਦੀ ਪਤਨੀ ਨੇ ਵੇਖਿਆ ਕਿ ਪੱਲੇ ਦੇ ਥੱਲੇ ਇਕ ਮੁਹਰ ਲੱਗੀ ਹੋਈ ਹੈ। ਉਸ ਨੂੰ ਬੜੀ ਹੈਰਾਨੀ ਹੋਈ ਤੇ ਉਸ ਨੇ ਇਹ ਗੱਲ ਆਪਣੇ ਪਤੀ ਨੂੰ ਦੱਸੀ।

ਦਿਨ ਚੜ੍ਹਦੇ ਹੀ ਕਾਸਮ ਆਪਣੇ ਵੱਡੇ ਭਰਾ ਕੋਲ ਗਿਆ। ਉਸ ਨੇ ਅਲੀਬਾਬਾ ਨੂੰ ਪੁੱਛਿਆ, ''ਤੂੰ

ਇਨਾ ਸੋਨਾ ਕਿਥੋਂ ਲਿਆਇਆ ਹੈਂ? ਜੇ ਨਹੀਂ ਦਸੇਂਗਾ ਤਾਂ ਮੈਂ ਕੋਤਵਾਲੀ ਵਿੱਚ ਖ਼ਬਰ ਦੇ ਕੇ ਤੈਨੂੰ ਕੈਦ ਕਰਵਾ ਦਿਆਂਗਾ।'' ਅਲੀਬਾਬਾ ਡਰ ਗਿਆ ਤੇ ਉਸ ਨੇ ਚਾਲੀ ਚੋਰਾਂ ਵਾਲੀ ਗੁਫ਼ਾ ਦੇ ਬਾਰੇ ਵਿੱਚ ਸਭ ਕੁਝ ਦੱਸ ਦਿੱਤਾ।

ਕਾਸਮ ਨੇ ਉਸੇ ਵੇਲੇ ਦਸ ਖੱਚਰ ਲਏ ਤੇ ਸਿੱਧਾ ਗੁਫ਼ਾ ਤੇ ਜਾ ਪਹੁੰਚਿਆ। ਅੰਦਰ ਜਾ ਕੇ ਉਸ ਨੇ ਆਪਣੀਆ ਸਾਰੀਆਂ ਖਚਰਾਂ ਉੱਤੇ ਹੀਰੇ, ਮੋਤੀ ਤੇ ਸੋਨੇ ਦੀਆਂ ਥੈਲੀਆਂ ਲੱਦ ਲਈਆਂ। ਪਰ ਜਦੋਂ ਉਹ ਬਾਹਰ ਨਿਕਲਣ ਲੱਗਾ ਤਾਂ ਦਰਵਾਜ਼ਾ ਖੋਲ੍ਹਣ ਦਾ ਮੰਤਰ ਭੁੱਲ ਗਿਆ। ਉਸ ਨੇ ਬਥੇਰਾ ਯਾਦ ਕੀਤਾ ਪਰ ਖੁਲ੍ਹ ਜਾ ਸਿਮ ਸਿਮ ਦਾ ਮੰਤਰ ਉਸ ਦੇ ਧਿਆਨ ਵਿੱਚ ਬਿਲਕੁਲ ਨਹੀਂ ਆਇਆ।

ਅਭਿਆਸ

I. ਦੱਸੋ ਭਲਾ:—

1. ਅਲੀਬਾਬਾ ਕੀ ਕੰਮ ਕਰਦਾ ਸੀ?
2. ਉਸ ਨੂੰ ਚੋਰਾਂ ਦੀ ਗੁਫ਼ਾ ਦਾ ਕਿਸ ਤਰ੍ਹਾਂ ਪਤਾ ਲੱਗਾ?
3. ਕਾਸਮ ਕੌਣ ਸੀ?

4. ਉਹ ਗੁਫ਼ਾ ਵਿੱਚ ਬੰਦ ਕਿਉਂ ਹੋ ਗਿਆ?

II. ਵਾਕ ਬਣਾਓ:—

ਵਪਾਰੀ, ਘਮੰਡੀ, ਸਵਾਰ, ਓਹਲੇ, ਤੱਕੜੀ, ਮੁਹਰਾਂ, ਕੋਤਵਾਲੀ, ਖੱਚਰ, ਮੰਤਰ।

III. ਖ਼ਾਲੀ ਥਾਂਵਾਂ ਭਰੋ:—

1. ਅਲੀਬਾਬਾ ਦੇ ਭਰਾ ਦਾ ਨਾਂ .... ਸੀ।
2. ਕਾਸਮ ਬੜਾ .... ਸੀ।
3. ਅਲੀਬਾਬਾ ਜੰਗਲ ਵਿੱਚ .... ਕੱਟਦਾ ਸੀ।
4. ਉਸ ਨੇ ਝਾੜੀਆਂ ਵਿੱਚ ਛੁੱਪ ਕੇ .... ਨੂੰ ਵੇਖਿਆ।
5. ਉਹ ਪੂਰੇ .... ਸਨ।
6. ਅਲੀਬਾਬਾ .... ਵਿੱਚੋਂ ਬਹੁਤ ਸਾਰਾ ਧਨ ਲੈ ਆਇਆ।
7. ਕਾਸਮ ਗੁਫ਼ਾ ਦੇ ਅੰਦਰ ਜਾ ਕੇ ਗੁਫ਼ਾ ਦਾ ਦਰਵਾਜ਼ਾ ਖੋਲ੍ਹਣ ਦਾ .... ਭੁੱਲ ਗਿਆ।

ਅਲੀਬਾਬਾ ਤੇ ਚਾਲੀ ਚੋਰ

(2)

ਦੁਪਹਿਰ ਵੇਲੇ ਚੋਰ ਫੇਰ ਆਏ। ਉਨ੍ਹਾਂ ਨੇ ਕਾਸਮ ਨੂੰ ਫੜ ਕੇ ਫ਼ੌਰਨ ਮਾਰ ਦਿੱਤਾ ਤੇ ਉਸ ਦੇ ਚਾਰ ਟੁਕੜੇ ਕਰ ਕੇ ਦਰਵਾਜ਼ੇ ਤੇ ਲਟਕਾ ਦਿੱਤੇ ਤਾਂ ਜੋ ਫੇਰ ਕਿਸੇ ਨੂੰ ਅੰਦਰ ਆਉਣ ਦੀ ਹਿੰਮਤ ਨਾ ਹੋਏ।

ਜਦੋਂ ਸ਼ਾਮ ਤਕ ਕਾਸਮ ਵਾਪਸ ਨਾ ਆਇਆ ਤਾਂ ਉਸ ਦੀ ਵਹੁਟੀ ਨੂੰ ਬੜੀ ਚਿੰਤਾ ਹੋਈ। ਉਹ ਅਲੀਬਾਬਾ ਕੋਲ ਗਈ ਤੇ ਉਸ ਨੂੰ ਆਪਣੇ ਭਰਾ ਦਾ ਪਤਾ ਲਗਾਉਣ ਲਈ ਕਿਹਾ। ਸਵੇਰੇ ਅਲੀਬਾਬਾ ਗੁਫ਼ਾ ਤੇ ਪਹੁੰਚਿਆ। ਕਾਸਮ ਦੀ ਲਾਸ਼ ਨੂੰ ਵੇਖ ਕੇ ਉਹ ਘਬਰਾ ਗਿਆ। ਉਸ ਨੇ ਝਟ ਲਾਸ਼ ਨੂੰ ਇਕ ਖੋਤੇ ਤੇ ਲੱਦਿਆ ਤੇ ਬਾਕੀ ਖੋਤਿਆਂ ਤੇ ਸੋਨੇ ਦੀਆਂ ਕੁਝ ਥੈਲੀਆਂ ਰਖ ਲਈਆਂ ਤੇ ਉਨ੍ਹਾਂ ਨੂੰ ਲਕੜੀਆਂ ਨਾਲ ਢੱਕ ਕੇ ਲੈ ਆਇਆ।

ਅਲੀਬਾਬਾ ਇਹ ਨਹੀਂ ਸੀ ਦਸਣਾ ਚਾਹੁੰਦਾ ਕਿ ਕਾਸਮ ਕਿਸ ਤਰ੍ਹਾਂ ਮਰਿਆ। ਸੋ ਉਸ ਨੇ ਇਹ ਝੂਠਾ ਪਰਚਾਰ ਸ਼ੁਰੂ ਕਰ ਦਿੱਤਾ ਕਿ ਕਾਸਮ ਬਹੁਤ ਬੀਮਾਰ ਹੈ। ਥੋੜੀ ਥੋੜੀ ਦੇਰ ਪਿਛੋਂ ਉਸ ਲਈ ਦਵਾਈਆਂ ਆਉਣ ਲੱਗੀਆਂ। ਆਸ ਪਾਸ ਸਾਰੇ ਲੋਕਾਂ ਨੂੰ ਇਹ ਯਕੀਨ ਹੋ ਗਿਆ ਕਿ ਕਾਸਮ ਸੱਚਮੁਚ ਹੀ ਬੜਾ ਬੀਮਾਰ ਹੈ।

ਹੁਣ ਅਲੀਬਾਬਾ ਬਜ਼ਾਰ ਗਿਆ। ਉਸ ਨੇ ਇਕ ਮੋਚੀ ਨੂੰ ਸੋਨੇ ਦੀ ਇਕ ਮੁਹਰ ਦੇਂਦੇ ਹੋਏ ਕਿਹਾ, "ਕੁਝ ਜ਼ਰੂਰੀ ਕੰਮ ਕਰਨਾ ਹੈ। ਮੇਰੇ ਨਾਲ ਚੱਲ। ਪਰ ਮੈਂ ਤੇਰੀਆਂ ਅੱਖਾਂ ਤੇ ਪੱਟੀ ਬੰਨ੍ਹ ਕੇ ਤੈਨੂੰ ਨਾਲ ਲੈ ਕੇ ਜਾਵਾਂਗਾ। ਅਗਰ ਇਹ ਕੰਮ ਕਰ ਲਏਂਗਾ ਤਾਂ ਤੈਨੂੰ ਹੋਰ ਵੀ ਬੜਾ ਇਨਾਮ ਦਿਆਂਗਾ।"

ਬੁੱਢੇ ਮੋਚੀ ਨੇ ਆਪਣੀ ਜ਼ਿੰਦਗੀ ਵਿੱਚ ਕਦੇ ਸੋਨੇ ਦੀ ਮੁਹਰ ਨਹੀਂ ਸੀ ਵੇਖੀ। ਉਹ ਖੁਸ਼ੀ ਖੁਸ਼ੀ ਉਸ ਦੇ ਨਾਲ ਚਲ ਪਿਆ। ਉਸ ਨੇ ਲਾਸ਼ ਦੇ ਚਾਰੇ ਟੁਕੜੇ ਬੜੇ ਧਿਆਨ ਨਾਲ ਸੀ ਦਿੱਤੇ ਤੇ ਅਗਲੇ ਦਿਨ ਕਾਸਮ ਨੂੰ ਦਫ਼ਨਾ ਦਿੱਤਾ ਗਿਆ।

ਕੁਝ ਦਿਨਾਂ ਬਾਅਦ ਚੋਰ ਫੇਰ ਗੁਫ਼ਾ ਵਿੱਚ ਆਏ। ਲਾਸ਼ ਉਥੇ ਨਾ ਵੇਖ ਕੇ ਉਹ ਬੜੇ ਹੈਰਾਨ ਹੋਏ। ਉਨ੍ਹਾਂ ਨੇ ਸੋਚਿਆ ਕਿ ਕਾਸਮ ਦੇ ਇਲਾਵਾ ਜ਼ਰੂਰ ਕੋਈ ਹੋਰ ਵੀ ਐਸਾ ਆਦਮੀ ਹੈ ਜੋ ਇਸ ਗੁਫ਼ਾ ਦੇ ਬਾਰੇ ਜਾਣਦਾ ਹੈ ਤੇ ਜੇ ਉਸ ਦਾ ਪਤਾ ਨਾ ਲਾਇਆ ਗਿਆ ਤਾਂ ਉਹ ਸਾਰਾ ਖਜ਼ਾਨਾ ਲੁੱਟ ਕੇ ਲੈ ਜਾਏਗਾ। ਸੋ ਚੋਰਾਂ ਦੇ ਸਰਦਾਰ ਨੇ ਇਕ ਚੋਰ ਨੂੰ ਪਤਾ ਲਗਾਉਣ ਲਈ ਸ਼ਹਿਰ ਵਿੱਚ ਭੇਜਿਆ।

ਅਭਿਆਸ

I. ਦੱਸੋ ਭਲਾ :—

1. ਜਦੋਂ ਚੋਰ ਗੁਫ਼ਾ ਵਿੱਚ ਆਏ ਤਾਂ ਕੀ ਹੋਇਆ?
2. ਅਲੀਬਾਬਾ ਨੇ ਕਾਸਮ ਦੇ ਮਰਨ ਦੀ ਖ਼ਬਰ ਨੂੰ ਕਿਸ ਤਰ੍ਹਾਂ ਛੁਪਾਇਆ?
3. ਕਾਸਮ ਦੀ ਲਾਸ਼ ਗ਼ਾਇਬ ਹੋ ਜਾਣ ਤੇ ਚੋਰਾਂ ਦੇ ਸਰਦਾਰ ਨੇ ਕੀ ਕੀਤਾ?

II. ਵਾਕ ਬਣਾਓ :—

ਫ਼ੌਰਨ, ਦਰਵਾਜ਼ਾ, ਹਿੰਮਤ, ਯਕੀਨ, ਇਨਾਮ, ਦਫ਼ਨਾਉਣਾ, ਖ਼ਜ਼ਾਨਾ, ਗੁਫ਼ਾ।

ਅਲੀਬਾਬਾ ਤੇ ਚਾਲੀ ਚੋਰ

(3)

ਚੋਰ ਸਾਰਾ ਦਿਨ ਸ਼ਹਿਰ ਵਿੱਚ ਫਿਰਦਾ ਰਿਹਾ, ਪਰ ਉਸ ਨੂੰ ਕੁਝ ਪਤਾ ਨਾ ਲੱਗ ਸਕਿਆ। ਸ਼ਾਮ ਵੇਲੇ ਜਦੋਂ ਹਨੇਰਾ ਹੋਣ ਲੱਗਾ ਤਾਂ ਉਹ ਇਕ ਮੋਚੀ ਦੀ ਦੁਕਾਨ ਕੋਲੋਂ ਲੰਘਿਆ, ਜੋ ਹਨੇਰੇ ਵਿੱਚ ਬੈਠਾ ਬਿਨਾ ਰੋਸ਼ਨੀ ਦੇ ਟਾਂਕੇ ਲਾ ਰਿਹਾ ਸੀ। ਚੋਰ ਨੇ ਹੈਰਾਨ ਹੋ ਕੇ ਕਿਹਾ, "ਬਾਬਾ, ਤੇਰੀ ਨਜ਼ਰ ਬਹੁਤ ਤੇਜ਼ ਜਾਪਦੀ ਹੈ, ਜੋ ਹਨੇਰੇ ਵਿੱਚ ਬਿਨਾ ਦੀਵੇ ਤੋਂ ਕੰਮ ਕਰ ਰਿਹਾ ਹੈਂ।"

ਬੁੱਢੇ ਮੋਚੀ ਨੇ ਖੰਘਦੇ ਹੋਏ ਕਿਹਾ, "ਸ੍ਰੀਮਾਨ ਜੀ! ਇਹ ਤਾਂ ਕੁਝ ਵੀ ਨਹੀਂ। ਅਜੇ ਥੋੜੇ ਦਿਨ ਹੀ ਹੋਏ ਮੈਂ ਅੱਖਾਂ ਤੇ ਪੱਟੀ ਬੰਨ੍ਹ ਕੇ ਇਕ ਲਾਸ਼ ਦੇ ਚਾਰ ਟੁਕੜੇ ਬਿਨਾ ਵੇਖੇ ਹੀ ਸੀ ਦਿੱਤੇ ਸਨ।"

ਇਹ ਸੁਣ ਕੇ ਚੋਰ ਨੂੰ ਫ਼ੌਰਨ ਸ਼ੱਕ ਹੋਇਆ ਕਿ ਜ਼ਰੂਰ ਇਹ ਉਸੇ ਆਦਮੀ ਦੀ ਲਾਸ਼ ਹੈ, ਜਿਸ ਨੂੰ ਅਸੀਂ ਮਾਰਿਆ ਸੀ। ਉਸ ਨੇ ਸੋਨੇ ਦੀਆਂ ਦੋ ਮੁਹਰਾਂ ਮੋਚੀ ਦੇ ਹੱਥ ਤੇ ਰਖੀਆਂ ਤੇ ਕਿਹਾ, "ਬਾਬਾ! ਮੈਨੂੰ

ਉਸ ਘਰ ਤੱਕ ਲੈ ਚਲ।" ਮੋਚੀ ਨੇ ਕਿਹਾ, "ਘਰ ਤਾਂ ਮੈਨੂੰ ਪਤਾ ਨਹੀਂ, ਕਿਉਂਕਿ ਜਿਹੜਾ ਆਦਮੀ ਮੈਨੂੰ ਲੈ ਗਿਆ ਸੀ, ਉਸ ਨੇ ਮੇਰੀਆਂ ਅੱਖਾਂ ਤੇ ਪੱਟੀ ਬੰਨ੍ਹ ਦਿੱਤੀ ਸੀ। ਤੁਸੀਂ ਵੀ ਅਗਰ ਮੇਰੀਆਂ ਅੱਖਾਂ ਤੇ ਪੱਟੀ ਬੰਨ੍ਹ ਦਿਓ. ਤਾਂ ਹੋ ਸਕਦਾ ਹੈ ਕਿ ਮੈਂ ਤੁਹਾਨੂੰ ਉਸ ਜਗ੍ਹਾ ਤੇ ਲੈ ਜਾ ਸਕਾਂ।"

ਚੋਰ ਨੇ ਬੁੱਢੇ ਮੋਚੀ ਦੀਆਂ ਅੱਖਾਂ ਤੇ ਪੱਟੀ ਬੰਨ੍ਹ ਦਿੱਤੀ ਤੇ ਉਸ ਦੇ ਨਾਲ ਚਲ ਪਿਆ। ਆਖ਼ਰ ਮੋਚੀ ਅਲੀਬਾਬਾ ਦੇ ਘਰ ਦੇ ਸਾਹਮਣੇ ਜਾ ਕੇ ਖੜਾ ਹੋ ਗਿਆ। ਚੋਰ ਨੇ ਦਰਵਾਜ਼ੇ ਤੇ ਇਕ ਗੁਪਤ ਨਿਸ਼ਾਨ ਬਣਾਇਆ ਤੇ ਫੇਰ ਆਪਣੇ ਸਰਦਾਰ ਨੂੰ ਪਤਾ ਦੇਣ ਲਈ ਵਾਪਸ ਚਲਾ ਗਿਆ।

ਅਗਲੇ ਦਿਨ ਸ਼ਾਮ ਨੂੰ ਚੋਰਾਂ ਦੇ ਸਰਦਾਰ ਨੇ ਵਪਾਰੀ ਦਾ ਭੇਸ ਬਣਾਇਆ ਤੇ ਸ਼ਹਿਰ ਵਿੱਚ ਆਇਆ। ਉਸ ਦੇ ਨਾਲ ਵੀਹ ਖੱਚਰਾਂ ਤੇਲ ਦੇ ਕੁੱਪਿਆਂ ਨਾਲ ਲੱਦੀਆਂ ਹੋਈਆਂ ਸਨ। ਅਸਲ ਵਿੱਚ ਕੁੱਪਿਆਂ ਵਿੱਚ ਤੇਲ ਨਹੀਂ ਸੀ, ਬਲਕਿ ਹਰ ਕੁੱਪੇ ਵਿੱਚ ਇਕ ਚੋਰ ਛੁਪਿਆ ਹੋਇਆ ਸੀ, ਤੇ ਸਿਰਫ਼ ਇਕ

ਵਿੱਚ ਤੇਲ ਸੀ। ਵਪਾਰੀ ਅਲੀਬਾਬਾ ਦੇ ਘਰ ਦੇ ਸਾਹਮਣੇ ਆ ਖੜਾ ਹੋਇਆ। ਉਸ ਨੇ ਅਲੀਬਾਬਾ ਨੂੰ ਬੇਨਤੀ ਕੀਤੀ ਕਿ ਮੈਨੂੰ ਰਾਤ ਅਰਾਮ ਕਰਨ ਲਈ ਜਗ੍ਹਾ ਦਿਓ। ਅਲੀਬਾਬਾ ਬੜਾ ਦਿਆਲੂ ਆਦਮੀ

ਸੀ। ਉਹ ਮੰਨ ਗਿਆ। ਉਸ ਨੇ ਆਪਣੀ ਦਾਸੀ ਮਰਜੀਨਾ ਨੂੰ ਰੋਟੀ ਬਨਾਉਣ ਦਾ ਹੁਕਮ ਦਿੱਤਾ ਤੇ ਆਪ ਮਹਿਮਾਨ ਕੋਲ ਬੈਠ ਕੇ ਗੱਲਾਂ ਕਰਨ ਲੱਗਾ।

ਮਰਜੀਨਾ ਨੂੰ ਦੀਵੇ ਲਈ ਤੇਲ ਦੀ ਜ਼ਰੂਰਤ ਪੈ ਗਈ। ਉਸ ਨੇ ਸੋਚਿਆ, "ਬਜ਼ਾਰੋਂ ਤੇਲ ਲਿਆਉਣ ਵਿੱਚ ਤਾਂ ਦੇਰ ਲੱਗੇਗੀ। ਇਕ ਕੁੱਪੇ ਵਿੱਚੋਂ ਥੋੜਾ ਕੱਢ ਲੈਂਦੀ ਹਾਂ।" ਜਦੋਂ ਉਸ ਨੇ ਇਕ ਕੁੱਪੇ ਦਾ ਢੱਕਣ ਚੁੱਕਿਆ ਤਾਂ ਅੰਦਰੋਂ ਆਵਾਜ਼ ਆਈ, "ਬਾਹਰ ਨਿਕਲੀਏ?"

ਮਰਜੀਨਾ ਇਹ ਆਵਾਜ਼ ਸੁਣ ਕੇ ਘਬਰਾ ਗਈ। ਪਰ ਉਹ ਬੜੀ ਹੁਸ਼ਿਆਰ ਲੜਕੀ ਸੀ। ਉਸ ਨੇ ਫ਼ੌਰਨ ਸਮਝ ਲਿਆ ਕਿ ਇਹ ਮੇਰੇ ਮਾਲਕ ਦਾ ਘਰ ਲੁੱਟਣ ਆਏ ਹਨ। ਸੋ ਉਸ ਨੇ ਹੌਲੀ ਆਵਾਜ਼ ਵਿੱਚ

ਕਿਹਾ, "ਅਜੇ ਠਹਿਰੋ! ਮੈਂ ਥੋੜੀ ਦੇਰ ਵਿੱਚ ਤਾੜੀ ਵਜਾ ਕੇ ਇਸ਼ਾਰਾ ਕਰ ਦਿਆਂਗਾ।" ਇਸ ਤਰ੍ਹਾਂ ਉਸ ਨੇ ਸਭ ਕੁੱਪਿਆਂ ਕੋਲ ਜਾ ਕੇ ਕਹਿ ਦਿੱਤਾ।

ਜਦੋਂ ਮਰਜੀਨਾ ਚਾਲੀਵੇਂ ਕੁੱਪੇ ਕੋਲ ਪਹੁੰਚੀ ਤਾਂ ਉਸ ਨੇ ਵੇਖਿਆ ਕਿ ਉਹ ਤੇਲ ਦਾ ਭਰਿਆ ਹੋਇਆ ਹੈ। ਉਸ ਨੇ ਉਸ ਨੂੰ ਇਕ ਵੱਡੀ ਕੜਾਹੀ ਵਿੱਚ ਪਾ ਕੇ ਅੱਗ ਤੇ ਰੱਖ ਦਿੱਤਾ। ਜਦੋਂ ਤੇਲ ਖ਼ੂਬ ਗਰਮ ਹੋ ਗਿਆ ਤਾਂ ਉਸ ਨੇ ਇਕ ਮਿੱਟੀ ਦਾ ਭਾਂਡਾ ਲਿਆ ਤੇ ਉਸ ਨੂੰ ਭਰ ਭਰ ਕੇ ਹਰ ਕੁੱਪੇ ਵਿੱਚ ਪਾਂਦੀ ਗਈ। ਸਾਰੇ ਚੋਰ ਸੜ ਕੇ ਮਰ ਗਏ ਤੇ ਕਿਸੇ ਨੂੰ ਖ਼ਬਰ ਤਕ ਨਾ ਹੋਈ।

ਜਦੋਂ ਸਾਰੇ ਸੌਂ ਗਏ ਤਾਂ ਚੋਰਾਂ ਦਾ ਸਰਦਾਰ ਚੁਪਚਾਪ ਉਠਿਆ। ਉਸ ਨੇ ਚੋਰਾਂ ਨੂੰ ਬਾਹਰ ਨਿਕਲਣ ਲਈ ਆਵਾਜ਼ ਦਿੱਤੀ। ਕੋਈ ਜਵਾਬ ਨਾ ਮਿਲਣ ਤੇ ਉਸ ਨੇ ਕੁੱਪਿਆਂ ਦਾ ਮੂੰਹ ਖੋਲ੍ਹ ਕੇ ਵੇਖਿਆ ਤਾਂ ਸਾਰੇ ਚੋਰ ਮਰੇ ਪਏ ਸਨ। ਉਹ ਇੰਨਾ ਡਰ ਗਿਆ ਕਿ ਝੱਟ ਘਰ ਤੋਂ ਬਾਹਰ ਨਿਕਲ ਕੇ ਭੱਜ ਗਿਆ।

ਅਭਿਆਸ

I. **ਦੱਸੋ ਭਲਾ :—**

1. ਚੋਰਾਂ ਨੇ ਅਲੀਬਾਬਾ ਦਾ ਪਤਾ ਕਿਸ ਤਰ੍ਹਾਂ ਲਾਇਆ ?

2. ਚੋਰਾਂ ਦੇ ਸਰਦਾਰ ਨੇ ਅਲੀਬਾਬਾ ਨੂੰ ਮਾਰਨ ਦਾ ਕੀ ਤਰੀਕਾ ਕੀਤਾ ?

3. ਅਲੀਬਾਬਾ ਚੋਰਾਂ ਤੋਂ ਕਿਸ ਤਰ੍ਹਾਂ ਬਚਿਆ ?

II. **ਵਾਕ ਬਣਾਓ :—**

ਰੋਸ਼ਨੀ, ਨਜ਼ਰ, ਚੋਰ, ਮੋਚੀ, ਗੁਪਤ ਨਿਸ਼ਾਨ, ਕੁੱਪੇ, ਦਿਆਲੂ, ਦਾਸੀ, ਹੁਕਮ, ਮਹਿਮਾਨ, ਹੁਸ਼ਿਆਰ, ਇਸ਼ਾਰਾ, ਖ਼ਬਰ।

III. **ਖ਼ਾਲੀ ਥਾਂਵਾਂ ਭਰੋ :—**

1. ਚੋਰ ਨੇ ਦੋ ਸੋਨੇ ਦੀਆਂ ਮੁਹਰਾਂ .... ਦੇ ਹੱਥ ਤੇ ਰਖੀਆਂ।

2. .... ਨੇ ਬੁੱਢੇ ਮੋਚੀ ਦੀਆਂ ਅੱਖਾਂ ਤੇ .... ਬੰਨ੍ਹ ਦਿੱਤੀ।

3. ਚੋਰ ਨੇ .... ਤੇ ਇਕ .... ਨਿਸ਼ਾਨ ਬਣਾਇਆ।

4. ਹਰ ਇਕ .... ਵਿੱਚ ਇਕ ਚੋਰ ਛੁਪਿਆ ਹੋਇਆ ਸੀ।

5. ਅਲੀਬਾਬਾ ਬੜਾ .... ਆਦਮੀ ਸੀ।

6. ਮਰਜੀਨਾ ਚੋਰ ਦੀ ਆਵਾਜ਼ ਸੁਣ ਕੇ .... ਗਈ।

7. ਮਰਜੀਨਾ ਨੇ ਗਰਮ ਗਰਮ .... ਸਾਰੇ ਕੁੱਪਿਆਂ ਵਿੱਚ ਪਾ ਦਿੱਤਾ।

8. ਸਾਰੇ ਚੋਰ .... ਗਏ।

IV. **ਇਸ ਕਹਾਣੀ ਨੂੰ ਛੋਟਾ ਕਰ ਕੇ ਲਿਖੋ।**

ਅਪਵਿਤ੍ਰਤਾ

ਅਜ ਤੋਂ ਹਜ਼ਾਰਾਂ ਸਾਲ ਪਹਿਲਾਂ ਦੀ ਗੱਲ ਹੈ, ਨਾ ਕੋਈ ਸ਼ਹਿਰ ਸੀ ਨਾ ਪਿੰਡ। ਸਾਰੀ ਦੁਨੀਆਂ ਇਕ ਵਿਸ਼ਾਲ ਜੰਗਲ ਸੀ, ਜਿਸ ਵਿੱਚ ਤਰ੍ਹਾਂ ਤਰ੍ਹਾਂ ਦੇ ਜਾਨਵਰ ਫਿਰਦੇ ਸਨ। ਇਨ੍ਹਾਂ ਜੰਗਲਾਂ ਵਿੱਚ ਆਦਮੀ ਵੀ ਰਹਿੰਦੇ ਸਨ, ਬਿਲਕੁਲ ਨੰਗ ਧੜੰਗ। ਜਾਨਵਰਾਂ ਦੀ ਤਰ੍ਹਾਂ ਉਹ ਵੀ ਦਰਖ਼ਤਾਂ ਤੇ ਚੜ੍ਹ ਕੇ ਸੌਂ ਰਹਿੰਦੇ ਜਾਂ ਬਾਰਸ਼ ਤੇ ਧੁੱਪ ਤੋਂ ਬਚਣ ਲਈ ਕਿਸੇ ਗੁਫ਼ਾ ਵਿੱਚ ਪਨਾਹ ਲੈਂਦੇ। ਇਨ੍ਹਾਂ ਨੂੰ ਹਰ ਸਮੇਂ ਆਪਣੇ ਦੁਸ਼ਮਣ ਜਾਨਵਰਾਂ ਦਾ ਡਰ ਲੱਗਾ ਰਹਿੰਦਾ ਸੀ ਤੇ ਉਨ੍ਹਾਂ ਤੋਂ ਹਰ ਵੇਲੇ ਖ਼ਬਰਦਾਰ ਰਹਿਣਾ ਪੈਂਦਾ ਸੀ।

ਆਦਮੀ ਦਰਖ਼ਤਾਂ ਦੇ ਮੇਵੇ ਚੁਣ ਕੇ ਪੇਟ ਪਾਲਦੇ ਸਨ। ਕਦੇ ਕਿਸੇ ਜਾਨਵਰ ਦਾ ਸ਼ਿਕਾਰ ਕਰਦੇ ਤਾਂ ਉਸ ਦਾ ਮਾਸ ਖਾ ਲੈਂਦੇ। ਨਦੀਆਂ ਦਾ ਸਾਫ਼ ਸੁਥਰਾ ਪਾਣੀ ਪੀ ਕੇ ਆਪਣੀ ਪਿਆਸ ਬੁਝਾਂਦੇ। ਉਹ ਹਰ ਵਕਤ ਖ਼ੁਰਾਕ ਦੀ ਖੋਜ ਵਿੱਚ ਹੀ ਫਿਰਦੇ ਰਹਿੰਦੇ ਸਨ। ਹੌਲੀ ਹੌਲੀ ਆਦਮੀ ਨੇ ਖ਼ੁਰਾਕ ਲਈ ਮਾਰੇ ਮਾਰੇ ਫਿਰਨ ਦੀ ਥਾਂ ਉਸ ਨੂੰ ਉਗਾਉਣਾ ਸਿਖ ਲਿਆ। ਤੱਦ ਉਹ ਬਸਤੀਆਂ ਬਣਾ ਕੇ ਰਹਿਣ ਲੱਗਾ। ਆਦਮੀ ਨੇ ਹਥਿਆਰਾਂ ਤੋਂ ਕੰਮ ਲੈਣਾ ਵੀ ਸਿਖ ਲਿਆ ਸੀ। ਆਦਮੀ ਦੇ ਸੁਖ ਲਈ ਫੇਰ ਨਵੀਆਂ ਨਵੀਆਂ ਚੀਜ਼ਾਂ

ਬਣਨ ਲੱਗੀਆਂ ਤੇ ਸ਼ਹਿਰ ਵੱਸ ਗਏ। ਨਵੀਆਂ ਨਵੀਆਂ ਮਸ਼ੀਨਾਂ ਦੀ ਕਾਢ ਹੋਈ। ਵੱਡੇ ਵੱਡੇ ਕਾਰਖ਼ਾਨਿਆਂ ਵਿਚ ਕੰਮ ਹੋਣ ਲੱਗਾ। ਮਨੁੱਖ ਨੇ ਆਪਣੇ ਸੁਖ ਤੇ ਐਸ਼ੋ ਆਰਾਮ ਲਈ ਬੇਸ਼ੁਮਾਰ ਕਿਸਮ ਦੇ ਸਾਧਨ ਢੂੰਢ ਲਏ।

ਸ਼ਹਿਰ ਵੱਡੇ ਹੁੰਦੇ ਗਏ ਪਰ ਇਸ ਦੇ ਨਾਲ ਹੀ ਨਵੀਆਂ ਸਮਸਿਆਵਾਂ ਦਾ ਅਰੰਭ ਹੋਇਆ। ਵੱਡੇ ਸ਼ਹਿਰਾਂ ਦਾ ਕੂੜਾ ਕਰਕਟ ਕਿਥੇ ਜਾਏ! ਲੋਕਾਂ ਨੇ ਗੰਦੇ ਨਾਲੇ, ਦਰਿਆਵਾਂ ਤੇ ਨਦੀਆਂ ਵਿਚ ਪਾ ਦਿੱਤੇ। ਕਾਰਖ਼ਾਨਿਆਂ ਦਾ ਗੰਦਾ ਪਾਣੀ ਵੀ ਦਰਿਆਵਾਂ ਵਿੱਚ ਸੁੱਟ ਦਿੱਤਾ ਗਿਆ। ਹੁਣ ਹਾਲਤ ਇਹ ਹੋ ਗਈ ਹੈ ਕਿ ਸਭ ਜਗ੍ਹਾ ਸੰਸਾਰ ਵਿੱਚ ਨਦੀਆਂ ਦਾ ਪਾਣੀ ਗੰਦੇ ਨਾਲੇ ਬਣ ਕੇ ਰਹਿ ਗਿਆ ਹੈ। ਇਨ੍ਹਾਂ ਵਿੱਚ ਮੱਛੀਆਂ ਤੇ ਹੋਰ ਜਾਨਵਰ ਜੀਉਂਦੇ ਨਹੀਂ ਰਹਿ ਸਕਦੇ। ਹਰ ਸਾਲ ਲੱਖਾਂ ਮੱਛੀਆਂ, ਪਾਣੀ ਗੰਦਾ

ਹੋਣ ਕਰ ਕੇ ਮਰ ਜਾਂਦੀਆਂ ਹਨ। ਗੰਦੇ ਪਾਣੀ ਵਿੱਚ ਰਹਿਣ ਵਾਲੀਆਂ ਮੱਛੀਆਂ ਬੱਚ ਵੀ ਰਹਿਣ ਤਾਂ ਉਨ੍ਹਾਂ ਦਾ ਮਾਸ ਖਾਣਾ ਆਦਮੀ ਦੀ ਸਿਹਤ ਲਈ ਹਾਨੀਕਾਰਕ ਹੈ।

ਪਿਛਲੇ ਸੌ ਸਾਲਾਂ ਵਿੱਚ ਅਣਗਿਣਤ ਨਵੀਆਂ ਕਾਢਾਂ ਹੋਈਆਂ ਹਨ। ਰੇਲ ਗੱਡੀ, ਮੋਟਰਕਾਰ ਤੇ ਹਵਾਈ ਜਹਾਜ਼ ਆਦਿ ਸਭ ਪਿਛਲੇ ਸੌ ਡੇਢ ਸੌ ਸਾਲ ਵਿੱਚ ਸ਼ੁਰੂ ਹੋਏ। ਪਹਿਲੀ ਰੇਲ ਗੱਡੀ ਸੰਨ 1825 ਵਿੱਚ ਚਲਾਈ ਗਈ। ਪਹਿਲੀ ਮੋਟਰਕਾਰ 1885 ਵਿੱਚ ਬਣੀ ਤੇ ਪਹਿਲਾ ਹਵਾਈ ਜਹਾਜ਼ 1903 ਵਿੱਚ ਤਿਆਰ ਹੋਇਆ। ਹਿੰਦੁਸਤਾਨ ਵਿੱਚ ਪਹਿਲਾ ਹਵਾਈ ਜਹਾਜ਼ 1932 ਵਿੱਚ ਆਇਆ। ਮੋਟਰਾਂ, ਗੱਡੀਆਂ ਤੇ ਹਵਾਈ ਜਹਾਜ਼ਾਂ ਵਿੱਚ ਪੈਟ੍ਰੋਲ ਦੇ ਬਲਣ ਨਾਲ, ਰੇਲ ਗੱਡੀਆਂ ਤੇ ਕਾਰਖ਼ਾਨਿਆਂ ਵਿੱਚ

ਬਲਣ ਵਾਲੇ ਕੋਲੇ ਨਾਲ, ਹਰ ਸਾਲ ਕਰੋੜਾਂ ਟਨ ਧੂੰਆਂ ਹਵਾ ਵਿੱਚ ਮਿਲ ਰਿਹਾ ਹੈ। ਹਵਾ ਸਾਲ ਲੈਣ ਲਈ ਸਾਫ਼ ਨਹੀਂ ਰਹੀ। ਮਨੁੱਖ ਨੇ ਹਵਾ ਤੇ ਪਾਣੀ ਜਿਹੀਆਂ ਸੁਗਾਤਾਂ, ਜਿਹੜੀਆਂ ਪਰਮਾਤਮਾ ਨੇ ਸਭ ਨੂੰ ਮੁਫ਼ਤ ਬਖਸ਼ੀਆਂ ਹਨ, ਗੰਦਾ ਤੇ ਅਪਵਿਤ੍ਰ ਕਰ ਦਿੱਤਾ ਹੈ। ਦੁਨੀਆਂ ਦੇ ਸਾਇੰਸਦਾਨ ਹੁਣ ਇਹ ਸੋਚ ਰਹੇ ਹਨ ਕਿ ਹਵਾ ਤੇ ਪਾਣੀ ਨੂੰ ਕਿਸ ਤਰ੍ਹਾਂ ਸਾਫ਼ ਰਖਿਆ ਜਾਏ। ਅਮਰੀਕਾ ਤੇ ਯੂਰਪ ਵਿੱਚ ਕਈ ਐਸੇ ਕਾਨੂੰਨ ਬਣ ਗਏ ਹਨ ਜਿਨ੍ਹਾਂ ਰਾਹੀਂ ਕਾਰਖ਼ਾਨੇਦਾਰਾਂ ਨੂੰ ਆਪਣੇ ਗੰਦੇ ਨਾਲੇ ਦਰਿਆਵਾਂ ਵਿੱਚ ਪਾਉਣ ਤੋਂ ਮਨ੍ਹਾ ਕਰ ਦਿੱਤਾ ਗਿਆ ਹੈ। ਇਥੋਂ ਤਕ ਕਿ ਅਮਰੀਕਾ ਵਿੱਚ ਇਕ ਕਾਗ਼ਜ਼ ਦੇ ਕਾਰਖ਼ਾਨੇ ਨੂੰ ਬਣਨ ਤੋਂ ਰੋਕ ਦਿੱਤਾ ਗਿਆ ਹੈ। ਹੁਣ ਸਾਡੇ ਦੇਸ਼ ਵਿੱਚ ਵੀ ਬੁੱਧੀਮਾਨ ਲੋਕ ਸੋਚ ਰਹੇ ਹਨ ਕਿ ਸ਼ਹਿਰਾਂ ਦੇ ਗੰਦੇ ਨਾਲੇ ਦਰਿਆਵਾਂ ਵਿੱਚ ਨਾ ਪਾਏ ਜਾਣ। ਬਲਕਿ ਪਾਣੀ ਤੋਂ ਠੋਸ ਮਾਦੇ ਅਲੱਗ ਕਰ ਕੇ ਉਨ੍ਹਾਂ ਤੋਂ ਖਾਦ ਤਿਆਰ ਕੀਤੀ ਜਾਏ ਤੇ ਪਾਣੀ ਸਾਫ਼ ਕਰ ਕੇ ਖ਼ੇਤਾਂ ਦੀ ਸਿੰਜਾਈ ਦੇ ਕੰਮ ਲਿਆਂਦਾ ਜਾਏ।

ਆਏ ਦਿਨ ਸਾਡੇ ਮੁਲਕ ਵਿੱਚ ਨਵੇਂ ਨਵੇਂ ਕਾਰਖ਼ਾਨੇ ਲੱਗ ਰਹੇ ਹਨ। ਮੋਟਰ ਗੱਡੀਆਂ ਦੀ ਗਿਣਤੀ ਵਿੱਚ ਵਾਧਾ ਹੋ ਰਿਹਾ ਹੈ। ਹਵਾਈ ਸਫ਼ਰ ਕਰਨ ਵਾਲਿਆਂ ਦੀ ਗਿਣਤੀ ਵਧ ਰਹੀ ਹੈ। ਵੱਡੇ ਹੋ ਕੇ ਤੁਹਾਨੂੰ ਇਹ ਸਮਸਿਆ ਹਲ ਕਰਨੀ ਪਏਗੀ ਕਿ ਕਿਵੇਂ ਹਵਾ ਤੇ ਪਾਣੀ ਨੂੰ, ਜੋ ਮਨੁੱਖ ਦੀ ਸਭ ਤੋਂ ਜ਼ਰੂਰੀ ਖ਼ੁਰਾਕ ਹੈ, ਕਿਸ ਤਰ੍ਹਾਂ ਸਾਫ਼ ਤੇ ਸ਼ੁੱਧ ਰਖਿਆ ਜਾਏ।

ਅਭਿਆਸ

I. **ਦੱਸੋ ਭਲਾ**:—

1. ਅਜ ਤੋਂ ਹਜ਼ਾਰਾਂ ਸਾਲ ਪਹਿਲਾਂ ਆਦਮੀ ਕਿਸ ਤਰ੍ਹਾਂ ਰਹਿੰਦੇ ਸਨ?
2. ਆਦਮੀ ਨੇ ਆਪਣੇ ਸੁਖ ਤੇ ਅਰਾਮ ਲਈ ਕਿਸ ਤਰ੍ਹਾਂ ਨਵੇਂ ਨਵੇਂ ਸਾਧਨ ਢੂੰਢ ਲਏ?
3. ਨਦੀਆਂ ਦਾ ਪਾਣੀ ਕਿਸ ਤਰ੍ਹਾਂ ਗੰਦਾ ਹੋ ਗਿਆ?
4. ਹਵਾ ਵਿੱਚ ਧੂੰਆਂ ਮਿਲਣ ਨਾਲ ਆਦਮੀ ਦੀ ਸਿਹਤ ਤੇ ਕੀ ਅਸਰ ਪੈਂਦਾ ਹੈ?
5. ਹਵਾ ਤੇ ਪਾਣੀ ਨੂੰ ਸਾਫ਼ ਰਖਣ ਲਈ ਕੀ ਉਪਾਅ ਕੀਤੇ ਜਾ ਰਹੇ ਹਨ?

II. **ਵਾਕ ਬਣਾਓ**:—

ਵਿਸ਼ਾਲ, ਨੰਗ ਧੜੰਗ, ਗੁਫ਼ਾ, **ਬਸਤੀਆਂ**, ਹਥਿਆਰ, ਕਾਢ, ਖੋਜ, ਸਮਸਿਆ, ਹਾਨੀਕਾਰਕ, ਅਪਵਿਤ੍ਰ, ਬੁੱਧੀਮਾਨ, ਸਫ਼ਰ।

III. **ਖ਼ਾਲੀ ਥਾਂਵਾਂ ਭਰੋ**:—

1. ਜੰਗਲਾਂ ਵਿੱਚ ਆਦਮੀ .... ਰਹਿੰਦੇ ਸਨ।
2. ਆਦਮੀ ਨੇ .... ਕੰਮ ਲੈਣਾ ਸਿਖ ਲਿਆ।
3. ਗੰਦੇ ਨਾਲੇ .... ਤੇ ਨਦੀਆਂ ਵਿੱਚ ਪੈਣ ਕਰ ਕੇ .... ਗੰਦਾ ਹੋ ਗਿਆ।
4. ਪਹਿਲੀ ਰੇਲ ਗੱਡੀ ਸੰਨ .... ਵਿੱਚ ਚਲਾਈ ਗਈ।
5. ਪਹਿਲਾ ਹਵਾਈ ਜਹਾਜ਼ .... ਵਿੱਚ ਤਿਆਰ ਹੋਇਆ।

ਸੋਨੇ ਦੀ ਬੱਤਖ਼

ਇਕ ਦਿਹਾੜੇ ਬੱਤਖ਼ ਲੈ ਇਕ, ਆਇਆ ਘਰ ਘੁਮੰਡਾ।
ਨਿੱਤ ਸਵੇਰੇ ਦੇਵੇ ਬੱਤਖ਼, ਇਕ ਸੋਨੇ ਦਾ ਅੰਡਾ।
ਅੰਡਾ ਲੈ ਖ਼ੁਸ਼ ਹੋਏ ਘੁਮੰਡਾ, ਨਿੱਤ ਬਜ਼ਾਰ ਲੈ ਜਾਂਦਾ।
ਚੋਖੀ ਰਕਮ ਉਸ ਦੀ ਵੱਟ ਕੇ ਵਾਪਸ ਘਰ ਨੂੰ ਆਂਦਾ।
ਇਸੇ ਤਰ੍ਹਾਂ ਉਸ ਵੇਚ ਕੇ ਅੰਡੇ, ਚੰਗੀ ਰਕਮ ਬਣਾਈ।
ਅੰਡਿਆਂ ਦੀ ਧੁੰਨ ਐਸੀ ਲੱਗੀ, ਹਰ ਹਿਕ ਵਸਤ ਭੁਲਾਈ।
ਉਹ ਸੋਚੇ ਜੇ ਬੱਤਖ਼ ਦੇਵੇ, ਸਭ ਅੰਡੇ ਇਕ ਵਾਰੀ।
ਸ਼ਾਹੂਕਾਰ ਮੈਂ ਬਣ ਜਾਵਾਂ ਝੱਟ, ਦੇਖੇ ਦੁਨੀਆਂ ਸਾਰੀ।
ਇਹ ਸੋਚ ਬੱਤਖ਼ ਫੜ ਚੀਰੀ, ਨਿਕਲਿਆ ਨਾ ਕੋਈ ਅੰਡਾ।
ਕਿਸਮਤ ਨੂੰ ਹੁਣ ਬੈਠਾ ਰੋਵੇ, ਜ਼ਾਰੋ ਜ਼ਾਰ ਘੁਮੰਡਾ।
ਲੋਭ ਲਾਲਚ ਨਾ ਕਰਦਾ ਜੇਕਰ, ਅੰਡਾ ਨਿੱਤ ਉਹ ਪਾਂਦਾ।
ਅੰਡਾ ਰੋਜ਼ ਸੋਨੇ ਦਾ ਲੈ ਕੇ, ਸ਼ਾਹੂਕਾਰ ਬਣ ਜਾਂਦਾ।
ਜਿਹੜੇ ਬੰਦੇ ਲਾਲਚ ਕਰਦੇ, ਇਸੇ ਤਰ੍ਹਾਂ ਦੁੱਖ ਪਾਂਦੇ।
'ਸੀਤਲ' ਉਹ ਘੁਮੰਡੇ ਵਾਂਗੂੰ, ਪਿਛੋਂ ਹਨ ਪਛਤਾਂਦੇ।